యండమూరి వీరేంద్రనాథ్

చీకట్లో సూర్యుడు

నవసాహితి బుక్ హౌస్

ఏలూరు రోడ్ ● విజయవాడ-520 002.

CHEEKATLO SURYUDU

By :
YANDAMOORI VEERENDRANATH
36, U.B.I. Colony,
Road No. 3, Banjara Hills,
HYDERABAD - 500 034.
Ph : 924 650 2662
yandamoori@hotmail.com
yandamoori.com

SARASWATHI VIDYA PEETAM,
Kakinada - Samalkot Road,
MADHAVAPATNAM,
E.G. Dist. (A.P.)

19th Edition : **Apri, 2023**

Publishers :
NAVASAHITHI BOOK HOUSE
Eluru Road, Near Ramamandiram,
Vijayawada - 520 002.
Ph : 0866 - 2432 885
navasahithiravi@gmail.com

Printers :
Nagendra Enterprises
Vijayawada-3, Ph : 94901 96963

Price :
₹ 100/-

అంతరిక్షంలో తెరిచిన తలుపు

తెలుగులో సైన్సు ఫిక్షన్ చాలా తక్కువ. సైన్సు ఫిక్షన్ రావడానికి దేశంలో కొంతైనా సైన్సు వాతావరణం వుండాలి. ముఖ్యంగా పాపులర్ సైన్సు పుస్తకాలు విరివిగా లభ్యమై, వాటికి తగినంతమంది పాఠకులు వుండాలి. రచయితలైన వారు సైన్సు పట్ల ఆసక్తి కలవారై వుండాలి. లేదా సైంటిస్టులైన వారు కథారచనలో నేర్పు కలవారై వుండాలి. లేకపోతే సైన్సు నవలలు రావు.

తెలుగులో అసలు లేవనికాదు. మాకు కాలేజీ రోజులలో తేకుమళ్ళ రాజగోపాలరావుగారు వ్రాసిన "విహంగయానం" నవల నాన్‌డిటెయిల్డుగా వుండేది. దాన్ని ఆయన ఆంధ్రదేశపు నేపథ్యంలో వ్రాశారు. పెద్దాపురం(?) మహారాణి అందులో ఒక పాత్రే. ఆకాశంలో సందర్శించే ఒక విహంగం లాంటి విమానం. వుంటుంది. నీటి అడుగున విహరించడానికి నివాతకవచం (ఎయిర్ టైట్ సూట్) వుంటుంది. (పూర్వకాలంలో నివాత కవచులనే రాక్షసులు, సముద్రంలో నివసించేవారట.)

ప్రతి అభూత కల్పన- అంటే ప్రతి ఫాంటసీ, ప్రతి ఫెయిరీటేల్- సైన్సు ఫిక్షన్ కానేరదు. వాయువ్యాస్త్రాలు, వారుణాస్త్రాలు, ఆగ్నేయాస్త్రాల ప్రసక్తి భారత రామాయణాది ఇతిహాసాలలో వస్తుంది. పూర్వ సాహిత్యం నిండా అణిమాది అష్టసిద్ధులు, మంత్రాలు, తంత్రాలు, మహిమలు తటస్థపడతాయి. ఆకాశయానం, కామరూపం (స్టీవెన్‌స్వన్ డాక్టర్ జెకిల్ అండ్ మిస్టర్ హైడ్‌లో లాగా) లాంటివి వుంటాయి.

అయితే ఇటువంటి కల్పనలు సైన్సు ఫిక్షన్ క్రిందికి రావు. ఎందుకంటే ఈ పౌరాణిక కల్పనలు అలౌకిక అతీతశక్తులను ఊహించి చేసినవి. సైన్సు ఫిక్షన్‌లో

అలాకాక భౌతిక విజ్ఞానశాస్త్రాలు (ఫిజికల్ సైన్సెస్) ఆధారంగా, సైంటిఫిక్ సూత్రాలు ప్రాతిపదికగా కల్పనలు చేస్తారు. అవి అభూత కల్పనలే కావచ్చు కానీ, వాటికి ఆధారం దివ్యశక్తులు కావు, భౌతికశక్తులకు సంబంధించిన శాస్త్రీయ సూత్రాలు.

ఈ మధ్యనే మన రచయితల దృష్టి సైన్సు ఫిక్షన్ మీదకి మళ్ళింది. ఇప్పటికే కొన్ని నవలలు వచ్చాయి. అయితే అవి కావలసినంతగా పాపులర్ కాలేదు. ఇప్పుడు సుప్రసిద్ధ రచయిత శ్రీ యండమూరి వీరేంద్రనాథ్ ఈ రంగంలోకి ప్రవేశించారు. ఆయన ఇప్పటికే సస్పెన్స్, మిస్టరీ, అడ్వెంచర్, రొమాన్స్‌లతో కూడిన ఇతివృత్తాలతో అనేక నవలలు వ్రాశారు. పాఠకులను ఉర్రూత లూగించారు. ఈనాటి అగ్రశ్రేణి రచయిత ఆయనే.

ఇప్పుడు మొదటిసారిగా శ్రీ వీరేంద్రనాథ్ సైన్సు ఫిక్షన్ వ్రాశారు. ఆయన ఏ నవల వ్రాసినా ఆ ఇతివృత్తానికి సంబంధించిన నేపథ్యాన్ని, పూర్వపదాలను సేకరిస్తారు. దాన్ని కథకు అవసరమైన విధంగా, అవసరమైన మేరకు ఉపయోగించుకుంటారు. దానివల్ల ఆయన వ్రాసే నవలలకు "అథెంటిసిటీ" (విశ్వసనీయత) కలుగుతుంది, వాస్తవిక వాతావరణం సిద్ధిస్తుంది.

శ్రీ వీరేంద్రనాథ్ తన సైన్సు నవలకోసం ఖగోళ శాస్త్రంపై గ్రంథాలు బాగా చదివి వుండాలి. అందుకే ఆయన నవల చక్కని సైన్సు ఫిక్షన్‌గా రూపొందింది. అయితే ఆయన స్వతః కథా రచయిత. కథా కథనంలో ఆరితేరిన అందెవేసిన చెయ్యి. వట్టి సైన్సు విశేషాలతో నింపితే ఇది సైన్సు రచన అయ్యేది కాని, నవల అయ్యేది కాదు. పాఠకులకు విసుగు పుట్టించేది. అలా కాకుండా శ్రీ వీరేంద్రనాథ్ తన నవలలో చక్కని కథను పొందు పరిచారు. మొదట తాపీగా ప్రారంభమైన కథ పోను పోను ఉత్కంఠ కలిగిస్తూ, అడుగడుగున సస్పెన్సుతో ఆసక్తి కలిగిస్తూ నడిపించింది. అంతేగాక, ట్రయాంగులర్ లవ్ థీమ్ కూడా జోడించారు. "అనురాగం అంబరమైతే... ఆకాశపు టంచులు చూస్తాం" అన్నట్టు రొమాన్సును అంతరిక్షంలోకి కూడా తీసుకుపోయారు. దానితో ఈ నవల ఎంతైనా పఠనీయత సంతరించుకున్నది.

ఈ విశాల విశ్వంలో కొన్ని కోట్ల కాంతి సంవత్సరాల దూరంలో వున్న ఏ గాలక్సీలోని గ్రహవాసులో తమ ఇంధనం కొరతను తీర్చుకోవడానికి సూర్యుడిలాంటి నక్షత్రాలకోసం వేటాడుతుండగా వారి దృష్టి మన సూర్యుడిమీద పడిందనుకోండి. తమ అద్భుత సాంకేతిక శక్తితో మన సూర్యుడిని తమ గ్రహలోకానికి చేరువగా తీసుకుపోవడానికి వారు ప్రయత్నిస్తున్నారనుకోండి. ఈ పరిస్థితిని ఊహించి, దాని ఆధారంగా, భూలోకంలోని శాస్త్రజ్ఞులు సుదూర గ్రహానికి రాయబారం నిమిత్తం ఒక బృందాన్ని పంపించడం ఈ నవలలోని ఇతివృత్తం. కాంతివేగంతో వారిరోదసీ నౌక ఆ దూరగ్రహానికి వెళ్ళి కాంతిని మించిన వేగంతో భూలోకానికి గత కాలంలో తిరిగి వస్తుంది. ఈలోగా నౌకలోని వారికి ఎన్నో అపాయాలు ఎదురవుతాయి. ఇదీ స్థూలంగా కథ.

సైన్సు నవలను ఆసక్తికరంగా వ్రాయడం సులభం కాదు. శ్రీ వీరేంద్రనాథ్ వంటి ప్రతిభావంతుడైన రచయితకే అది సాధ్యం. తన ఇతర నవలలను ఎంత ఆసక్తికరంగా వ్రాశారో ఈ సైన్సు నవలను కూడా ఆయన అంత ఆసక్తికరంగా వ్రాశారు. పాఠకులు ఈ నవలను చదివి ఆనందిస్తారని ఆశిస్తున్నాను. శ్రీ వీరేంద్రనాథ్ ఇంతటితో సరిపెట్టక, మరికొన్ని సైన్సు నవలలు వ్రాస్తారని, ఈ తరహా నవలలకు కూడా ఆయన మార్గదర్శకులవుతారని కూడా ఆశిస్తున్నాను.

విజయవాడ
6-1-89   – నండూరి రామమోహనరావు

ఉపోద్ఘాతం

రెండువందల ఎనిమిది సంవత్సరాల క్రితం-

అప్పటికింకా సైన్స్ అభివృద్ధి చెందని రోజుల్లో-

సౌరకుటుంబానికి చెందిన గాలక్సీలో

చిన్న వింత జరిగింది.

సూక్ష్మాతి సూక్ష్మమైన ఆ “వింత”ని

మానవజాతి పట్టుకోలేకపోయింది.

పట్టుకుని వుంటే భవిష్యత్తుని తలుచుకొని

భయంతో వణికిపోయేది.

* * *

104 సంవత్సరాల తరువాత మళ్ళీ అదే సంఘటన జరిగింది.

నిద్రపోతున్న మనిషికి ఎలక్ట్రిక్ షాక్ ఇస్తే- పెద్ద కుదుపుతో ఒక్కసారి ఎలా ఉలిక్కిపడతాడో ఆ విధంగా సూర్యుడు అరక్షణకాలం తననుంచి శక్తినంతా ఎవరో పీల్చినట్టు కదిలిపోయాడు. మండుతున్న కొలిమిలోంచి ఇంధనాన్ని తీసేస్తే అది వెలుగుని ఎలా కోల్పోతుందో ఆ విధంగా సూర్యుడు తన కాంతిని కోల్పోయి, మళ్ళీ యధారూపంలోకి వచ్చాడు.

సూర్యుడికి దాదాపు కోటి మైళ్ళ దూరంనుంచి, ఒక అంతరిక్షనౌకలో ఇద్దరు గ్రహాంతరవాసులు, తమ అధునాతన పరికరాలతో ఆ సూర్యశక్తిని "వస్తువు" (మెటీరియల్)గా మార్చి తమతోపాటు తీసుకువెళ్ళటం వల్ల జరిగిన సంఘటన ఇది.

'మనిషి' కి ఆ విషయం తెలీదు.

* * *

52 సంవత్సరాల తరువాత ఆ గ్రహాంతరవాసులు తిరిగి సూర్యుడి దగ్గరికి వచ్చారు. ఈసారి వాళ్ళు మరి కాసింత ఎక్కువసేపు ప్రయోగాలు జరిపారు. సూర్యశక్తిని ఇంధనంగా మార్చే ఆ ప్రయోగాల్లో వారు విజయం సాధించి, గాలక్సీలోని తన గ్రహంవైపు అంతరిక్షనౌకలో వెళ్ళిపోయారు. భూమిమీద శాస్త్ర విజ్ఞానం అప్పటికి కాస్త పెరిగింది. సూర్యుడిలో ఏదో 'సంచలనం' కలిగినట్టు 'మనిషి' గ్రహించాడు. అయితే ఆ సంచలనానికి కారణం– సూర్యుడిలో నిరంతరం జరిగే మంటల్లో ఏదో మార్పు అని భావించాడే తప్ప అంతకన్నా దూరం ఆలోచించలేక పోయాడు.

సుదూర గ్రహాల్నుంచి వచ్చిన జీవులు సూర్యుడి మీద యుద్ధాన్ని ప్రకటిస్తారని, సూర్యుడిని కొల్లగొట్టుకు వెళతారన్నది...

మనిషి ఊహకందని విషయం!

చీకట్లో సూర్యుడు

1

భవిష్యత్తులో ఒకరోజు

* * *

అనూహ్య అన్నా వదినలతో కలిసి భోజనం చేస్తూ అన్యమనస్కంగా ఏదో ఆలోచిస్తూంది.

నగరానికి అరవై కిలోమీటర్ల దూరంలో వున్న సైన్స్‌సిటీలో అనూహ్య పని చేస్తూంది. పదిహేను రోజులకొకసారి బయట గడపటానికి ఆమెకి అనుమతి వుంది. ఆ రోజు ఎన్నిపనులున్నా భోజనం కూడా మానుకుని ఆమెకోసం ఎదురుచుస్తూ వుంటారు అన్నా వదినలు ఆమెకోసం.

క్రితంరోజు జరిగిన సంఘటన తలుచుకున్నకొద్దీ ఆమె బుగ్గలు ఎర్రబడుతున్నాయి. అసలు వేదప్రియ చేసింది ఇదంతా.

వేదప్రియ కూడా సైన్స్ సిటీలో పనిచేస్తూంది. పట్టుబట్టి కంప్యూటర్ దగ్గరికి తీసుకు వెళ్ళింది.

ఎనిమిదో జనరేషన్ కంప్యూటరు, IC- XV 1 - TYPE 2.

అనూహ్యకి కావల్సిన మొగుడు గురించి కంప్యూటర్‌ని ప్రశ్న అడగటం ప్రారంభించింది.

"ఛా.. వద్దు" అంది అనూహ్య కంగారుగా.

"ఎందుకొద్దే? అసలు ఇలాంటి కంప్యూటర్లు కనుక్కుంది ఎందుకు? ఇంత చిన్న ప్రశ్నలకు కూడా సమాధానం చెప్పలేకపోతే ఇక మేమెందుకు?" అంటూ 'ఫీడ్' చేయటం ప్రారంభించింది వేద ప్రియ.

అయిదు నిముషాలు ఫీడ్ చేయగానే కంప్యూటర్ తిరిగి ప్రశ్నలడగటం ప్రారంభించింది.

"పేరు"

"అనూహ్య"

"పేరు బావుంది"

'పేరు బావుందో లేదో నిన్ను చెప్పమనలేదు. మంచి వరుడి గురించి చెప్పు."

"జాతకాల మీద నమ్మకం వుందా? నక్షత్రం ఏమిటి?"

"నమ్మకం లేదు. ఏ నక్షత్రం వాడైనా ఫర్వాలేదు."

"డాక్టరే కావాలా?"

"ఎవడైనా ఫర్వాలేదు, అందగాడై వుండాలి."

అనూహ్య ఆమె నొక్కుతున్న బటన్స్‌వైపు చూస్తూంది.

"అమ్మాయి ఎత్తెంత?"

"5 అడుగుల 4 అంగుళాలు"

"కొలతలు"

"వ్వాట్"

"కొలతలు ప్లీజ్"

ఇదంతా చూస్తున్న అనూహ్య మొహం ఎర్రబడగా 'ఇకచాల్లే' అంది. వేదప్రియ వినిపించుకోకుండా అనూహ్య మెడభాగాన్ని ఓ క్షణం తదేకంగా చూసి, 36, 26, 32 అని నొక్కింది.

"చాలా మంచి ఫిగరు-పుట్టుమచ్చ లెక్కడున్నాయి"

"అది నీ కనవసరం"

ఎప్పుడూ సీరియస్‌గావుండే అనూహ్య కూడా ఈ కంప్యూటర్ సంభాషణని చిరునవ్వు బిగపట్టి చూస్తూంది. మరోవైపు మానవుడి మేధకు మనసులోనే జోహార్లు అర్పించకుండా వుండలేకపోతోంది. మనిషి మెదడులో ఎన్ని జ్ఞాపకశక్తి

కణాలుంటాయో, ఒక సెంటీమీటరు 'ఛిప్' మీద అన్ని మిలియన్ల విషయాలను ముద్రించి మనిషి తయారుచేసిన మానవాతీత శక్తి అది.

"సెక్స్ అంటే మంచి అభిరుచి వున్నవాడు కావాలా?" కంప్యూటర్ అడిగింది.

"ఆ... చాలా"

అనూహ్య కంగారుపడి "ఏమిటే ఇది?" అంది. వేదప్రియ 'నువ్వుండు' అంది నవ్వుతో... గదిలో ఇద్దరు అమ్మాయిలూ, ఆ మిషను తప్ప ఇంకెవరూ లేకపోవటంతో అల్లరి విజృంభించింది.

"మంచి స్పోర్ట్స్‌మన్ కావాలా? ఏ ఆటలో?"

"రొమాన్స్‌లో-" అంది వేదప్రియ.

"తెల్లటి శరీరఛాయ వున్నవాడు కావాలా? నలుపైనా ఫర్వాలేదా".

"అక్కడక్కడా నలుపున్నా ఫర్వాలేదు."

"సీరియస్‌గా వుండేవాడు కావాలా? సరదాగా నవ్వుతూ వుండేవాడా?"

"అందర్నీ నవ్విస్తూ వుంటే ప్రత్యేకత ఏముంది? అందరి దగ్గరా సీరియస్‌గా వుండి భార్య దగ్గర సరదాగా, కొన్ని ప్రత్యేక సమయాల్లో అల్లరిగా వుండేవాడు కావాలి."

"ప్రత్యేక సమయాలంటే?"

"మిషన్‌లకు తెలియవులే అవి."

"నన్ను మిషన్ అంటే నాక్కోపం వస్తుంది."

"సారీ"

"చదువు?"

"అనూహ్య డాక్టరు. అందువల్ల కాస్త చదువుకున్నవాడైతే మంచిది."

"చదువుకున్నవాడు, ఇంకా పెళ్ళికానివాడు, సెక్స్ పట్ల మంచి అభిరుచి వున్నవాడు- పైకి సీరియస్‌గా, ఏకాంతంలో అల్లరిగా-"

"కరెక్ట్"

"వయసు ఇరవైనాలుగు"

"సరీగ్గా సరిపోతుంది....."

"అలాటివాడున్నాడు. అనూహ్యకి సరీగ్గా సరిపోతాడు! పేరు-"

"ఊ... పేరు?"

"వాయుపుత్ర-"

అనూహ్య కల్పించుకుని "ఇక చాల్లేవే" అంది. వేదప్రియ వదల్లేదు, "అడ్రస్ ప్లీజ్..." అని అడిగింది.

"ఇక్కడే వున్నాడు."

"ఎక్కడ"

"నా వెనుక"

ఇద్దరూ అయోమయంగా చూస్తూ వుండగా వెనుకనుంచి ఒక యువకుడు వచ్చాడు. అతడి చేతిలో రిమోట్ కంట్రోల్ వుంది. కళ్ళు నవ్వుతున్నాయి. తాము అడిగిన ప్రశ్నలన్నింటికీ కంప్యూటర్ సమాధానం చెప్పలేదనీ, అతడే ఈ అల్లరంతా చేశాడనీ అర్థం చేసుకోవటానికి వారికి ఎంతోసేపు పట్టలేదు. తాము చెప్పిన సమాధానాలు, ప్రశ్నలు తల్చుకోగానే మొహం సిగ్గుతో కందిపోయింది. అక్కణ్ణుంచి తూనీగల్లా పరుగెత్తారు.

* * *

"ఏమిటి బిందూ– అడిగిన ప్రశ్నకి అయిదు నిముషాలు నుంచీ ఆలోచనలతో మునిగిపోయావు?" అన్న వదిన మాటలకి చప్పున ఈ లోకంలోకి వచ్చింది అనూహ్య.

తేరుకుంటూ "ఏమిటమ్మా నీ ప్రశ్న?" అంది.

"సూర్యుడు కాలిపోతే మనం పూర్తిగా చీకట్లోకి వెళ్ళిపోతాం కదా"

"మనం బ్రతికి వుండగా అలా అవదు. సరేనా"

"ఎప్పటికి అవుతుంది?"

"అయిదు వందల కోట్ల సంవత్సరాల తరువాత" అంది అనూహ్య. నిజంగా అప్పటికా పరిస్థితి వస్తే, కొన్ని సంవత్సరాల ముందే ప్రాణులూ, చెట్లూ అన్నీ మాడిపోతాయి. సముద్రాల్లో నీరంతా ఆవిరై గాలిలోకి వెళ్ళిపోతుంది.

"అదేమిటి ఆంటీ – సూర్యుడులో వేడి తగ్గిపోతూ వుంటే అంతా గడ్డకట్టాలి కదా. ఆవిరైపోవటం ఏమిటి?"

అనూహ్య కాస్త తటపటాయించింది. "పెద్దయ్యాక తెలుస్తుందిలే" అని కొట్టిపడెయ్యటం, చిన్నపిల్లల మనసుల్లో తెలుసుకోవాలన్న భావాన్ని తగ్గిస్తుందని ఆమెకు విదితమే. అభిమాన హీరోల రాక్‌డాన్స్‌ల ప్రభావంనుంచి తప్పించి, ఇలాటి వాటిమీద ఆసక్తి రేకెత్తించటం పెద్దల కనీస కర్తవ్యం అని ఆమె అనుకుంది.

"సూర్యుడంటే ఉట్టి గాలిముద్ద అవునా? కాలిపోతున్న సూర్యుడు చివర్లో గర్భం బ్రద్ధలై "రెడ్ జెయింట్‌గా" మారిపోతాడు. అప్పుడే ఎర్రటి మేఘంగా మారి భూమిపైన ప్రయాణం చేస్తాడు. ఆ వేడికి భూమి భగభగ మండే నిప్పుకణం అయిపోతుంది. కానీ కోట్ల సంవత్సరాల తరువాత సంగతి అది! ఆ తరువాత అంతా చీకటిగా, మంచు ముద్దగా మిగిలిపోతుంది అదీ ప్రళయం అంటే."

"మరి అప్పుడు మనుష్యులు చాలా భయపడతారు కదా?"

అనూహ్య బిందూ బుగ్గమీద ముద్దుపెట్టుకొని "అప్పటికి మనుష్యులందరూ రాకెట్లు ఎక్కి ఇతర గ్రహాలకు వలస వెళ్ళి పోతారు"అని బయటకొచ్చింది. ఇన్‌స్టిట్యూట్‌కి వెళ్ళే టైమైంది. ఆమె హడావుడిగా తన త్రీ వీలర్ ఎక్కబోతుంటే ఫోన్ మ్రోగింది. కారుస్టార్ట్ చేసి, "హలో" అంది.

"నేను వేదప్రియని మాట్లాడుతున్నాను" అట్నుంచి వినపడింది.

"చెప్పు"

"నీ కోసం డైరెక్టర్ ఎదురు చూస్తున్నారు."

ఆమె ఆశ్చర్యపోయి "ఏ డైరెక్టర్?" అని అడిగింది.

"యస్.యస్.ఆర్.డైరెక్టర్."

ఆమె ఆశ్చర్యం మరింత ఎక్కువైంది. హరికోటలో వుండే డైరెక్టర్ ఇక్కడికొచ్చి తనని అడగటం ఏమిటి?

ఆమె కారు గేటు దగ్గర పూర్తిగా 2-గామా కిరణాల్లో పరీక్షింపబడిన తరువాత లోపలికి వెళ్ళటానికి అనుమతి ఇవ్వబడింది. అయిదు నిముషాల్లో ఆమె డైరెక్టర్ గదిలో ఉంది.

గదిలో ప్రవేశిస్తూనే ఆమె అతడి ముందు టేబిల్ మీదున్న ఎలక్ట్రానిక్ పరికరాన్ని చూసింది. తన పెర్సనల్ ఫైలు అది. ఆమెలో ఉత్సుకత ఎక్కువైంది. తన గురించిన అన్ని వివరాలూ అందులో వున్నాయి. ఆ విషయమే అతడూ ధృవీకరిస్తూ అడిగాడు. "అంతరిక్ష ప్రయాణంమీద మీకు ఉత్సాహం వున్నట్టు ఇందులో వుంది. మీరు ఆ విషయంలో ఆర్నెల్లు శిక్షణ కూడా పొందారు. ఆ ఉత్సాహం ఇంకా వున్న పక్షంలో ఒకసారి స్పేస్ సిటీకి పంపాలనుకుంటున్నాం. మీ అభిప్రాయం ఏమిటి?"

ఆమె గుండె వేగంగా కొట్టుకోసాగింది... అంతరిక్షయానం... చంద్రుడి కవతల కృత్రిమంగా తయారుకాబడిన నేల(?) మీద జీవనం.

"ఎన్నాళ్ళుండాలి సార్."

"పదిహేను రోజులు. మీ ప్రయోగం ఒక రూపుకి రాకపోతే మరో అయిదు రోజులు."

"ప్రయోగమా?"

"అవును. శూన్యసాంద్రతలో మనిషిలో పెరిగే బాక్టీరియా గురించి మీ ప్రయోగం ఆఖరి దశలో వుందని రిపోర్టు ఇచ్చారుగా! దాన్నిపరిశీలించిన తరువాత.. ఈసారి వెళ్ళే వాళ్ళలో మీ పేరు చేర్చాలని అనుకున్నాం. ఓ ఇరవైరోజులు అక్కడ వుండి మీ ప్రయోగం పూర్తి చేసుకురండి."

అనూహ్య మనసంతా సంతోషంతోనూ, ఉద్వేగంతోనూ నిండింది. తన పనిని వాళ్ళు జాగ్రత్తగా పరిశీలిస్తున్నారన్న ఆనందం ఒకవైపు, ప్రతిరోజూ "ఉదయించే భూమిని" చూస్తూ శూన్యంలో కొంతకాలం గడపగలిగే థ్రిల్ లభించబోతున్నందుకు ఉద్వేగం మరోవైపు.

"వీలైతే రేపట్నుంచీ రిపోర్టు చేయండి ఇద్దరూ."

"ఇంకొకరెవరు సార్?"

"వాయుపుత్ర అని- మిగతా వివరాలు వేదప్రియ దగ్గర కనుక్కోండి."

ఆమె ఉలిక్కిపడింది!

వాయుపుత్ర!!

అతడు తనని ఏడిపించిన విధానం గుర్తొచ్చింది.

స్పేస్ షిప్‌కి వెళ్ళే ప్రయాణంలో రెండు రోజులూ రాకెట్‌లో ఇద్దరే వుండాలి! అక్కడికి చేరుకున్నాక మిగతా ఇరవైరోజులూ కూడా తమని ఒకే క్యూబ్‌లో వుండమని అక్కడివాళ్ళు కోరవచ్చు.

"దాన్ని అలుసుగా తీసుకుని అతడేమైనా వెధవ్వేషాలు వేస్తే, తగినట్టు జవాబు చెప్పాలి...."

... అనుకుందే గాని- వెనుకనుంచి వస్తూ నవ్విన అతడి మొహమే ఆమెకి మాటిమాటికీ కనబడుతూంది.

* * *

అనూహ్య స్పేస్ షిప్‌కి వెళ్ళటానికి అనుమతి లభించిందన్న వార్త తెలిసి అభినందించారు చాలామంది. ఆమె అన్నా వదినలు కూడా! అంతరిక్ష యానాలు ఎంతో ఖర్చుతో కూడుకున్నపని. మామూలు వాళ్ళకి ఆ ఛాన్సు దొరకదు.

ఆ మరుసటి రోజు ఆమె శిక్షణ యిచ్చే కార్యాలయానికి వెళ్ళింది. వాయుపుత్ర కూడా 'ట్రెయినింగ్'కి వచ్చాడు. అయితే తనని చూసి అతడి కళ్ళు ఎప్పుడూ నవ్వేలా మెరవలేదు. కాస్త సీరియస్‌గా వున్నాడు.

అనూహ్యకి ఈ "ట్రిక్" తెలుసు. మొదట్లో సరదాగా మాట్లాడిన అబ్బాయి వున్నట్టుండి సీరియస్ అయిపోయి, కాస్త అంటీ అంటనట్టు వుంటే– అమ్మాయిలో ఆసక్తి పెరుగుతుంది. తనవల్ల తప్పేమైనా జరిగిందేమో అని అబ్బాయిని అడగటానికి ప్రయత్నిస్తుంది. ఆ ప్రయత్నించటంలో తనంతట తానే దగ్గరవుతుంది. అబ్బాయి కూడా నవ్వేసి మామూలుగా అయిపోతాడు. దాంతో స్నేహం ఒక మెట్టు పెరుగుతుంది. ఇది తెలిసే అనూహ్య అతడి ముక్తసరితనాన్ని గ్రహించి తనుకూడా మౌనంగా వుండి పోయింది. ఆమె ఊహించినట్టే రెండురోజులు చూసి, ఆమెలో ఏ మార్పు లేకపోవటంతో అతడే మళ్ళీ మామూలుగా మాట్లాడటానికి ప్రయత్నించాడు.

"మాడమ్! ఈ దుస్తుల వెనుక క్లిప్ పట్టటం లేదు కాస్త పెడతారా?" – ఏదో సీరియస్ పని వుండబట్టి మాట్లాడవలసి వచ్చినట్టు మొహం పెట్టి అడిగి వెనుతిరిగి నిలబడ్డాడు. వెనుక క్లిప్స్ పెట్టటం అయిపోయాక, తిరిగి "థాంక్స్" అనబోతూ ఆగిపోయాడు. ఆ పని రాబో (ట్) కప్పుజెప్పి వెళ్ళిపోయింది ఆమె అప్పటికే. ఆమె మొహంలో నవ్వు కదలాడిందో లేదో అతడు గమనించలేకపోయాడు.

అతడికి కోపం వచ్చింది. విసురుగా ఆమె దగ్గరికి వెళ్ళి అన్నాడు.

"మీతో నేను కొంచెం మాట్లాడాలి."

"ఏమిటి" అందామె.

"ఇక్కడ కాదు"

"మీరు మాట్లాడబోయేదేమిటో నాకు తెలుసు."

"నేను మాట్లాడబోయేదేమిటో మీకు తెలుసు అని నాకూ తెలుసు. అందుకే ఉపోద్ఘాతాలు లేకుండా... ఏదో ఒక టైమ్ ఇవ్వండి, ఎక్కడో స్థలం కూడా చెప్పండి. ఎదురుచూస్తూ వుంటాను."

ఆమె అక్కడే, అప్పుడే "నో" అని చెప్పేద్దామనుకుంది కాని సంస్కారం అడ్డుపడింది. ఒక ఐదు నిముషాలు అతడితో కూర్చుని, తన మనసులో భావాల గురించీ, తన ప్రేమరాహిత్యం గురించీ చెప్పేస్తే మంచిది. తొందర్లోనే ఇద్దరూ ఒకే రాకెట్‌లో స్పేస్ స్టేషన్‌కి వెళ్ళబోతున్నారు. అటువంటప్పుడు ఈ విధమైన ముసుగులో గుద్దులాట కన్నా అంతా మాట్లాడుకోవటమే మంచిది కదా.

ఆమె కాలెండర్‌వైపు చూసింది. "నవంబర్ - 14" అని చూపిస్తోంది. ఆరోజు గురువారం.

అతడివైపు తిరిగి "శనివారం సాయంత్రం" అని పదహారో తారీఖు రోజుతీసి డైరీలో కాగితం మీద రాసుకుంటూ "సాయంత్రం అయిదున్నరకి" అన్నది.

"నాతో కలుసుకోవటాన్ని కూడా కాగితం మీద రాసి గుర్తుంచుకోవలసినంత చిన్న విషయంగా మీరు భావించటం నాకు విచారంగా వుంది" అన్నాడు అతడు వెళ్ళటానికి సిద్ధపడుతూ. "సరే.... శనివారం సాయంత్రం సరిగ్గా అయిదున్నరకి రాజీవ్ పార్క్‌లో..."

అతడు వెళ్ళినవైపే ఆమె చూస్తూ కుర్చుండిపోయింది. వాయుపుత్ర... అందమైన, చురుకైన అబ్బాయి. సాధారణంగా అయిదు నిముషాలు మాట్లాడితే'నో' అని ఏ అమ్మాయి అనలేనంత హుషారుగా, మిలమిలలాడే కళ్ళతో- అప్పటికప్పుడు కొత్త కొత్త అల్లర్లు సృష్టించగలిగే అబ్బాయి!!!

...అతడు పార్కులో ఆగడబోయేది తెలుసు.

'నో అనగలదా?'

అనాలి.

ఆమెకు తన భర్త గుర్తొచ్చాడు.

2

'ఆర్కిటోస్' అంటే గ్రీకు భాషలో ఎలుగుబంటి. ప్రపంచ ప్రసిద్ధి పొందిన పోలార్ ఎలుగుబంట్లు ఆ ప్రాంతంలో విరివిగా వుండటం వల్ల ఆ పేరు వచ్చిందో లేక ఉత్తరధృవం మీద ఎలుగుబంటి ఆకారంలో కనిపించే నక్షత్ర మండలం వల్ల ఆ పేరు వచ్చిందో తెలీదు కాని దానికి 'ఆర్కిటిక్' అని పేరొచ్చింది.

అంతా మంచు! తెల్లటిమంచు!!

చదువుతున్న పుస్తకం మూసేసి బద్ధకంగా ఒళ్ళు విరుచుకున్నాడు యశ్వంత్. గ్యాస్‌లాంప్ వెలుతురుతో పాటు వేడిని పుట్టిస్తోంది. పక్క స్లీపింగ్ బ్యాగ్‌లో పడుకొని నిద్రపోతున్నాడు నిఖిల్. పగలుకీ రాత్రికీ భేదంలేని సమయం అది!

లేచి బయటకు వచ్చాడు యశ్వంత్. తెల్లటి తివాచీ కప్పినట్టు వుంది భూమి. ఏ క్షణంలోనైనా మంచు తుఫాను వచ్చేలా వుంది గాలి. కొన్ని వందల

మైళ్ళవరకూ మనుష్య సంచారం లేని ప్రాంతం అది. ఒకవేళ అక్కడ మరణించినా కొన్ని వందల సంవత్సరాలవరకూ శరీరం పాడవదు. అదొక్కటే అదృష్టం. దూరంగా ఎస్కిమోల గుడిసెలాగా చిన్న గుడిసె వుంది.

అంతా మంచు సముద్రం! అడుగుతీసి అడుగు వెయ్యటంలో జాగ్రత్త చూపించకపోతే మంచుపెళ్ళ ఎక్కడన్నా బలహీనంగా వుండి లోపల నీళ్ళలోకి జారిపోతే... అంతే... విశాలమైన సముద్రం తనలో కలిపేసుకుంటుంది!

యశ్వంత్ ఆస్ట్రానమీలో పోస్టుగ్రాడ్యుయేట్. గత అయిదేళ్ళుగా, ధృవ ప్రాంతాల్లో మారుతున్న నక్షత్రమండలాల రూపురేఖల రహస్యాల్ని పట్టుకోవటానికి అతడు అది అయిదోసారి అక్కడికి రావటం, ఎండాకాలం అక్కడ బావుండేది. మంచు సముద్రం మధ్యలో నెమ్మదిగా పడవల్లా కదిలే పాలిన్యాస్* మీద నిలబడిన తెల్లటి ఎలుగుబంట్లనీ, సీల్‌చేపల్నీ గమనించటం, ఒకపక్క సూర్యుడూ- మరోపక్క నక్షత్రాలూ- ఒకేసారి ఉదయించి ఆర్నెల్లు అలాగే నిలబడిపోయే సూర్యబింబం- తొలిసిగ్గు తెరలు తొలిగిపోయాక ప్రకాశవంతమయ్యే ముఖారవిందంలా.....

అతడు జేబులోంచి ఒక ఫోటో తీసి చూశాడు. చాలా అందమైన అమ్మాయి. పెద్ద పెద్ద కళ్ళతో నవ్వుతూ చూస్తోంది. తడికి పాడయిపోకుండా ప్లాస్టిక్ కవర్‌లో వున్నాకూడా, ఎన్నో సంవత్సరాల నుంచీ అతడి జేబులో శాశ్వత స్థానం ఏర్పర్చుకోవటంవల్ల అది బాగా నలిగిపోయింది. అయినా కూడా ఆ ఫోటోలో అమ్మాయి అందం ఏ మాత్రం చెడలేదు. ఆమెకి పదహారేళ్ళు వుండవచ్చేమో. కానీ దాదాపు ఆరు సంవత్సరాలక్రితం ఫోటో అది. ఆమె అతడి భార్య!

పుట్టబోయే బిడ్డల్లో ఆరోగ్యాన్నీ, తెలివితేటల్నీ పెంచే జెనెటిక్ కోడ్‌ని అర్థర్ బ్రాస్ ఇరవై రెండో శతాబ్దపు మొదటి దశాబ్దంలో కనుక్కున్నాక (ఆ పరిశోధనల తొలి దశలో) అది కేవలం స్త్రీ మెచ్యూర్ అయిన మొదటి పది అండాలకే పని చేస్తుందని అతడు వెల్లడించాక, చరిత్ర పునరావృతమై బాల్య వివాహాలు ఒక్కసారిగా పెరిగాయి.

ఆ విధంగా యశ్వంత్ చదువుకుంటూ వుండగానే అతడికి వివాహమైంది. భార్య ఇంకా చిన్నపిల్ల!

తిరిగి అర్థర్ బ్రాసే, ఏ వయసులో గర్భవతి అయిన స్త్రీ కయినా జెనెటిక్ కోడ్‌వల్ల లాభం పొందగలిగేట్టు తన పరిశోధనల్ని విస్తరించి నోబుల్ బహుమతి పొందాడు. కానీ అప్పటికే రెండుకోట్ల బాల్యవివాహాలు జరిగినట్టు అంచనా!

---

* సముద్రంలో ప్రవహించే మంచు ద్వీపాన్ని "పాలిన్యాస్" అంటారు.

ప్రపంచం మళ్ళీ మామూలు గాడిలో పడింది. ఈ లోపులోనే యశ్వంత్ భార్యనుండి విడాకులు పొందాడు.

గాయపడ్డ మనసే అద్భుతాల్ని సృష్టిస్తుంది. ఆస్ట్రోఫిజిక్స్‌లో అతడు అద్భుతమైన విద్యార్థిగా రాణించాడు. అతడి మనసులో మాత్రం అతడి భార్య తాలూకు రూపం ఏ మాత్రం చెరిగిపోలేదు. రోజురోజుకీ అది విశ్వవ్యాప్తమవుతూ వచ్చింది.

తెలివైన వాళ్ళందరూ ఇంట్రావర్ట్‌లు.అతడు అదే కోవకు చెందినవాడు. ఏ రోజైనా ఆ అమ్మాయిలో ప్రేమ అంకురిస్తుందనీ, తనని గుర్తిస్తుందనీ వేచి వున్నాడు. కానీ అప్పటికే అతడు ఆమె నుంచి విడిపోయి సుదూర తీరాలకి వచ్చేశాడు. ఆమెను కలుసుకొనే ప్రయత్నం చేయలేదు.

భూమికి ఒక కొసన, ఈ ఉత్తర ధృవ ప్రాంతంలో, మామూలు ప్రజలకి కొన్ని వేల మైళ్ళ దూరంలో వుండి, తన విడిపోయిన ప్రేయసి కోసం మంచుగాలుల నేపథ్యంలో ఆర్తగీతి ఆలపించే అతడి మనసుని ఆమె గుర్తిస్తుందా? మనిషికి చదువూ- విజ్ఞాన తృష్ణేకాదు- అంతకన్నా ముఖ్యమైనది ప్రేమించే మనసూ, ప్రేమింపబడే అదృష్టమూ వుండాలని ఈ ఆరేడేళ్ళలో గ్రహించిందా?

అసలు తను ఆమెకి జ్ఞాపకం వున్నాడా? లేక జరిగిపోయిన పెళ్ళిని ఒక చెడ్డ జ్ఞాపకంగా మిగుల్చుకుని మర్చిపోయిందా?

అతడు తిరిగి ఫోటోవైపు చూశాడు. లేలేత చీకట్లో కూడా మిలమిల మెరిసే అందమైన రెండు కళ్ళు, నిర్దయ నిండిన కళ్ళు!

* * *

గాఢమైన నిద్రలోంచి నిఖిల్ మేల్కొన్నాడు. స్లీపింగ్ బ్యాగ్‌లోంచి బయటకు వచ్చి బద్ధకంగా వళ్ళు విరుచుకున్నాడు. బయట చలిగాలి శబ్దం హోరున వినిపిస్తోంది. పక్కన యశ్వంత్ లేకపోవటంతో బయటకొచ్చాడు. దూరంగా కనిపించాడు అతడు... దీర్ఘాలోచనలో మునిగి వున్నట్టు! అతనెప్పుడూ అలాగే వుంటాడు... ఏదో పోగొట్టుకొన్నట్టు.

నిఖిల్‌కి అతనంటే గౌరవం. భారతదేశంలో ఆస్ట్రోఫిజిక్స్‌లో అతడికి మించిన వారు లేరు అన్నది నిర్వివాదాంశం. చాలా చిన్న వయసులోనే అతడు ఆ స్థానాన్ని సంపాదించాడు. అయినా అతడి కళ్ళల్లోకి లోతుగా చూస్తే ఏదో తెలియని విషాదపు పొర...

చనువు తీసుకుని అడుగుదామనిపిస్తుంది. కానీ అంత చనువు అతనివ్వడు. 'విజ్ఞానం నిండిన ఆ కళ్ళ వెనుక లీలగా కదలాడే ఆ విషాదపు పొరని తొలగించ టానికి నేను ఆడపిల్లనై వుంటే ప్రపంచం మొత్తం కాదన్నా సరే అతడిని ప్రేమించి వుండేవాడిని' అనుకున్నాడు నిఖిల్. తన ఆలోచనలకి అతడికే నవ్వొచ్చింది. ఎప్పుడూ మౌనంగా, గంభీరంగా వుండే యశ్వంత్‌ని చూస్తే అతడికి భక్తితో కూడిన ఇష్టం.

అతడు యశ్వంత్ దగ్గరికి నడవబోతూ చప్పున ఆగిపోయాడు. అదే సమయానికి యశ్వంత్ కూడా అక్కడంతా, ఒక్కసారిగా వెలుగు నిండడంతో ఆకాశంవైపు చూశాడు.

ఆకాశంలో సూర్యుడున్నాడు!!!

ఆర్కిటిక్‌లో నవంబరు నెలలో సూర్యుడు???

ఇద్దరూ స్థాణువుల్లా నిలబడిపోయారు.

క్రమంగా వారికర్థమైంది. అది సూర్యుడు కాదని, మరో గాలక్సీ తాలూకు గ్రహమో-నక్షత్రమో అని, కాని అదికూడా నిజం కాకపోవచ్చు. భూమ్మీద ఏ మార్పూ లేకుండా అంత వెలుగు అసాధ్యం.

ఇద్దరూ మెరుపులా టెలిస్కోపు దగ్గరికి పరుగెత్తారు.

ఒక వెలుగు సముదాయం దూరంగా వెళ్ళిపోతోంది.

నిఖిల్ చకచకా ఫోటోలు తీస్తున్నాడు. సరిగ్గా అరగంట తర్వాత అది మాయమైంది.

"సర్ అది పల్సర్* అంటారా?" నిఖిల్ అడిగాడు.

"కాదు. పల్సర్ అయితే రేడియేషన్ వుండేది. బహుశా న్యూట్రిన్ స్టార్ ** అయి వుండవచ్చు. అయితే మాత్రం ప్రమాదం."

---

* రోదసీలో తిరిగే ఒక రకం నక్షత్రాన్ని న్యూట్రిక్సి స్టార్స్ అంటారు. 75 కోట్లు సూర్యుళ్ళు నూటయాభై సంవత్సరాల్లో ఇచ్చేటంత కాంతిని ఇవి ఒక్క సెకనులో ఇస్తాయి. ఆ లెక్కన ఒక అంగుళంలో వందో వంతు ముక్క చాలు భూమిని దగ్ధం చేయటానికి. అంగుళం 'న్యూట్రాన్ స్టార్" పాతిక కోట్ల లక్షల టన్నుల బరువు వుంటుందని అంచనా.

** పల్సర్ అన్నా న్యూట్రన్ స్టార్ అన్నా ఒకటేనని శాస్త్రజ్ఞులు ఊహిస్తున్నారు. ఇవ్వాల్టి సిద్ధాంతం ప్రకారం అవి రెండూ ఒకటే.

నిఖిల్ శిలా ప్రతిమలా ఆకాశం కేసి చూస్తూ నిలబడ్డాడు.

అంతలో ఆ వెలుగు క్రమక్రమంగా ఒక ఫ్లయింగ్ సాసర్ (ఎగిరే గాలిపళ్ళెం)లా అదృశ్యమైంది. మళ్ళీ మామూలు వాతావరణం నెలకొంది అక్కడ.

అంత వెలుగూ అన్ని క్షణాల్లో అదృశ్యమవటం బట్టి, ఆ పళ్ళెం కాంతికన్నా ఎన్నోరెట్లు వేగంతో ప్రయాణం సాగించివుంటుందని ఆ ఇద్దరికే అర్థమైంది.

అంతలో రేడియోలో వాళ్ళకి ఆదేశం అందింది.

"హల్లో యశ్వంత్"

"మాట్లాడుతున్నాను సర్"

"మిగతా ప్రోగ్రాం అంతా కాన్సిల్ చేసుకొని వచ్చేయండి. మిగతా వివరాలు ఇక్కడ మాట్లాడుకుందాం. అవసరమైతే మీరు అర్జెంటుగా స్పేస్ సిటీకి వెళ్ళాల్సి వుంటుంది."

"అలాగే సార్."

అరగంట తరువాత వాళ్ళని తీసుకువెళ్ళటానికి మంచు పొరల్ని చీలుస్తూ విమానం గాలిలో వస్తూ కనబడింది.

* * *

పదహారో తారీఖు సాయంత్రం నాలుగైంది. అనూహ్యకి తేదీ బాగా గుర్తుంది. కాగితంమీద వ్రాసుకుందే గానీ– వాయుపుత్రని ఆ రోజు కలుసుకోవాలని ఆమెకి మాటిమాటికీ గుర్తొస్తూనే వుంది. ఆమె ఆలోచనల్లా అతడు నొచ్చుకోకుండా ఎలా ఈ విషయం చెప్పాలా అని.

సరిగ్గా అయిదుంపావుకి ఆమె రాజీవ్ పార్కుకి బయల్దేరింది. ఆమె అక్కడికి చేరుకునేసరికి అయిదు ఇరవై ఎనిమిది అయింది.

రెండు నిమిషాలు ముందొచ్చిన ఆమె, అక్కడ అతనిని చూసి ఆశ్చర్య పోయింది. అతడు కూడా ముందొచ్చినందుకు కాదు. జుట్టు చెదిరిపోయి, మొహమంతా పీక్కుపోయినట్టూ– అతడు నీరసంగా కనపడుతున్నాడు.

"అలా వున్నారేమిటి" అప్రయత్నంగా అడిగింది. అతడు నవ్వేడు. ఆమె కనపడిన ఆనందం అతడి కళ్ళల్లో స్పష్టంగా కనబడుతూంది. "మీరు ఇరవై నాలుగు గంటలు ఆలస్యంగా వచ్చారు" అన్నాడు.

ఆమెకి షాక్ తగిలినట్టయింది.

"ఇరవై ...నా... లు...గ్గం...ట...లా" అంది.

"అవును. శనివారం సాయంత్రం వస్తానని చెప్పి ఆదివారం వచ్చారు."

తన ఎలక్ట్రానిక్ కాలెండరులో తేదీకీ వారానికీ మధ్య ఏదో పొరపాటు జరిగిందని ఆమెకి అర్థమైంది. వాచీలో తేదీ అవసరం ఎప్పుడో గాని వుండదు. అందువల్ల ఏ నెలలోనో 31వ తారీఖు అడ్జస్టుమెంటు చేయడంలో తప్పు జరిగి వుంటుంది. అదికాదు ఆమె ఆలోచిస్తుంది. ఒక రాత్రి- ఒక పగలు- ఎముకలు కొరికే చలిలో, తల మాడ్చేసే ఎండలో తన కోసం ఇతడు-

"మీరేమనుకుంటున్నారో నాకు తెలుసు. ఇది ఒక ట్రిక్ అనుకుంటున్నారు. అవునా? మీ సానుభూతినీ, తద్వారా మీ ప్రేమని సంపాదించటానికి ఇలా గంటల తరబడి పార్కులో వుండిపోయాననుకుంటున్నారు కదండీ! అభిమానానికి నమ్మకం ముఖ్యం. నన్ను నమ్మండి........ ఏదో ఒక క్షణం మీరు వస్తారన్న ఆశ ఈ రోజు అంతా నాకు ఊపిరి పోస్తూనే వుంది. ఇలా నా కళ్ళలోకి చూడండి. అక్కడ కూడా నిజాయితీ కనిపించకపోతే, ఇక నేనేం చేయలేను."

ఆమె వినటంలేదు. గుండె పొరల్లో ఏదో ఎక్కడో కదులుతున్న భావన. అతడన్నట్టు ట్రిక్ గానీ ప్లాన్ గానీ ఏమీలేవు. అతడు నిశ్చయంగా తన కోసమే వెయిట్ చేశాడు. నిజానికి అతడు అడిగిన రోజే కలుసుకోవచ్చు. కానీ ఏదో పనున్నట్టు రెండ్రోజుల తరువాత టైమిచ్చింది. దాని ఫలితం ఇంత దారుణంగా వుంటుందని ఊహించలేకపోయింది.

ఆమె అతడివైపు చూసింది. అతడు చెప్పినా చెప్పకపోయినా ఆ కళ్ళనిండా అభిమానం... కొట్టొచ్చినట్టు కనబడుతోంది. ఆ స్వచ్ఛదనం ఆమెకి తెలుసు 'నా మనసంతా నువ్వే' అని కళ్ళు మాత్రమే చెప్పగలిగే భాష.

అంతటి అభిమానాన్ని అంతకుముందే మరొకరి కళ్ళల్లో చూసింది. కానీ అప్పటికి అర్థం చేసుకునే వయసులేదు. చదువే జీవిత పరమావధి అనుకునేది. ఫలితం...?

విడాకులు.

3

ఆ తర్వాత నెలరోజులపాటు వారికి చాలా ఆధునికమైన శిక్షణ ఇవ్వబడింది. ఈ శిక్షణాకాలంలో వాయుపుత్ర ఆమెతో ఎక్కువ సంభాషించలేదు. క్లుప్తంగా మాట్లాడేవాడు. అయితే ఈసారి ఇది 'ట్రిక్' కాదు. పార్క్‌లో సంఘటన జరిగిన తరువాత ఆమె తనకి చేరువవుతుందని అతడు భావించాడు. ఆమెలో

స్పందన కలగకపోయేసరికి అతడు బాగా హర్ట్ అయ్యాడు. అది అతడి మొహంలో స్పష్టంగా కనిపించింది.

అనూహ్య ఇదంతా గమనిస్తూ కూడా ఎటూ నిర్ణయించుకోలేకపోతోంది. వాయుపుత్ర కేవలం స్నేహం కోసమే ఇదంతా చేయడంలేదనీ తనని వివాహం చేసుకోవాలనే కోర్కెతో వున్నాడని ఆమెకు తెలుసు. అంతేకాదు, N.S.R.I. లో సగంమందికి పైగా పెళ్ళికాని అమ్మాయిలు అతడు "ఊ" అంటే ఎగిరి గంతేసి చేసుకుంటానికి సిద్ధంగా వున్నారనీ, మిగతా సగంమందీ, పెళ్ళికాకపోయినా అతడితో పవిత్ర స్నేహం చేయటానికి ఉవ్విళ్ళూరుతున్నారనీ కూడా ఆమెకు తెలుసు. అతడి పర్సనాలిటీ, ప్రవర్తనా అలాంటివి.

అతడు లేనప్పుడు కంప్యూటర్ ద్వారా అతడి బయోడేటా పరీక్షించింది. ఆ వివరాలు చూసి ఆమె ఆశ్చర్యపోయింది. పైకి జీవితాన్ని అంత తేలిగ్గా తీసుకునేవాడిలా కనిపించే ఆ యువకుడు కంప్యూటర్ టెక్నాలజీలో భారతదేశం గర్వించదగిన కొద్ది మందిలో ఒకడు. కానీ అంతర్జాతీయ శాస్త్రవేత్తల సమావేశానికి వెళ్ళకుండా హిమాలయన్ మోటారు పందేలకి వెళ్ళటంవల్ల ఆ సంవత్సరం ఆఖరి నిముషంలో అతడికి ప్రతిష్ఠాకరమైన బిరుదొకటి రాకుండా పోయింది. జీవితాన్ని అంత తేలిగ్గా తీసుకుంటాడు అతడు. రోజూ ఒక బాటిల్ తాగుతాడు. నాలుగుపాకెట్ల సిగరెట్లు కాలుస్తాడు. పార్టీలో కలుస్తే- మిలటరీ కమాండర్ భార్యతోనైనా బాతాఖానీ వేసుకుంటాడు.

అనూహ్యకి రాత్రిళ్ళు నిద్ర సరిగ్గా పట్టడం మానేసింది. వాయుపుత్రకి అటో ఇటో చెప్తే తప్ప తన పనిలో ముందు ముందు ఏకాగ్రత కుదరదు. ఏం చెప్పాలి?

తన మనసులో సంఘర్షణ అర్థం చేసుకోగలడా? అసలు తన మనసులో ఘర్షణ తనకి సరిగ్గా అర్థం అవుతుందా? ఏ నిర్ణయాన్నీ తీసుకోలేక, ఆమె ఆ రంగంలో నిష్ణాతుడైన మరో మనిషి సలహా తీసుకోవాలనుకుంది.

అప్పటికి వాళ్ళిద్దరూ కలిసి స్పేస్ సిటీకి ప్రయాణం చేయడానికి ఇంకా నాలుగు రోజులుంది.

* * *

ఆ గది నీట్‌గా వుంది. "నీట్" అనేది సరైన పదంకాదు. ఆహ్లాదకరంగా వుంది.

అది ప్రముఖ మానసిక శాస్త్రవేత్త గది. ఆయనకి అరవై ఐదేళ్ళుంటాయి. దాదాపు రెండు గంటలపాటు అనూహ్యని రకరకాల ప్రశ్నలతో పరీక్షించాడు.

స్కానింగ్ జరిపాడు. చాలా మామూలు ప్రశ్నల్నుంచి క్లిష్టమైన ప్రశ్నలవరకూ అడిగాడు.

"ఏ వయసులో మీకు వివాహం జరిగింది?"

"పదిహేనో ఏట?"

ఆయన గాఢంగా విశ్వసించాడు. అర్థర్ బ్రాస్ కొత్త జెనెటిక్ కూడా కనుక్కుని ప్రపంచానికి చాలా మేలు చేస్తే చేసి వుండవచ్చుగాక! కానీ ఆ పదేళ్ళలో ఆ ప్రయోగానికి ఎంతోమంది చిన్నపిల్లలు వివాహమనే చట్టంలో ఇరుక్కోలేక మానసికంగా క్రుంగిపోయి, విడాకులు పొందారు.

"మీ భర్త?"

"....యశ్వంత్! ప్రస్తుతం అతను ఎక్కడున్నాడో తెలీదు. ఆస్ట్రానమీలో పోస్ట్ గ్రాడ్యుయేట్ అయ్యాడని మాత్రం తెలుసు."

"మీరిద్దరూ గొడవపడి విడిపోయారా?"

"లేదు లేదు. అతడు చాలా మంచివాడు. నెమ్మదస్తుడు. కానీ .... కానీ ......" ఆమెకెలా చెప్పాలో అర్థంకాలేదు. ఆమె పని సులభం చేయడం కోసం ఆయనే ప్రశ్నలు అడగటం ప్రారంభించాడు. ఆమె చెప్పసాగింది.

"నాకప్పటికి ఏమీ తెలీదు. చిన్నపిల్లను. బాగా చదువుకోవాలని వుండేది. వీటన్నిటికన్నా ముఖ్యంగా..."

"ఊ.... ముఖ్యంగా?"

"యశ్వంత్‌ని చూస్తే ప్రేమకన్నా అదో రకమైన భయంతో కూడిన గౌరవం కలిగేది. పెద్దమావయ్యను చూస్తే ఎలా వుంటుందో- అలా...."

"పెద్దన్నయ్యలాగా కూడా కనపడేవాడా?"

ఆయన ప్రశ్న ఆమెకి అర్థమైంది. "లేదు. అతడు ముద్దు పెట్టుకుంటే బాగానే వుండేది. సెక్స్ కూడా అంత అభ్యంతరం వుండేదికాదు. కాని మిగతా సమయాల్లో అతడి దగ్గిర చనువు వుండేది కాదు. అతడు అఖండమైన తెలివి తేటలున్నవాడు. నడుస్తున్న కంప్యూటర్‌లాగా కనపడేవాడు. ఎప్పుడూ పుస్తకాలు చదువుతూనే గడిపేవాడు. చెప్పానుగా ... అతడంటే రోజు రోజుకీ గౌరవం హెచ్చేది!" కంఠం బాధగా ధ్వనిస్తూండగా ఆమె అంది. "భార్యా భర్తకి మధ్య కావల్సింది గౌరవం కాదు. అపరిమితమైన ఇష్టం... పిచ్చి ప్రేమ....నాకేమో బాగా అల్లరి చేయాలని వుండేది. కానీ అతడికి మూడు అడుగుల దగ్గిరకి వెళ్ళగానే ఎందుకో నాకు తెలియని భయంతో బిగుసుకుపోయేదాన్ని."

ఆయన అర్థం చేసుకున్నట్టు తలూపాడు. భార్యాభర్తల మధ్య వయసులో గానీ, మానసిక స్థాయిలోగానీ ఎక్కువ వ్యత్యాసం వుంటే కలిగే పరిణామమే ఇది! ఆ పొర తొలగించటం కష్టం.

ఆమె తల దించుకుని "అతడిని చూస్తుంటే ..." అని ఆగింది.

"...చూస్తుంటే?"

"...సర్ ఐజాక్ న్యూటన్నో, ఐన్‌స్టీన్‌నో చూస్తున్నట్టు వుండేది. అతడూ యువకుడే... కానీ ఎందుకో నాకలా అనిపించేది! అతడంటే నాకు చాలా ఇష్టం. ఆ ఇష్టాన్ని ఎలా ప్రదర్శించాలో ఆ వయసులో తెలిసేది కాదు. క్రమక్రమంగా ఇద్దరం మానసికంగా దూరమయ్యాము. మమ్మల్ని కలిపే ప్రయత్నంగా ఎవరూ చేయలేదు. నా న్యూనతాభావాన్ని నేను ఇంకోలా ప్రదర్శించసాగాను. ఈ పెళ్ళే నా భవిష్యత్తుని నాశనం చేసింది అన్నట్టు ప్రవర్తించాను. దాంతో ... విడాకులు తీసుకున్నాము" నెమ్మదిగా అంది.

"ఎన్నాళ్ళయింది ఇది జరిగి?"

"ఆరేడేళ్ళు" అందామె, "....తరువాత నేను నిజంగానే చదువులో మునిగిపోయాను. నేను విడాకులు తీసుకున్న అమ్మాయినని ఎక్కువమందికి తెలీదు. యశ్వంత్ జ్ఞాపకాలు కూడా ఎప్పుడో గానీ బలంగా వచ్చేవి కావు. పునర్వివాహం .... సెక్స్ ... ఇలాంటి ఆలోచన్లు కూడా ఏమీ లేవు. ఇలా సాగుతున్న సమయంలో అనుకోకుండా నా జీవితంలో ప్రవేశించాడు-"

"ఎవరు?"

"వాయుపుత్ర... అని ... కంప్యూటర్ ఇంజనీర్" ఆమె చెప్పటం ప్రారంభించింది. "అతడెంత హుషారైనవాడో మాటల్లో చెప్పలేం. నా ఉద్దేశంలో బహుశా అతడితో పరిచయమైన ఏ అమ్మాయీ అతడితో స్నేహాన్ని అభిలషించకుండా వుండలేదని! అతడి అల్లరిలో కూడా తెలివితేటలు కనపడతాయి. అదీ అతడిలో ప్రత్యేకత! మొదట్లో అతడి అల్లరిని నేను పట్టించుకోలేదు. కానీ క్రమక్రమంగా అతడంటే ఇష్టం ఏర్పడసాగింది. అతడు నన్ను అమితంగా ప్రేమిస్తున్నాడనేది నిర్వివాదాంశం. వారంరోజుల క్రితమే అతడు తనను వివాహం చేసుకొమ్మని నన్ను కోరాడు."

"మరి మీ సమస్య ఏమిటి?"

ఆమె తల అడ్డంగా ఊపుతూ, "లేదు డాక్టరుగారూ, నేనెందుకో సరిపెట్టుకోలేకపోతున్నాను. వాయుపుత్రతో పరిచయం అయిన తరువాత యశ్వంత్

మరింత జ్ఞాపకం వస్తున్నాడు. ఒక రకమైన గిల్టీఫీలింగ్ నాలో బలంగా నాటుకుంది. అలా అని వాయుపుత్ర ఆకర్షణ నుంచి తప్పించుకోలేకపోతున్నాను. నేను ఆ రోజుల్లో చాలా చిన్నపిల్లని. ఆ విషయం అర్థం చేసుకుని యశ్వంత్ కొద్దిగా సున్నితంగా ప్రవర్తించి వుంటే ఈ గొడవలు లేకపోవును. లేక నాదే తప్పేమో! యశ్వంత్ ఆరాధనా భావాన్ని నేను అర్థం చేసుకోలేకపోయానేమో! కానీ ఇప్పుడు వాయుపుత్రని చూస్తున్నకొద్దీ నాకు యశ్వంతే గుర్తొస్తున్నాడు. ఉహూ- కాదు- వాయుపుత్ర అంటే కూడా నా కిష్టమే... అయ్యో.....నేను మీకెలా చెప్పను?"

"నాకర్థమైంది" అన్నాడాయన. ఆమె మౌనంగా వుండి పోయింది.

"మనిషి విద్యావంతుడయ్యేకొద్దీ మానసికంగా సంక్లిష్టమవుతున్నాడు మిస్ అనూహ్యా! పంథొమ్మిదో శతాబ్దంలో పరాయి వ్యక్తివైపు చూడడమే అపరాధంగా భావించేవారట. ఇరవయ్యో శతాబ్దంలో మనుష్యులు తమ గత ప్రేమని ఒక మధురమైన జ్ఞాపకంగానో, మర్చిపోదగిన అనుభవంగానో మిగుల్చుకొని జీవితాన్ని కొనసాగించేవారట. ఒకసారి ప్రేమించినా, పాత ప్రేమను గుండెల్లో దాచేసుకుని మరొకర్ని మళ్ళీ ప్రేమించడం తప్పుకాదు అన్న భావం క్రమంగా హెచ్చింది. తమ జీవితకాలంలో నలుగురైదుగుర్ని ఒకరి తరువాత మరొకర్ని మనస్ఫూర్తిగా ఇష్టపడడం సర్వసాధారణం అయిపోయింది. ఇంకొంతకాలం పోయాక ఒకే సమయంలో ఇద్దర్నీ సమానంగా ప్రేమించడం కూడా మనిషి అనుభవంలోకి వస్తుందేమో! చిక్కేమిటంటే ప్రేమనీ, ఆకర్షణనీ ఏ పాయింట్ దగ్గిర విడగొట్టాలన్నది ఏ ఐన్‌స్టీనూ కనుక్కోలేకపోవడం! ఇక నీ విషయానికొస్తే నువ్వు యశ్వంత్‌ని ప్రేమించలేదేమో అని నా అనుమానం. భర్తపట్ల చూపించాల్సినంత ఇష్టాన్ని ఆ రోజుల్లో చూపించలేదే అని గిల్టీగా ఫీలవుతున్నావు. అంతే! పోగొట్టుకున్న దెప్పుడూ గొప్పదే! వీలైనంతవరకూ అతడి గురించి ఆలోచించకు. జీవితాన్ని ఎప్పటికప్పుడు ఫ్రెష్‌గా మొదలుపెట్టడంలో తప్పులేదు. యశ్వంత్ తాలూకు వస్తువులన్నీ వదిలేసెయ్యి. విడాకులు తీసుకోవడం అనేది పెద్ద తప్పు అన్న భావాన్ని నీ మనసులోంచి చెరిపెయ్యి. అన్నిటికన్నా ముఖ్యంగా నీ కిదివరకే వివాహం జరిగిన విషయాన్ని వాయుపుత్రకి చెప్పు."

"చెప్పాను."

"చెప్పావా?"-ఆశ్చర్యంగా అడిగాడు.

"అంటే యశ్వంత్ పేరూ, వివరాలూ అవేమీ చెప్పలేదు. వాయుపుత్ర దానిమీద ప్రశ్నలు కూడా ఏమీ అడగలేదు. "నాక్కావలసింది నువ్వు" అంతే అన్నాడు. అసలప్పటినుంచీ అతడంటే అభిమానం ఏర్పడింది."

"గుడ్" అన్నాడాయన. "...వీలైనంత త్వరలో అతడి మీద నీకున్న ఇష్టాన్ని ప్రకటించు. అనవసరమైన ఆలోచన్లు పెట్టుకొని మనసును పాడుచేసుకోకు, నువ్వు చెప్పినదాన్ని బట్టి యశ్వంత్ గాంభీర్యత, తెలివితేటలు, వాయుపుత్రలో చురుకూ హుషారు– ఈ రెండు వ్యతిరేక లక్షణాలూ నిన్ను డైలమాలో పడేస్తున్నాయి. నీకు సంబంధించినంత వరకూ యశ్వంత్ ఒక అయిపోయిన ఛాప్టరు. అతడి జ్ఞాపకాలు తిరిగి తీసుకొచ్చే ఏదయినా సరే దగ్గర చేరనివ్వకు. నీ కాబోయే భర్తని అతడితో ఎప్పుడూ పోల్చకు. అలాటి ఆలోచన ఏదైనావస్తే ఒకటి జ్ఞాపకం వుంచుకో.... ఒకవేళ నీ వివాహం యశ్వంత్‌తో తిరిగి జరిగితే అప్పుడు వాయుపుత్రలోని లక్షణాలే బావున్నట్లు అనిపిస్తాయి."

"మైగాడ్. దారుణం."

"చూశావా, అందుకే అయిపోయిన దాన్ని వదిలెయ్యమన్నాను. అదృష్టవశాత్తు యశ్వంత్ నీకు భవిష్యత్తులో తారసపడే ఛాన్సు కూడా లేదు. అతడు కూడా వేరే వివాహం చేసుకుని వుంటే అసలు గొడవే లేదు."

అనుమానాలు కాస్త క్లియరయినట్లు అనూహ్య లేచి "మీరు చెప్పినట్లు చేయడానికి ప్రయత్నిస్తాను"అంది.

"బెస్టాఫ్ లక్. నేను చెప్పింది మాత్రం గుర్తుంచుకో. యశ్వంత్ ఆలోచన్లు నీలో లేనంత కాలమూ వాయుపుత్రతో నీ జీవితం సుఖప్రదమవుతుంది. వీలైతే మామూలుకన్నా ఎక్కువ కాలం మీరిద్దరూ హనీమూన్‌లో గడపండి. అది మరింత మేలు చేస్తుంది."

ఆ గదిలో ప్రవేశించిన అంతసేపటికి అనూహ్య మొట్ట మొదటిసారి నవ్వింది. "బహుశా ఎవరూ గడపని హనీమూన్ మేము గడపబోతున్నాము డాక్టర్. భూమికి కొన్ని లక్షలమైళ్ళ దూరంలో స్పేస్ సిటీకి వెళ్ళే రాకెట్‌లో మేమిద్దరమే."

ఆయన కూడా నవ్వేడు.

"వెరీగుడ్. దాదాపు కాంతివేగంతో సమానంగా ప్రయాణం చేస్తావు కాబట్టి ఆ సమయంలో నీ మనసులోకి అంతదూరంలో కూడా యశ్వంత్ ఆలోచన్లు వచ్చి వేధించవని ఆశిస్తాను" చేయి చాచి ఆయన అన్నాడు.

షేక్ హాండిచ్చి ఆమె బయటకు వచ్చేసింది.

ఆ సాయంత్రమే ఆమె వాయుపుత్రకి తన అభిప్రాయం తెలపాలనుకుంది. స్పేస్‌సిటీ ప్రయాణానికి ఇంకా రెండురోజులు మాత్రమే టైముంది.

తమ వివాహాన్ని కాదనే వారెవరూ లేరు కాబట్టి ఆ మాత్రం టైమ్ చాలు.

4

నిఖిల్, యశ్వంత్‌లు ప్రయాణం చేస్తున్న హెవీప్లేన్ అరగంటలో క్రిందికి దిగింది. నిఖిల్ వాచీని చూసుకుంటూ "ఆర్కిటిక్ నుంచి భారతదేశానికి అరగంటలో... మంచివేగం" అన్నాడు నవ్వుతూ. "చాలాకాలం తర్వాత మీరు మళ్ళీ ఇటువైపు వస్తున్నారు కదూ!"

"అవును. నాలుగు సంవత్సరాల తరువాత"

కొంచెం నిశ్శబ్దం తరువాత నిఖిల్ అడిగాడు. "మీ రెండుకో మూడీగా వున్నారు."

యశ్వంత్ మాట్లాడలేదు. నగర వీధులగుండా వాహనం ప్రయాణం సాగిస్తోంది.

ఇవే రోడ్లమీద కొన్ని సంవత్సరాల క్రితం తన భార్యతో తిరిగాడు. భార్య వదిలిపెట్టాక ఇవే రోడ్లమీద ఒంటరి రాత్రులు ఏకాంతపు విషాదంలో గడిపాడు. మళ్ళీ ఇన్నాళ్ళకి.

"నిఖిల్"

"యస్ సార్"

"నువ్వెప్పుడైనా ఎవర్నైనా ప్రేమించావా?"

నిఖిల్ విస్మయంతో అతడివైపు చూశాడు.

ఎప్పుడూ సీరియస్‌గా ఆస్ట్రోఫిజిక్స్ తప్ప మరేమీ ఆలోచించని, మాట్లాడని యశ్వంత్ నోటివెంట ఆ ప్రశ్న రావటం...

"నా ప్రశ్నకి సమాధానం చెప్పలేదు నువ్వు."

నిఖిల్ కాస్త సిగ్గుతో తలూపాడు. ఈ లోపులో వారు సైన్స్‌సిటీ చేరుకున్నారు. వాళ్ళు హాల్లోకి వెళ్ళగానే– "మీరేనా యశ్వంత్ అంటే?" వేదప్రియ అడిగింది. యశ్వంత్ తలూపాడు. "మీ కోసం సతీష్‌చంద్ర చూస్తున్నారు."

అతడు తలూపి లోపలకు ప్రవేశించాడు.

* * *

ఎన్నెస్సారై డైరెక్టరు సతీష్‌చంద్ర,యశ్వంత్‌ని చూడగానే చేయిచాచి, "హల్లో యశ్వంత్" అన్నాడు. "మాట్లాడుకోవటమే గానీ చూసి చాలా కాలమైంది."

అతడు నవ్వి వూరుకున్నాడు.

ఇద్దరూ కూర్చున్నాక సతీష్‌చంద్ర డ్రాయర్‌లోంచి ఒక పొడవాటి కాగితం చుట్ట తీశాడు. గుండె కొట్టుకోవటాన్ని చిత్రంచే రోలర్ కాగితంలా వుందది.

దాన్ని అందుకుంటూ "ఏమిటిది" అని అడిగాడు.

"5000 A రీజన్ నుంచి ప్రాజెక్ట్ సైక్లోప్స్ అందించిన తరంగపు సంకేతం. దీన్ని కంప్యూటర్ కాగితంమీద ఈ విధంగా ముద్రించి ఇచ్చింది. బ్రిటన్ క్షణాలమీద దీన్ని అన్ని దేశాలకీ అందజేసింది. విశ్వాంతరాళాల్లో వున్న బుద్ధజీవులకు మన ఉనికి తెల్పటం కోసం చేసే ప్రయత్నం ఫలించింది యశ్వంత్! సుదూర తీరాల్నుంచి ఎవరో మనకి తిరిగి జవాబు పంపించారు."

యశ్వంత్ వినటంలేదు. అతడి చేతులమధ్య కాగితం వణుకుతోంది. ఆ ఆస్ట్రోఫిజిసిస్ట్ మనసంతా ఉద్వేగంతో నిండిపోయింది. ఆ కాగితంలో వున్నది ఏమిటో తెలీదు. అదికాదు ముఖ్యం. ఎవరో ఎక్కడో వున్నారు. మన సంకేతాలు అందుకొని తిరిగి ప్రతిస్పందించారు. అది చాలు.

అతడు తన చేతిలో కాగితంవైపు చూశాడు మళ్ళీ.

కొన్ని మిలియను సంవత్సరాల తరువాత కొన్ని కోట్ల మైళ్ళదూరం ఒక జీవి– మరొక జీవికి వ్రాసిన ప్రప్రథమ లేఖ.

అతడి పెదవుల మీద చిర్నవ్వు ఉదయించింది. ఈ కమ్యూనికేషన్ సాంకేతిక రంగంలో ఇది అపురూపమైన విజయం.

కానీ ఆ కాగితంమీద వున్న సంకేతానికి అర్థం తెలిస్తే అతడి పెదవుల మీద ఆ నవ్వు వెలిసేది కాదు. అతడి పెదవుల మీదే కాదు– ప్రపంచంలో ఏ వ్యక్తి మొహంలోనూ...

"ఇది నిజంగా మాయాస్ * పంపిన సంకేతమేనా? అనేది మనం ముందు నిశ్చయించుకోవాలి...." అన్నాడు డైరెక్టర్.

"మీరన్నట్టు – ఇదంతా కేవలం మన భ్రమా, ఊహ అయితే ఏమో చెప్పలేం గానీ, నిజమైన సంకేతాలయిన పక్షంలో ఈ గ్రహాంతర జీవులు యాభైవేల సంవత్సరాల క్రితమే భూమ్మీదకు వచ్చారని దాఖలాలున్నాయి. ఇందులో నిజమెంతో

---

* మాటిమాటికీ "గ్రహాంతర వాసులు" అని ఉపయోగించటం చదవటానికి కష్టం. చాలామంది రచయితలు ఈ గ్రహాంతర వాసుల్ని 'మాయాస్' అని పిలుస్తున్నారు. ఈ నవలలో కూడా ముందు ముందు అదే ఉపయోగించటం జరుగుతుంది.

తెలీదు.చైనాలో హునాన్ రాష్ట్రంలో ఒక దీవిమీద వున్న కొండరాళ్ళ మీద కొన్ని అంతరిక్ష నౌకల బొమ్మలు చెక్కబడి వున్నాయి. ఇవి 47 వేల సంవత్సరాల క్రితంవి! ఈ కొండమీదే పిరమిడ్ల చిత్రాలు కూడా వున్నాయి. అంటే 50,000 సంవత్సరాల క్రితమే మనిషికి వీటి సంగతి తెలిపైనా వుండాలి **లేదా పరలోకవాసులు వీటిని చిత్రించైనా వుండాలి.**' అతడి మాటలు ఇంకా పూర్తికాలేదు. వేదప్రియ లోపలికి వచ్చింది. ఆమె అందించిన కాగితం చదివి డైరెక్టర్ అయోమయంగా చూశాడు.

"ఏం జరిగింది?"

"మన అంతరిక్ష నగరం నుంచి సంకేతాలు ఆగిపోయాయి."

"మన వాళ్ళున్న స్పేస్‌సిటీ నుంచి ఏ విధమైన సమాచారమూ రావటం లేదట–" అంటూ హడావుడిగా లేచి అంతరిక్ష పరిశోధనా సంస్థ భవంతివైపు పరుగెత్తాడు. యశ్వంత్ కూడా అతడిని అనుసరించాడు.

దాదాపు వంద సంవత్సరాలక్రితం, భూమికి మూడున్నర లక్షల మైళ్ళ దూరంలో నిర్మింపబడింది అంతరిక్ష నగరం! అక్కడ సైంటిస్టులు నిరంతరం పరిశోధనలు చేస్తూనే వుంటారు. అంతరిక్షంలోకి పంపబడే రాకెట్లు ఇక్కణ్ణుంచే బయలుదేరతాయి. 1950–1995 మధ్య ప్రాంతాల్లో రాకెట్లను భూమిమీద నుంచే పంపేవారట. "భూమి ఆకర్షణ శక్తినుంచి, ఆ కక్షలోంచి బయట పడటానికి ఎంతో ఇంధనం ఖర్చయ్యేది. అంతరిక్ష నగరం (స్పేస్ సిటీ) వచ్చాక ఈ ఖర్చు తప్పింది" అనూహ్య, వాయుపుత్ర వెళ్తూంది ఈ సిటీకే!

డైరెక్టర్ యశ్వంత్‌తో కలిసి ఆ భవంతిలోకి వెళ్ళేసరికి అక్కడ వాయుపుత్ర వున్నాడు.

"ఎన్నిసార్లు అడిగినా మనవాళ్ళ దగ్గర్నించి జవాబు రావడంలేదు సర్? దాదాపు అరగంట నుంచి ప్రయత్నం చేస్తున్నాను" అన్నాడు వాయుపుత్ర నుదుటిమీద పట్టిన చెమట తుడుచుకుంటూ. డైరెక్టర్ వెనుక నిల్చుని వున్న యశ్వంత్, వెనుకనుంచే, "వేవ్‌లెంగ్త్ మార్చి చూడండి" అని సలహా యిచ్చాడు.

ఎవరో ఆగంతకుడు తెలియని జ్ఞానంతో అప్పనంగా సలహా ఇచ్చినందుకు వాయుపుత్ర మరో సమయంలో అయితే మాటకిమాట సమాధానం చెప్పేవాడే కానీ ఎదురుగా డైరెక్టర్ వుండటంతో బలవంతంగా తనని తను నిబ్బరించుకుని, "అంతరిక్షంలోకి ఏ వేవ్‌లెంగ్త్‌లో పంపినా ఒకటే" అన్నాడు– ఇంత చిన్న విషయం తెలియని మీరు అసలు ఈ అంతరిక్ష పరిశోధనా సంస్థలోపలి గదుల్లోకి ఎలా రాగలిగారు అని ధ్వనించేలా...

యశ్వంత్ మాత్రం తన స్వభావసిద్ధమైన గాంభీర్యంతో "ఐస్‌టోప్- 5, ద్వారా అయితే, దానికీ మామూలు 'లెంగ్త్' కి తేడా వుంటుంది కదా" అన్నాడు.

వాయుపుత్ర అదిరిపడ్డాడు. కేవలం పదిరోజులు క్రితమే కనుక్కోబడ్డ కొత్త మార్గం! చాలా మంచి ప్రఖ్యాత శాస్త్రజ్ఞులకే ఇంకా దీని వివరాలు చేరలేదు. అప్పుడే ఈ ఆగంతకుడికి ఆ విషయం ఎలా తెలిసిందా అని ఆశ్చర్యపోయాడు.

ఈ లోపు డైరెక్టర్, "అన్నట్టు మీ ఇద్దరికీ పరిచయం చేయటం మర్చిపోయాను కదూ.... ఈయన యశ్వంత్ ఆస్ట్రోఫిజిసిస్ట్" అని వాయుపుత్రతో అన్నాడు. వాయుపుత్ర దిగ్భ్రమతో అతడివైపు చూశాడు.

భారతదేశపు అత్యుత్తమ శాస్త్రజ్ఞుడు ఇలా మామూలుగా తన గదిలోకి వచ్చి మాట్లాడతాడని అతడు కలలో కూడా ఊహించలేదు. తను మాట్లాడిన మాటలకి సిగ్గుపడుతున్నట్టు "ఐయామ్ సారీ" అన్నాడు. "...ఎవరో అనుకున్నాను."

"దానిదేముంది. అసలు పరాయివ్యక్తికి మీరు సమాధానం చెప్ప వలసిన అవసరం కూడా లేదు" యశ్వంత్ నవ్వేడు. "ఇంతకీ ఐసోటోప్-5 ప్రయత్నించారా?"

వాయుపుత్ర చకచకా ఆ మార్గంలో ప్రయత్నం చేశాడు. ఇరవై నిముషాల తరువాత అట్నుంచి ఏ సమాధానమూ రాక నిస్సహాయంగా వారివైపు చూశాడు.

ఈ లోపులో హాట్‌లైన్ మీద అమెరికా, రష్యా, ఫ్రాన్స్ జపాన్ దేశాల మధ్య కూడా ఈ వార్త పరస్పరం తెలిసిపోయింది. అన్ని దేశాలవారు ఆందోళన చెందసాగారు. మార్గమధ్యంలో ఈ వార్తా ప్రసారానికి ఏదైనా ఆటంకం కలిగిందేమో అని అందరూ అనుకున్నారు.

"ఇలాంటి సాంకేతికపరమైన లోపం కొన్ని సంవత్సరాల క్రితం ఒకసారి జరిగింది కదూ."

"అలాటిదేమీలేదే-" డైరెక్టర్ అన్నాడు. యశ్వంత్ ఆయన వైపు అపనమ్మకంగా చూస్తూ "ఒకసారి మన పాత రికార్డులు తీసి చూద్దామా?" అన్నాడు.

ముగ్గురూ తిరిగి కార్యాలయంవైపు వచ్చారు. అన్ని భవంతులూ ఒకే ఆవరణలో వున్నాయి. నడుస్తూ వుంటే వాయుపుత్ర "మిమ్మల్ని కలుసుకోవటం చాలా సంతోషంగా వుంది. అసలు ఊహించలేదు" అన్నాడు.

యశ్వంత్ నవ్వి వూరుకున్నాడు.

వాయుపుత్రే అన్నాడు- "ఇంకో రెండు రోజుల్లో మేము ఆ స్పేస్‌సిటీకి ప్రయాణం అవుతున్నాము. ఇప్పుడే ఇలా జరగాలా?"

"మేము అంటే?"

"నేనూ ఇంకో అమ్మాయి!"

'అమ్మాయి'- అన్నప్పుడు అతడి కళ్ళలో మెరిసిన వెలుగుని యశ్వంత్ సునిశితమైన చూపులు పట్టుకున్నాయి. అందువల్ల ఆ విషయమై మరిన్ని ప్రశ్నలు వేసి అతడిని ఇబ్బంది పెట్టకుండా, "మీరు తప్పకుండా వెళ్ళటానికి, మీ ప్రయాణం ఏ ఆటంకం లేకుండా సాగటానికి ఏర్పాటు చేద్దాం సరేనా-" అన్నాడు.

"థాంక్స్ గురువుగారూ" అని, వెంటనే నాలుక్కరుచుకుని, "సారీ" అన్నాడు- అతి చనువు తీసుకుంటున్నట్టు.

"మన పరిచయమైన ఆ అయిదు నిముషాల్లోనూ రెండుసార్లు 'సారీ' చెప్పారు. ఇన్నిసార్లు 'సారీ' చెప్పటం అంత మంచి పద్ధతి కాదు" అన్నాడు యశ్వంత్ నవ్వుతూ. వాయుపుత్ర కూడా నవ్వేశాడు.

తనతోపాటు స్పేస్‌సిటీకి రాబోయే అమ్మాయి ఒకప్పటి యశ్వంత్ భార్య అని తెలిస్తే అతడు ఎంత పెద్ద 'సారీ' చెబుతాడో కాలమే నిర్ణయించాలి.

* * *

వాళ్ళు ముగ్గురూ కార్యాలయానికి చేరుకున్నాక, తనకి కావల్సిన వివరాలు అయిదు నిముషాల్లో పట్టుకున్నాడు యశ్వంత్.

సరిగ్గా యాభై రెండు సంవత్సరాల క్రితం, అరసెకను కాలం ఇలా ఒకసారి సంకేతాలు ఆగిపోయినట్టు రికార్డుల్లో వుంది.

వాయుపుత్ర యశ్వంత్‌వైపు ఆరాధనా పూర్వకంగా చూశాడు. జ్ఞాపకశక్తి అంటే అలా వుండాలి- అనుకున్నాడు.

"అంతరిక్ష నగరంనుంచి మనవాళ్ళు నిరంతరం పంపే సంకేతాలు అరక్షణం పాటు ఎందుకు ఆగిపోయాయో, ఈ యాభై రెండు సంవత్సరాల్లోనూ ఎవరూ కనుక్కోలేకపోయారు. ఆగింది అరక్షణమే కాబట్టి దీని గురించి ఎవరూ పెద్దగా పట్టించుకోలేదు కూడా. కానీ నా ఉద్దేశ్యం ఈ రెండింటికీ సంబంధం వుందని-" అన్నాడు యశ్వంత్.

ఈ లోపులో ప్రపంచ అంతరిక్షయాన సంస్థ ప్రెసిడెంట్ టి.వి. తెరమీదకి వచ్చాడు. అతడి మొహం వేదనతో నిండివుంది.

"మీకు చాలా దురదృష్టకరమైన విషయం చెప్పవలసి వస్తున్నందుకు చింతిస్తున్నాను. భూలోక వాసులకు గర్వకారణమైన అంతరిక్ష నగరం సమూలంగా

నాశనమై పోయింది. కారణాలు మన శాస్త్రజ్ఞులు పరిశీలిస్తున్నారు. తొందర్లోనే ఆ నివేదిక సమర్పించటానికి ప్రయత్నం చేస్తాము."

ఆ తరువాత అంతరిక్ష నగరంమీద దృశ్యాలు టీ.వీ.లో రావటం ప్రారంభించాయి. చాలా హృదయ విదారకంగా వున్నాయి ఆ దృశ్యాలు. వాయుపుత్రకి కడుపులో దేవినట్టయింది.

కొంతమంది శరీరం కాలిపోయింది. కొంతమంది అవయవాలు 'కరిగి' పోయాయి. ఎక్కడి వస్తువులు అక్కడ అలాగే వున్నాయి. మిషన్‌లు మాత్రం పని చేయడంలేదు. అంతా స్తబ్దంగా వుంది. ఎన్నో సంవత్సరాలుగా మనిషి కృషిచేసి, భూమికి లక్షలమైళ్ళ దూరంలో నిర్మించుకున్న స్థావరాన్ని ఎవరో శత్రువులు ఆక్రమించుకుని నాశనం చేసినట్టు అక్కడ శ్మశాన నిశ్శబ్దం అలుముకుంది. అందరూ విషణ్ణ వదనాలతో ఆ దృశ్యాన్ని చూడటం సాగించారు. విస్ఫోటనాలేవీ లేవు. ఎవరో వచ్చి నాశనం చేసిన దాఖలాలు లేవు.

ఎక్కడో ఏదో సాంకేతిక లోపంవల్ల పై పొర తొలగిపోయి,రేడియో ఆక్టివ్ కిరణాలు, ఆ నగరంలో మనుషుల్ని కాల్చేసినట్టు తోస్తుంది. దాదాపు నూటయాభై మంది శాస్త్రజ్ఞులు- ఎక్కడి వారక్కడే దారుణమైన బాధతో గిలగిలా కొట్టుకొని ప్రాణాలు వదిలేసినట్టు ఆ భంగిమలు చెపుతున్నాయి.

దూరదర్శన్‌లో ప్రసారం అయిపోయింది. ఎవరూ మాట్లాడలేదు. ఆ దృశ్యాల తాలూకు ప్రభావం నుంచి ఇంకా బయటపడనట్టు మౌనంగా వుండి పోయారు.

యశ్వంత్ ఆలోచనలు మరోవిధంగా వున్నాయి. ధృవప్రాంతంలో సూర్యుడి సమీపంగా చూసిన మరో వెలుగు, ఈ అంతరిక్ష నగర నాశనానికి కారణమా అని అతడు ఆలోచిస్తున్నాడు. ప్రపంచంలో మరెవరికీ అది కనపడి వుండదు. ధృవప్రాంతంలో వుండబట్టి అది తమకి మాత్రమే కనపడింది. దాని నుంచి వెలువడిన రేడియో ఆక్టివ్ కిరణాలు ఈ శాస్త్రజ్ఞుల్ని చంపేశాయా?

ఎందుకో అది సహేతుకమైన ఆలోచన కాదనిపించింది. కేవలం మనుష్యులు చచ్చిపోతే సంకేతాలు ఆగిపోవలసిన పనిలేదు. మనుష్యుల కన్నా శక్తివంతమైన కంప్యూటర్లు తమ పని తాము చేసుకుంటూ పోతాయి.

యశ్వంత్ ఆలోచన్లని భంగపరుస్తూ హాట్‌లైన్‌లో వినిపించింది.

"ఇప్పుడే అందిన వార్త ప్రకారం, అంతరిక్ష నగరంలో శాస్త్రజ్ఞుల మరణానికి కారణం కనుక్కోబడింది."

ముగ్గురూ ఒకరి మొహాలు ఒకరు చూసుకున్నారు. ఇంత తొందరగా ఈ రహస్యం ఛేదించబడుతుందని వారు అనుకోలేదు. హాట్‌లైన్ రేడియో వివిధ దేశాల సాంకేతిక నిపుణుల మధ్య వార్తాప్రసారం కోసం ఉపయోగించబడుతుంది.

"సోలార్ ఎనర్జీ సరిగ్గా అందని కారణంగా స్పేస్‌సిటీ విధ్వంసం అయిపోయింది. ప్రపంచంలో వివిధ ప్రాంతాల్నుంచి అందిన సమాచారం బట్టి గంటక్రితం, ఒక అయిదు నిముషాలపాటు సూర్యుడి ఎనర్జీ అంతా అనూహ్యమైన రీతిలో తగ్గిపోయింది. సోలార్ ఆధారంగా నడిచే ఈ అంతరిక్ష నగరానికి ఎప్పుడైతే ఆ ఎనర్జీ సగియైన పరిణామంలో అందటం మానేసిందో, అప్పుడే సాంకేతిక లోపాలకి గురి అయింది. రేడియో ఆక్టివిటీ నుంచి అంతరిక్ష నగరాన్ని రక్షించే పరికరాలు ఆ విధంగా పనిచేయటం మానేసి వుండవచ్చునని శాస్త్రజ్ఞులు ఊహిస్తున్నారు......" రేడియోలో ప్రసారం సాగుతోంది.

వాయుపుత్ర నిర్విణ్ణుడయ్యాడు.

ఇదే ప్రమాదం కొన్ని రోజుల తరువాత జరిగి వుంటే తానూ, అనూహ్య కూడా ఈ ధార్మిక శక్తికి బలైపోయి వుండేవారు. ఆ ఊహ రాగానే అతడి శరీరం వణికింది.

యశ్వంత్ ఇది ఆలోచించటంలేదు. అతడి దృష్టిలో ఇంకా ఆ 'ఆకారమే' మెదుల్తూ వుంది. సూర్యుడి తాలూకు శక్తిని ఒక స్పష్టమైన ఆకారంలో దూరంనుంచి ఎవరో 'లాగినట్టు' తను స్పష్టంగా చూసిన ఆకారం. దీనికి సుదూర తీరాలనుంచి వచ్చిన ఆ సంకేతాలకీ ఏదైనా సంబంధం వుందా?

దీనికి– యాభై రెండు సంవత్సరాల క్రితం ఆ ఒక క్షణం పాటు ఆగిపోయిన ప్రసారాలకీ కూడా ఏదైనా సంబంధం వుందా?

మిగతా ఇద్దరూ ఆ రేడియో ప్రసంగాన్ని వింటూ వుండగా సాలోచనగా అతడు వాయుపుత్ర దగ్గిర వున్న కాగితాన్ని అందుకుని చూశాడు. కంప్యూటర్ ప్రింట్ చేసిన ఆ కాగితం మీద గీతలు అగమ్యగోచరంగా వున్నాయి.

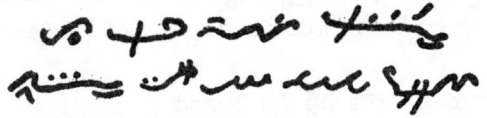

....అలా సాగిపోయింది.

ఏమిటి ఈ సంకేతానికి అర్థం?

నిజంగా ఎవరైనా పంపించిందా? లేక వాతావరణంలో మార్పులవల్ల వచ్చిన పిచ్చిగీతలా ఇవి?

రేడియో ప్రసారం అయిపోయింది. డైరెక్టర్ యశ్వంత్ వైపు ఏం చేద్దామన్నట్టు చూశాడు. అనూహ్యతో కలిసి స్పేస్‌సిటీకి వెళ్ళటం అన్నది ఇక ఆగిపోయినట్లే. అందువల్ల వాయుపుత్ర దిగులుగా వున్నాడు.

యశ్వంత్ అతడివైపు చూస్తూ "మన దగ్గర ఏ జనరేషన్ కంప్యూటర్ వున్నది?" అని అడిగాడు.

"అత్యంత అధునాతనమైన 260 జనరేషన్."

"ఈ గీతల్ని మన భాషలోకి మార్చలేరా?"

"ఎంతో కష్టపడ్డాం. అసలు బేస్ తెలిస్తేనేగా మనం 'ఫీడ్' చేసే అవకాశం కలిగేది. అది తెలియనప్పుడు, ఈ భాష ఏదో కనుక్కోవటం మానవమాత్రుడికి సాధ్యంకాదు."

"మనిషికి సాధ్యంకానిదేదీ లేదని చాలా వ్యాసాల్లో మనమే వ్రాసుకున్నాం" నవ్వేడు యశ్వంత్. ఇద్దరూ ఆ గదిలోకి వెళ్లారు. గది మధ్యలో నిలువెత్తున కంప్యూటర్ వుంది. తనకన్నా కొన్ని లక్షలరెట్లు తెలివితేటల్తో మనిషి నిర్మించుకున్న కంప్యూటర్.

"మీరు దీన్నొక సవాలుగా తీసుకుని పనిచేయవలసి వుంటుంది. ఇరవై నాలుగ్గంటల్లో దీన్ని డీకోడ్ చేయాలి."

వాయుపుత్ర విసుగ్గా "ఇప్పటివరకూ మేము చేస్తున్న పని అదే- జవాబు మాత్రం దొరకటం లేదు" అన్నాడు.

"చాలాకాలం క్రితం ఛంగీజ్‌ఖాన్ అనేవాడు వుండేవాడట. 'నేను చేయలేను' అన్నమాట వినిపిస్తే 'ఆ మాట అన్నవాడి తలను కత్తితో నరికేసేవాడట" అన్నాడు నవ్వుతూ. వాయుపుత్ర నవ్వలేదు.

"నేను ఉదాహరణ చెప్పాననంతే. మీరు నొచ్చుకోవద్దు. దేశంలో కెల్లా పెద్ద కంప్యూటరిస్ట్ మీరు. ప్రయత్నిస్తే సాధ్యం కానిదేదీ లేదు" అని అతడి జవాబు ఆశించకుండా అక్కడినుంచి బయటకు వచ్చాడు. క్రిందికి వెళ్ళటానికి లిఫ్ట్ దగ్గర నిలబడ్డాడు.

పక్కనుంచి మరొక లిఫ్ట్ పైకి వస్తుంది.

ఈ లోపులో మొదటిది ముందు ఆగింది. దాంట్లో ప్రవేశించి క్రిందకి దిగసాగాడు. ఈ లోపులో పైకి వచ్చేదాన్లో అనూహ్య ఆ అంతస్తుకొచ్చింది. ఆమె

ఆందోళనగా వుంది. అంతరిక్ష నగరానికి తమ ప్రయాణం రద్దయినట్టు అప్పుడే ఆమెకు తెలిసింది.

మానసిక శాస్త్రవేత్త ఇచ్చిన సలహా ప్రకారం ఆమె తన భర్త విషయం గుర్తుకు తెచ్చుకోకుండా, తిరిగి మామూలు జీవితంలో పడాలని చేసే ప్రయత్నంలో మొదటి అంశంగా, వాయుపుత్రతో స్నేహం తనకిష్టమే అని చెప్పెయ్యాలనుకుంది. ఎలాగూ అంతరిక్షయానంలో తామిద్దరే కాబట్టి, వివాహ విషయం కూడా అంతకుముందే వెల్లడిచేస్తే బావుంటుందని అనుకుంది. అనుకోవటమైతే అనుకుంది గానీ, ఈ నిర్ణయం ఆమెకు పూర్తి సంతోషాన్ని ఇవ్వలేదు. కానీ ఇలా నిరంతరం మానసిక ఘర్షణతో బ్రతకడంకంటే, నిర్ణయం తీసేసుకుంటేనే మంచిదనిపించింది. క్రమక్రమంగా మనసుతో సర్దుబాటు చేసుకుంది.

ఇప్పుడు ప్రోగ్రాం కాన్సిలయింది. కాబట్టి అతడికి మామూలుగానే తన నిర్ణయం తెలియజేయాలనుకుంది.

లిఫ్ట్‌లో పైకి వస్తున్నంతసేపూ ఆమె టెన్షన్‌గానే వుంది.

అతికష్టంమీద ఆలోచన్లను పక్కకు పెట్టి, కంప్యూటర్ రూమ్‌వైపు నడవసాగింది. ఎవరి ఆలోచన్ల నుంచి తను దూరమవ్వాలనుకుంటూందో అతడు తనకు సరిగ్గా రెండడుగుల దూరంలోనే మరో లిఫ్ట్‌లో క్రిందికి దిగుతున్నాడని ఆమెకు తెలీదు.

అదే సమయానికి లిఫ్ట్‌లో క్రింది అంతస్తుకు దిగిన యశ్వంత్‌కు ఒక క్షణం పాటు ఏం చెయ్యాలో తోచలేదు. ఆ కాగితంలో వున్నదేదో తెలిస్తేకానీ చెయ్యటానికేమీ లేదు. ఒకసారి స్టాఫ్ డిపార్టుమెంట్‌కి వెళ్ళి అనూహ్యా కోసం వాకబు చేద్దామా అనుకున్నాడు. కానీ సముద్రంలాంటి ఇంత పెద్ద ఆర్గనైజేషన్‌లో ఆమె సంగతి ఎవరు చెప్పగలరు? అదీగాక అసలు ఆమె ఈ నగరంలోనే వున్నదో- లేదో.

ఒక్కసారి ఆమెను చూడాలన్న కోర్కె అతడి మనసులో కెరటంలా కొట్టుకుంటూంది. పాత జ్ఞాపకాలు గాలికి కదిలే పుస్తకపు కాగితాల్లా రెపరెప లాడుతున్నాయి. 'ఐ లవ్యూ, ఐ లవ్యూ అనూహ్యా' అనుకున్నాడు. ఒక కంప్యూటర్ ద్వారా అతను ఈ మాటను ఎన్నిసార్లు అనుకున్నాడో లెక్కకడితే–బహుశా 'అంత పెద్ద సంఖ్య నా దగ్గిర లేదు' అని కంప్యూటర్ జవాబిస్తుందేమో! తను ఇంతగా ఆలోచిస్తున్న ఆ అమ్మాయి కేవలం గోడకి అటుపక్క వుందని తెలిస్తే ఏం చేసేవాడో మరి.

సరిగ్గా ఆ సమయానికి వాయుపుత్ర కంప్యూటర్‌ని పని చేయించటం మొదలుపెట్టాడు. అతడి సంభాషణ ఎప్పుడూ సరదాగానే మొదలవుతుంది.

"హల్లో మిషన్" అన్నాడు.

"హల్లో మాన్" జవాబిచ్చింది కంప్యూటర్– "ఏమిటీ రోజు హుషారుగా వున్నట్టున్నావ్."

"హుషారా పాడా... ఆ కాగితాన్ని డీకోడ్ చేసి అందులో ఏముందో కనుక్కోమని ప్రాణాలు తీస్తున్నారు మనవాళ్ళు."

"నిన్నంతా నన్ను ఇబ్బంది పెట్టావ్ చాలదా? ఏ విమానం చప్పుడో, పక్షి రెక్కల చప్పుడో అయి వుంటుంది. దానిని పట్టుకుని మీ వాళ్ళు నానా హడావుడి చేస్తున్నారు."

"కాదులే. సోలార్ ఎనర్జీ విషయంలో కూడా ఏదో గొడవ జరిగింది. మనం డీకోడ్ చెయ్యాలి. తప్పదు."

"నేను రెడీ–"

ఈ సంభాషణ జరుగుతూ వుంటే క్రింద యశ్వంత్ భవనం బయటకి నడవబోతున్నాడు. అప్పుడు తట్టింది అతడికి ఆలోచన. అది స్ఫురించగానే అతడు నిటారుగా అయ్యాడు. మరి ఆలస్యం చేయకుండా వెనక్కి తిరిగి బయల్దేరాడు. అతడి మనసులో టెన్షన్ నడక వేగాన్ని సూచిస్తుంది.

పైన గదిలో వాయుపుత్ర ఆ కాగితంమిద వున్న కోడ్‌ని తిరిగి కంప్యూటర్‌లోకి ఎక్కించాడు. "ఎన్నిసార్లు ఫీడ్ చేస్తావులే– ఇక ప్రారంభించు మైధునాన్ని" అంది కంప్యూటరు. వాయుపుత్ర తెల్ల ఛానల్ మీద ప్రయత్నం మొదలు పెట్టబోయాడు. సరీగ్గా ఆ సమయానికి అనూహ్య ఆ గదిలో అడుగుపెట్టింది.

ఆమె ఆ సమయంలో వచ్చినందుకు విస్మయంగా చూశాడు. తన ప్రేమ విషయం ఆమెకి తెలిసీ, ఆమె ఎటూ నిర్ణయం చెప్పకపోవటంతో అతడు ఆమెతో అంత చనువుగా వుండటంలేదు. కానీ కళ్ళలో ఆరాధనా భావం మాత్రం అలాగే వుంది. రావటం అయితే గదిలోకి వచ్చింది గానీ, ఈ విషయం ఎలా ప్రస్తావించాలో ఆమెకి తెలియలేదు. స్త్రీ సిగ్గుని చెరపకుండా చరిత్రలో మిగిల్చి వుంచటం ఒక్కటే మొగవాడికి దేవుడిచ్చిన వరం.

"నేనూ...నే...నూ" అని అర్థోక్తిలో ఆపుచేసింది. అతడు ఆమెవైపు చూశాడు. అరుణరంజితమైన ఆమె మొహం చూడగానే ఆ తొలకరి భావం అతడికి అర్థమైంది. అయినా అర్థంకానట్టు దగ్గరికొచ్చి "మీరు– మీరు?" అన్నాడు. ఆమెకేం చెప్పాలో తోచలేదు.

"-పంటి నొప్పితో బాధపడుతున్నారా?"

ఆమె అర్థంకాక తలెత్తింది. అతడి కళ్ళు నవ్వుతూ వుండటం చూసి ఆమెకి కోపం వచ్చింది. అది గమనించి 'సారీ! మీరు, మీరు... ఏమిటి చెప్పండి-' అని అడిగాడు.

"ఏం లేదు" అని విసురుగా ఆమె బయటకు నడవబోయింది.

"ప్రేమ గురించి చెప్పాలని వచ్చారు. అవునా...." గుమ్మం దాటుతూంటే వెనుకనుంచి వినపడిన మాటలకి ఆమె నెమ్మదిగా వెనుదిరిగింది. కానీ మాట్లాడలేదు. వాయుపుత్ర నవ్వాడు.

"మీరు చెప్పటానికి ఇబ్బంది పడుతున్నట్టున్నారు. ఇదిగో ఈ కంప్యూటర్ మిషన్ మీద మీరు చెప్పదల్చుకున్నది టైపు చెయ్యండి. నేను కళ్ళు మూసుకుంటాను" అన్నాడు. మూసుకున్న కళ్ళ వెనుక కదిలే అల్లరిని ఆమె గమనించలేదు. ఆ మాత్రం వెసులుబాటు కల్గించినందుకు మనసులోనే అతడికి కృతజ్ఞత తెలుపుకుంటూ టైప్ బటన్స్ నొక్కింది ఉత్తరం రూపంలో.... ఇంగ్లీషులో.

"చాలా రోజుల క్రితమే మీకు నా గతం గురించి పూర్తిగా చెప్పాను. క్రమక్రమంగా ఆ గతాన్ని మర్చిపోవటానికి ప్రయత్నిస్తున్నాను. మీరంటే నా కిష్టమే. అది రోజురోజుకీ పెరుగుతూంది. మనం వివాహం చేసుకుందాం. ఒకసారి వివాహం అయిపోతే నాలో మానసిక సంఘర్షణ పోతుంది అని నా అభిప్రాయం. లేదా నేనే పరిపూర్ణంగా మారి, మీ వద్దకు రావాలంటే మరికొంతకాలం ఆగవలసి వుంటుంది. నన్ను అర్థం చేసుకుంటారుగా- ఎలాగూ అంతరిక్షంలోకి మన ప్రయాణం లేదు కాబట్టి మరికొంత కాలం ఆగటం మంచిదేమో, నేను ఎటూ నిర్ణయించుకోలేకపోతున్నాను.

-మీ అనూహ్య"

టైప్ చేయటం పూర్తికాగానే ఆమె ఫైనల్ డిస్కార్డు బటన్ నొక్కింది. లోపల్నుంచి ప్రింటు చేయబడిన కాగితం బయటకి రావటం, అప్పుడే కళ్ళు తెరిచి, దాన్ని చదివిన వాయుపుత్ర "య్యా ఆఆఆఆ...' అని అరవటం ఒకేసారి జరిగాయి. అతడు అక్కడే డాన్స్ చేయటం ప్రారంభించాడు. అందులో అంత జుట్టు పీక్కుంటూ ఆనందంతో డాన్స్ చేసేటంత విషయం ఏముందో అర్థంకాక ఆమె కాగితం వైపు చూసింది. అతను ఏం ట్రిక్ చేశాడో ఏమోగానీ, ఆమె చేసిన కాగితంమీద ఆమె కొట్టిందిగాక, వేరేది వచ్చింది.

"I LOVE YOU VAYUPUTRA. I LOVE YOU I LOVE YOU. I LOVE YOU. I LOVE YOU. I LOVE YOU. I LOVE YOU. I WANT TO KISS YOU ON YOUR FACE. I WANT TO KISS ON YOUR LIPS. I WANT TO KISS YOU WHEREVER POSSIBLE. YOURS ANUHYA."

రోషంతో ముక్కుపుటాలు అదురుతూ వుండగా "నేను వ్రాసింది ఇది కాదు" అనబోయింది. అంతలోనే అతడు ఆనందంతో గుండె పట్టుకుని కూలబడ్డాడు. మరొక్కసారి మోసపోయిన అనూహ్య కంగారుగా అతడి మీదకు వంగింది. కనురెప్పపాటు కాలంలో అతడి చేతులు మిషనుకన్నా చురుగ్గా ఆమె భుజాల చుట్టూ బిగుసుకోవటం, ఆమెని దగ్గిరకు లాక్కొని ముద్దు పెట్టుకోవటం జరిగిపోయింది. ఆమె గింజుకుంటూ వున్న కొద్దీ అవి మరింత బలంగా బిగుసుకున్నాయి. 'నేను వ్రాసింది అదికాదు' అన్ని మళ్ళీ అనబోయింది.

ఆమె చెవి దగ్గిర నోరు చేర్చి అతడు నెమ్మదిగా అన్నాడు- "ప్రేమని వెల్లడి చేయటానికి చేతివ్రాతలు అవసరంలేదు అనూహ్యా! కంటిచూపులు చాలు- చెప్పు నేనంటే ఇష్టమనేగా కంప్యూటర్‌లో రాశావు."

ఆమె మాట్లాడలేదు. ఆమె మౌనాన్ని అంగీకారంగా తీసుకుని అతడు చెంపమీద ముంగురుల్ని పెదవుల్తో నెమ్మదిగా స్పృశించబోతూ వుండగా తలుపు టక్‌టక్ మని కొట్టిన చప్పుడు 'ఎక్స్క్యూజ్‌మి' అన్న కంఠం వినిపించాయి. అతడు చప్పున ఆమెని వదిలేశాడు.

తెరచివున్న తలుపుకేసి, అక్కడ నిలబడివున్న మనిషికేసి చూడకుండా అనూహ్య గాలికన్నా వేగంగా, కంప్యూటర్ వెనక్కి పరుగెత్తింది. ఆమె మొహం అవమానంతో, సిగ్గుతో జేగురురంగుకి మారింది. "ఛా... ఏమిటిది- ఎందుకిలా జరిగింది" అనుకుంది. అతడిమీద అమితమైన కోపం వచ్చింది. జరిగింది తలుచుకుంటే కంట నీరు కూడా వచ్చింది.

గుమ్మం దగ్గర నిలబడిన యశ్వంత్ లోపలికి రాకుండానే, "నాకో ఆలోచన వచ్చింది" అన్నాడు. ఈ లోపులో గుండెనొప్పి నెపంతో నేలమీద పడుకుని వున్న వాయుపుత్ర లేచాడు.

"ఆమె నా ఫియాన్సీ... కాబోయే భార్య" అంటూ కంప్యూటర్ వైపు చూపించాడు. యశ్వంత్ అటుచూసే ప్రయత్నమేమీ చెయ్యకుండా "మీరు డీ-కోడ్ చేయవలసిన భాషలో సోలార్ ఎనర్జీ, విస్ఫోటనం, ఎలీన్స్ అన్న పదాలున్నాయేమో

అని నా అనుమానం. భాషని మనకి అర్థమయ్యేటట్టు తర్జుమా చేయటానికి బేస్ కావాలన్నారుగా, ఇదేమన్నా సాయపడుతుందేమో ప్రయత్నించి చూడండి. ఇది కేవలం నా ఆలోచన మాత్రమే-" అని చెప్పేసి వెనుదిరిగి వెళ్ళిపోతూ, గుమ్మం దగ్గిర మరొకసారి ఆగి, "ఆమె మీ గర్ల్‌ఫ్రెండ్ కావొచ్చు. ఫియాన్సీ కావొచ్చు. లేదా స్వంత భార్యే కావొచ్చు. కానీ మొత్తం ప్రపంచమంతా మీరు చేయబోయే డీ-కోడ్ గురించి ఎదురు చూస్తోంది. జీతం తీసుకునే సమయంలో రోమాన్స్ చేయటం నైతిక విరుద్ధం. మీరెవరికీ జవాబుదారీ కాకపోవచ్చు. కానీ మనసుకి మాత్రం సమాధానం చెప్పుకోక తప్పదు" అనేసి అక్కణ్ణుంచి వెళ్ళిపోయాడు.

వాయుపుత్ర ఇరిటేటింగ్‌గా ఏదో అనబోతూ వుండగా అనూహ్య వెనుకనుంచి వచ్చింది. అతడు ఆమె వైపు చూస్తూ, "నువ్వేమీ అనుకోకు. అతడు ఈ ఇన్‌స్టిట్యూట్ మనిషి కాదు. యశ్వం..." అంటూ ఏదో చెప్పబోతుండగా, ఆమె మరి ఆ గదిలో వుండలేనట్టుగా బయటకు పరుగెత్తింది.

అతడు ఆమె వెనుకే వెళ్తూ "ఐయామ్ సారీ అనూహ్యా! ఇలా జరుగుతుందనుకోలేదు. అతడు నిన్ను చూడలేదు. చూసినా తప్పేమిటి? మనం తొందర్లో వివాహం చేసుకోబోతున్నాంగా"అన్నాడు.

"ముందు నీకు అప్పగించిన పని సంగతి చూడు వాయూ. ఆయనెవరో అన్నట్టు- మనం మన మనసుకే జవాబుదారి" అని అక్కణ్ణుంచి వెళ్ళిపోయింది. వాయుపుత్ర పిడికిలి బిగించి అరచేతిలో కొట్టుకున్నాడు.

సరీగ్గా అయిదు నిమిషాల్లో నిజమైన సైంటిస్టుగా మారి పోయాడు. మిగతా ప్రపంచాన్ని మరిచిపోయాడు.

"ఇది మనకొక సవాల్. దీన్ని ఎలాగైనా మనం సాధించాలి" అని కంప్యూటర్‌ని అడిగాడు.

"తప్పకుండా! నీదే ఆలస్యం. మొదలుపెట్టు" సమాధానమిచ్చింది కంప్యూటర్.

వైట్ ఛానల్ గుండా ప్రయత్నించాడు. రెండు నిముషాల్లో ఆ సంకేతాన్ని డీ-కోడ్ చేసింది కంప్యూటర్. వాయుపుత్రకి మతిపోయింది. "పిల్లి అంటే మార్జాలం అన్నట్టుగా వుంది నీ తర్జుమా! ఇదేం తర్జుమా?" అన్నాడు. కంప్యూటర్ జవాబు చెప్పలేదు.

ఈసారి బ్లూ ఛానెల్ ప్రయత్నించాడు. దాదాపు నాలుగు గంటలు ప్రయత్నించినా, ఏమీ రాలేదు. తరువాత గ్రీన్‌లో ప్రయాసపడ్డాడు. వెంటనే వచ్చింది. కాని అది మరింత అయోమయంగా వుంది. "నా మొహంలా వుంది.

ఇదేమిటి నిచ్చన మెట్లా– లేక అడవిలో నడుస్తున్న లేళ్ళగుంపు కాళ్ళా?" అని విసుక్కున్నాడు.

"నాకు తెలియని భాష తీసుకువచ్చి నన్ను ఇబ్బంది పెడితే నేనేం చెయ్యను?" అన్నది కంప్యూటర్.

ఇక ఇది లాభం లేదనుకుని బ్లాక్ ఛానెల్ ప్రయత్నించాడు. ఎంతోసేపు ప్రయత్నం చేశాడు. డీ–కోడ్ అవటం లేదు. టైమ్ చూసుకున్నాడు. వాచీ పదిన్నర చూపిస్తుంది ఉలిక్కిపడ్డాడు.

గడియారం వెనక్కి తిరుగుతోంది!!! లేకపోతే – పదకొండింటికి పని ప్రారంభిస్తే పది అవ్వటం ఏమిటి అనుకుని కిటికీ లోంచి బయటకు చూస్తే చీకటి వెక్కిరిస్తుంది. తప్పు అర్థమైంది. రాత్రి ప...ది..... న్న....ర... మొత్తం పన్నెండు గంటలనుంచి ప్రయత్నిస్తున్నాడన్నమాట.

ఆకలీ, నిద్ర అలాటివేమీ లేవు. యశ్వంత్ మాటలే చెవుల్లో మోగుతున్నాయి. అటో ఇటో తేల్చుకోవాలని పట్టుదలతో వున్నాడు.

–సరిగ్గా మూడున్నరకి అతడు ఆ కోడ్‌ని సాధించగలిగాడు. ముందు "కంగ్రాచ్యులేషన్స్" అన్న పదం కనపడింది.

ఆ తరువాత – సుదూర తీరాల్నుంచి వచ్చి ఆ సంకేతపు నిజమైన అర్థాన్ని కంప్యూటర్ మానవభాషలోకి తర్జుమా చేసి చెప్పింది.

కంగ్రాచ్యులేషన్స్ అని కనపడగానే, ప్రపంచంలో ఎవరు సాధించలేనిది సాధించినందుకు అతడు చిన్నపిల్లాడిలా గాలిలో గంతులు వేశాడు. తరువాత వచ్చిన ఒక్కొక్క వాక్యమూ చదువుతూంటే అతడి పెదవుల మీద చిరునవ్వు మాయమైంది.

తన కళ్ళని తనే నమ్మలేనట్టుగా ఆ కాగితంవైపు చూశాడు.

దాన్ని అందుకుంటూ వుంటే, జీవితంలో మొట్టమొదటిసారి అతడి చేతులు వణకసాగాయి.

5

నిఖిల్ ప్రేమించిన అమ్మాయి పేరు శ్రీజ.

అతడు ఆర్కిటికా వెళ్లబోయేముందు స్విట్జర్లాండులో వారం రోజులున్నాడు. అతడి మేనమామ స్విస్ బ్యాంక్‌లో ఫైనాన్సు మేనేజరు. శ్రీజ ఆ మేనమామ కూతురు.

రక్త సంబంధం వున్న దగ్గర వాళ్ళని చేసుకుంటే వచ్చే దుష్పరిణామాలు అందరికీ తెలుసు. ఆధునిక విజ్ఞానశాస్త్రం ఇంత అభివృద్ధి చెందిన రోజుల్లో మేనకోడల్ని చేసుకుంటాను అంటే అందరూ నవ్వుతారు. కానీ వచ్చిన చిక్కేమిటంటే విజ్ఞానంకంటే, వేదాంతంకంటే, ప్రేమ గొప్పది. దానిముందు ఏ తర్కమూ నిలవదు.

ఫలితం– మూడోరోజు కల్లా వాళ్ళు తలమునకలయ్యే ప్రేమలో వున్నారు!

టైమ్ అనేది ఎదురుచూసే వాళ్ళకు నెమ్మదిగా నడిచేది. ఆనందంతో వున్నవాళ్ళకు తొందరగా నడిచేది. భయంతో వున్న వాళ్ళకు ఆగిపోయేది. ప్రేమలో పడ్డవాళ్ళకు అసలు ఉనికే లేనిది...

వారం రోజులు ఎప్పుడు అయిపోయాయో తెలీదు.

'తిరిగి రాగానే మన వివాహం సంగతి పెద్దల్లో చెపుతాను' అన్నాడు అతడు ఆమెని దగ్గిరకి తీసుకుంటూ. శ్రీజ కన్నులు వేసవిలో హిమాలయాల్లా వున్నాయి. ఆ అమ్మాయి తులసికోట చుట్టూ తిరిగేటంత ఆచారాలు కలది కాకపోయినా, సనాతనాన్ని నమ్మేది. కాస్త భయస్తురాలు. 'మేనరికం అంటే నాన్నగారు ఏమంటారో' అంది బిడియంగా.

నిఖిల్ నవ్వేడు. "మన సంభాషణని ఎవరయినా వింటే పంధొమ్మిదో శతాబ్దంలో ప్రేమికులు టైమ్ మిషన్‌లో ఈ శతాబ్దంలోకి వచ్చారేమిటా అని ఆశ్చర్యపోతారు శ్రీజ! అయిపోయిన దానికి మనం ఏమీ చేయలేం. నేను ఆర్కిటికా నుంచి రాగానే మనం వివాహం చేసుకుందాం. అంతకుముందే సరీగ్గా పరిచయం కూడా లేని మనం ఇప్పుడు ఇంత దగ్గరయ్యామంటే– నాకనిపిస్తుంది. ప్రేమ అనేది ఒక ఆక్సిడెంట్ కాదు. అది ఒక ఓపెనింగ్. మన వివాహాన్ని ఎవరూ ఆపలేరు."

ఆ అమ్మాయి కంటి నీటితోనే వీడ్కోలు ఇచ్చింది. ఒక చిన్న పెయింటింగ్ తన స్వహస్తాల్తో వేసింది జ్ఞాపకంగా ఇచ్చింది. గుండె చుట్టు రెండు చేతులు, 'నీ చిరునవ్వు మిలియన్ డాలర్లయితే నేను కొనలేను నేస్తం, నీ చిరునవ్వు ఖరీదు లక్ష మిలియను రక్తకణాలయితే మాత్రం ధమనుల్నీ శిరలనీ పెనవేసి పిండి ఇవ్వగలను' అని వ్రాసి వుంది. అతడు కదిలిపోయాడు.

"ట్రిటట్స్ ఇన్ మోర్గాన్ రాట్ దహార్, సేహ ఇక్ డిక్ ఇన్ స్ట్రాలెన్‌మీర్" అనేది స్విట్జర్లాండ్ జాతీయగీతం. పర్వతసీమలపై సూర్యుడి దివ్యకిరణాలు ప్రతిబింబించినప్పుడు– అన్నది దాని అర్థం. దాదాపు అయిదు వందల సంవత్సరాలుగా ఎటువంటి యుద్ధ తాకిడీ లేని అదృష్ట దేశాల్లో అది ఒకటి.

అందువల్ల పశ్చిమాన వున్న ఫ్రాన్స్, దక్షిణాన వున్న ఇటలీ సంస్కృతులు ఈ దేశంలోకి వరదగా ప్రవహించి ఆల్ప్సు పర్వతాలమీద ప్రసరించే స్వచ్ఛమైన సూర్యకిరణాల్ని 'ఫ్రీసెక్స్'తో కలుషితం చేశాయి.

అటువంటి దేశంలో పెరిగిన అమ్మాయికూడా ఆ పరిస్థితులకి లొంగలేదంటే అది ఋషులు పుట్టిన దేశపు రక్తమైనా కారణమై వుండాలి లేక తల్లితండ్రుల పెంపకమైనా అయివుండాలి. అంత బలమైన సంస్కృతి కాబట్టే అది రోదసీలో తిరిగే పురుషుడిని కూడా నిలబెట్టి కదిలించింది.

ధృవ ప్రాంతాల్నుంచి తిరిగి నిఖిల్ స్విట్జర్లాండ్ వెళ్ళి, ఆమె తల్లితండ్రులతో మాట్లాడి వివాహం సెటిల్ చేసుకుందామనుకున్నాడు. అంతలోనే అర్జెంటుగా రమ్మని కబురు రావటంతో సైన్స్ సిటీకి రావల్సి వచ్చింది. ఇది జరిగి రెండు నెలలయింది.

* * *

యశ్వంత్‌తో కలిసి సైన్స్ సిటీకి వచ్చాక నిఖిల్‌కి పనేమీలేకపోయింది. సెలవు తీసుకుని స్విట్జర్లాండు వెళ్ళిపోవాలనే ఆత్రంలో వున్నాడతను.

ప్రధానాధికారితో యశ్వంత్ మాట్లాడుతూ వుండగా అతడు ఎరోనాటిక్స్ విభాగంవైపు వెళ్ళాడు. అక్కడవున్న వారందరికీ అతడు తెలుసు. నిర్మలంగా, నెమ్మదిగా మృదుసంభాషణ చేసేవాళ్ళంటే అందరికీ ఇష్టమే కదా!

'యార్డ్' లో ప్రవేశించిన అతడిని చూసి అక్కడ పైలెట్ విష్ చేశాడు. అతడి పేరు రాయ్.

"వస్తారా సార్"

"ఎక్కడికి?"

"కొత్త యస్.పి.యస్. వచ్చింది, పరీక్ష కోసం వెళుతున్నాం."

నిఖిల్ ఉత్సాహంగా తలూపాడు. ఒక పెద్ద గ్రద్ధ ఆకారంలో వుంది యస్.పి.యస్. దానిమీద 'జై భారత్' అన్న అక్షరాలు మెరుస్తున్నాయి. అంతరిక్షంలో భూమిచుట్టూ గ్రహంలాగా తిరగటానికి, ఎప్పుడెప్పుడా అన్నట్టు నిలుచుని వుంది.

"ఎంతసేపట్లో తిరిగి వస్తాం?"

"గంట, రెండుగంటలు."

యశ్వంత్‌కి ఆ వార్త పంపి, అతడు చోదకులతో కలిసి దాంట్లో ప్రవేశించాడు. ఈ లోపులో రాయ్ మిగతా అనుమతులు తీసుకున్నాడు.

"ఇంకొంతకాలం పోతే, నేను జూపిటర్ దగ్గరికి వెళుతున్నాను. సరదాగా మీరూ వస్తారా అని అడిగేరోజు కూడా వస్తుందేమో!" నిఖిల్ అన్నాడు.

"అంత తొందర్లో వస్తుందనుకోను."

"వంద సంవత్సరాలక్రితం రాకెట్‌లో మనిషిని పంపాలంటే చాలా తతంగం వుండేదట. అంతరిక్షపు దుస్తులు, ఆక్సిజన్ మాస్కులూ ఉపయోగించేవారట. News-Ship (Natural Environment within Space- Ship) వచ్చాక మనందరం అయిదు నిముషాల్లో తయారై బయల్దేరటంలేదూ. అలాగే ఇంకొన్నాళ్ళుపోతే బుధుడు, బృహస్పతుల మీదకు కూడా వెళ్తూవుంటారు."

"ఏముందక్కడ బూడిద తప్ప" అన్నాడు రాయ్.

"బూడిదకాదు. ఏముందక్కడ హైడ్రోజన్ తప్ప అనాలి" నవ్వేడు నిఖిల్.

వారి వాహనం వాతావరణ హద్దులు దాటి ఇంకా పైకి వెళుతూంది. క్రమంగా వారి శరీరాలు బరువుని కోల్పోతున్నాయి. రెండు నిమిషాలు గడిచేసరికి ఆ వాహనం పూర్తిగా బరువు పోగొట్టుకుంది. వారి శరీరాలు తేలిక అవుతూ వుండగానే, రాయ్ News-S అన్న బటన్ నొక్కాడు. లోపలి భాగంలో మామూలు వాతావరణం నెలకొంది. ఒక లోపల ఆక్సిజన్ మాస్క్ అవసరం కూడా లేదు. వాహనం బరువు కోల్పోయినా లోపలున్న వారి శరీరాలు మామూలుగానే వున్నాయి. అదే సహజ వాతావరణం (News -S) అంటే.

నిఖిల్ సీటు వెనక్కిజారి చెవులకి ఫోన్‌లు పెట్టుకుని వాద్య సంగీతం వినసాగాడు. దూరంగా భూమి నారింజపండు రంగులో కనపడుతూంది. ఒకవైపు సూర్యుడు, మరొకవైపు చంద్రుడు ఒకే సరళరేఖలో కనిపిస్తూ, ఆ దృశ్యం అద్భుతంగా వుంది. కానీ అందమైన చిత్రంమీద ఇంకు మరక పడ్డట్టు కొన్ని చిన్న చిన్న వస్తువులు అక్కడ కూడా తిరుగుతున్నాయి.

భూమ్మీద వాతావరణాన్ని పాడుచేసినట్లే, భూమిచుట్టూ శూన్య ప్రదేశాన్ని మనుష్యులు పాడుచేయటం కెన్నెడీ కాలంనుంచీ మొదలైనట్టుంది. రోడ్లమీద చెత్తా చెదారం చేరినట్టు ఆ రోదసీలో కూడా రకరకాల వస్తువులు తిరుగుతున్నాయి. అల్యూమినియం, స్టీలుముక్కలు, వయసయిపోయిన సాటిలైటు పరికరాలు అంతరిక్షంలో భూమిచుట్టూ ప్రదక్షిణలు చేస్తున్నాయి. వాటిని దూసుకుంటూ వారి వాహనం వెళుతూంది. అది వెళుతున్న వేగానికి, దారిలో ఏమాత్రం చిన్న అడ్డంకి తగిలినా పెద్ద విస్ఫోటనంగా మారుతుంది. అయితే వీటినుంచి ప్రత్యేక రక్షణ దానికి కల్పించబడింది కాబట్టి అలాటి విస్ఫోటాన్ని వారు లెక్కచేయటం లేదు.

అంతలో దూరంగా చిన్న పక్షి ఆకారంలో ఒక వస్తువు కనబడింది. కాస్త దగ్గరికి వెళ్తే ముడుచుకుని వున్న శిశువు ఆకృతిలో వుంది అది. ముందు అతడికి అదేమిటో అర్థంకాలేదు.

వాళ్ళు వెళుతున్న యస్పీయస్ దాదాపు గంటకి ముప్ఫై ఆరువేల మైళ్ళ వేగంతో వెళ్తూంది. ఒక నిముషం గడిచేసరికి ఆ ఆకారం బోర్లించిన పళ్ళెంలా కనపడింది. అర నిముషం గడిచేసరికి మరింత స్పష్టంగా–

నిఖిల్ వళ్ళు జలదరించింది. కళ్ళు చిట్లించి అటువైపు చూశాడు.

యు.ఎఫ్. ఓ! (U.F.O)

ఫ్లయింగ్ సాసర్!!

ఎగిరే పళ్ళెం!!!

అంతవరకూ కేవలం పుస్తకాల్లో మాత్రమే చదివాడు. ఇప్పుడు ప్రత్యక్షంగా చూస్తున్నాడు... ఆ ఆలోచన రాగానే ఉద్వేగంతో అతడు పక్కకి తిరిగి చూశాడు. ఇద్దరు పైలెట్లూ లేరు. లోపలికి వెళ్ళినట్టున్నారు.

అతడు చెవులకున్న ఫోన్లు తీయాలన్న విషయం కూడా పట్టించుకోకుండా ఆ వస్తువు తమకెంత దూరంలో వుందో లెక్కకట్టటానికి ప్రయత్నించాడు.

దానివైపు ప్రయాణంచేసి, దగ్గరికి వెళ్ళాలంటే గంట పడుతుంది. కాని అక్కణ్ణుంచి తిరిగి భూమ్మీదకు వెళ్ళటానికి సరిపోయే విద్యుత్తు లేదు. ఒకవైపు నిస్పృహ మరోవైపు ఉద్వేగంతో అతడి మనసు అటూ యిటూ లాగుతోంది. పరలోక వాసుల వాహనాన్ని చూసి మొట్టమొదటి వ్యక్తి తను! అదిప్పుడు స్పష్టంగా కనబడుతూంది.... దాని దగ్గరకి వెళ్ళగలిగితే?– మరింత సమీపం నుంచి దాన్ని చూడగలిగితే?

...దాన్ని ఫోటో తీయగలిగితే?

దానిలో ఎవరయినా పరలోకవాసులు వున్న పక్షంలో, వారితో మాట్లాడగలిగితే? కమ్యూనికేషన్ ఏర్పర్చుకోగలిగితే?

... అతడు తనని తానే తిట్టుకున్నాడు. కేవలం మరికాస్త విద్యుత్తు లేకపోవటంవల్ల, మానవ జాతికి ఒక అద్భుతమైన కానుకని తను అందివ్వలేక పోతున్నాడు. సుదూర తీర గ్రహాలనుంచి వచ్చిన 'మాయాస్' లో ఒకరినైనా భూలోకవాసులకు పరిచయం చేయలేకపోతున్నాడు.

అన్నట్టు వీళ్ళేరి? ఇంత అపూర్వమైన దృశ్యాన్ని చూడకుండా లోపల ఏం చేస్తున్నారు?

అతడు ఇంటర్‌కమ్‌లో తన వాళ్ళని పిలవసాగాడు. అర నిముషమైన వాళ్ళ నుంచి జవాబు లేకపోవటంతో అతడు గిగావాట్ ఇండికేటర్ వైపు చూశాడు. మరో అయిదు నిముషాలకన్నా ఎక్కువ సేపు వుండటానికి వీల్లేదు. తొందరగా కక్షలోకి దిగకపోతే ఇంధనం అయిపోతుంది.

అతడు లోపలికి వెళ్ళిన వారి గురించి ఇక మర్చిపోయి, భూమితో కాంటాక్టు పెట్టుకోవటానికి ప్రయత్నించాడు. కనీసం టెలివిజన్ ద్వారా అయినా భూమ్మీదకు ఆ చిత్రాలు పంపితే తన మాటలకు ఋజువుంటుంది. లేకపోతే తన మాటలు ఎవరూ నమ్మరు.

అతడు చెవులకున్న ఇయర్ ఫోన్స్ తీసి, భూమివైపు వార్తల్ని ట్రాన్స్‌మిట్ చేసే పరికరాల్ని చెవులకి తగిలించుకున్నాడు. ఇవి తీసి అవి పెట్టుకుంటున్న మధ్య సమయంలో తల తిరిగినట్టు అయింది. దాని గురించి అంతగా పట్టించుకోలేదు.

స్విచాన్ చేసి, "హలో - యస్.పి.యస్.-4 స్పీకింగ్, నిఖిల్ హియర్- హలో" అన్నాడు.

భూమినుంచి ఏ సంకేతమూ లేదు. అతను నిర్విణ్ణుడయ్యాడు.

"హల్లో -నిఖిల్ హియర్, కాంటాక్ట్ ఎర్త్- ఇండియా- సైన్స్ సిటీ..."

జవాబులేదు. ఎక్కడో లోపం ఏర్పడింది.

మరి టి.వి. ద్వారా ప్రయత్నించకుండా తనే స్వయంగా ఫోటోలు తీయటానికి పూనుకున్నాడు.

"ఏమిటి భూమిని ఫోటోలు తీస్తున్నాడు?" అని వినిపించింది వెనుకనుంచి, వెనుక రాయ్ నిలబడి వున్నాడు. నిఖిల్ అయోమయంగా అతడివైపు చూసి, "భూమి ఏమిటి? అది ఫ్లయింగ్ సాసర్ రాయ్! మీ కోసం చాలా సేపటినుంచి ప్రయత్నం చేస్తున్నాను. లోపల ఏం చేస్తున్నారు? అదిగో అటు చూడండి, ఎ...గి....రే ... గాలిపళ్ళెం!! క్విక్. ఫోటోలు తీయండి" అన్నాడు తొందర తొందరగా. ఈ లోపులో వెనుకనుంచి రెండో పైలెట్ వచ్చాడు. అతడు కూడా అంతరిక్ష సూట్‌లో వున్నాడు.

"ఏమిటి సర్ మనం ఇంకా ఇక్కడే తిరుగుతున్నాం? మైగాడ్ ఇంకా రెండు నిముషాలు ఆలస్యమైవుంటే ప్రమాదం జరిగిపోవును" అని తన సీట్లో కూర్చుని, యస్పీయస్ వేగం హెచ్చించాడు. అయితే అది భూమివైపుకాక, ఆ ఎగిరే పళ్ళెంవైపు దూసుకుపోవటం మొదలు పెట్టింది.

నిఖిల్ కంగారుగా, "ఏమిటిది స్టాప్...స్టాప్" అని అరిచాడు.

గిగావాట్.. ఇంకో నిముషంలో భూకక్షలోకి వెళ్ళకపోతే ఇంధనం సరిపోదు అని హెచ్చరిస్తోంది.

రాయ్ అతడివైపు అయోమయంగా చూసి, "ఇటుకాదు మనం వెళ్ళాల్సింది" భూమివైపు చూపిస్తూ నిఖిల్, "అటు.... అటు వెళ్ళాలి" అన్నాడు.

రాయ్ భూగోళంవైపు చూస్తూ "అదేమిటి సార్, సూర్యుడువైపు వెళ్దాం అంటారు" మీకేమైనా మతిపోయిందా అన్నట్టు అడిగాడు. వాళ్ళిద్దరి వాలకం చూస్తూంటే నిఖిల్‌కి నిజంగానే మతిపోయేట్టు వుంది. యస్పీయస్ మాత్రం వేగంగా ఆ ఫ్లయింగ్ సాసర్‌వైపు వెళ్ళిపోతూ భూమికి దూరంగా సాగిపోతోంది.

గిగావాట్ ఇండికేటర్– ఇంకో నలభై అయిదు సెకన్లు మాత్రమే అన్నట్టు హెచ్చరించింది. ఎర్రలైటు వెలిగి ఆరుతోంది. వార్నింగ్ వినిపిస్తూంది. నిఖిల్‌కి ఏం చెయ్యాలో తోచలేదు.

అతను చప్పున ముందుకు వెళ్ళి రాయ్ పక్కనుంచి చెయ్యిసాచి, వాహనం దిశ మార్చబోయాడు. రాయ్ కోపాన్ని అణచుకుంటూ– "మీరేం చేస్తున్నారో మీకు అర్థమవుతూందా?" అన్నాడు నిఖిల్ చెయ్యి బలవంతంగా పక్కకి తోయటానికి ప్రయత్నం చేస్తూ.

"అర్థమవ్వాల్సింది నాకు కాదు, మీకు... ఎటు తీసుకెళ్తున్నారో మీకేమైనా తెలుస్తోందా?" ఆ వాహనపు లోపలి గదులు పగిలిపోయేలా అరిచాడు నిఖిల్. వాళ్ళు అతడి మాటలు పట్టించుకోలేదు. అతడు పిచ్చివాడిలా చూశాడు. తను భ్రమలో వున్నాడో, వాళ్ళు భ్రమ పడుతున్నారో అర్థంకాలేదు.

ఆపద ముంచుకొచ్చినపుడు మనిషి అనాలోచితంగా కొన్ని పనులు చేస్తాడు. అలాగే నిఖిల్ ఒక నిర్ణయానికొచ్చాడు. రెండో పైలెట్ మెడమీద చేతిని బాకులా మార్చి బలంగా కొట్టాడు. సన్నని మూలుగుతో అతడు ముందుకు వంగిపోయాడు. ఇది చూసి రాయ్ అరిచాడు– "నీకేమైనా మతిపోయిందా?"

నిఖిల్ ఆ మాటలు వినలేదు. ఇంకోలా చెప్పాలంటే అతడికి వినపడలేదు. రాయ్ స్పేస్‌సూట్ లోపల్నుంచి అరుస్తున్నాడు. ఈ లోపులో నిఖిల్ లేసర్ తుపాకీ తీసుకుని రాయ్‌వైపు గురిపెట్టాడు.

"ఏమిటిది? నీకేమైనా మతిపోయిందా? యూ ఫూల్" రాయ్ అరిచాడు. నిఖిల్ తుపాకీ గురిపెట్టివుంచే అతడిని శూన్యపు గదిలోకి తీసుకెళ్ళాడు. తీసుకెళ్తున్నంతసేపు రాయ్ తిడుతూనే వున్నాడు.

"అతిధిగా నిన్ను మాతోపాటు తీసుకొస్తే మాకే ద్రోహం తలపెడ్తావా? భూమివైపు వెళ్ళనివ్వకుండా ఈ వాహనాన్ని ఇంకెటో తిప్పుతావా? నువ్వెవరి ఏజంట్‌వి. ఇలా మా ప్రాణాలు తీయటం అన్యాయం?"

నిఖిల్ తిరిగి మొదటి గదిలోకి వచ్చాడు. టైమ్ ఎక్కువ లేదు. అప్పటికే ప్రమాదస్థాయి దాటి మరో పది సెకన్లు అయిపోయాయి. నిఖిల్ చకచకా వాహనం దిశ మార్చాడు. అంత వేగంతో వాతావరణంలోకి ప్రవేశించటం ప్రమాదకరం. రాపిడికి మొత్తం వాహనమే అంటుకుని తగలబడవచ్చు. కానీ ప్రవేశించకపోతే మొదటికే ప్రమాదం వస్తుంది అతడికి తెలుసు. పక్కనున్న పైలెట్ ఇంకా స్పృహతప్పి అలాగే పడివున్నాడు.

నిఖిల్ మరోసారి భూమితో మాట్లాడటానికి ప్రయత్నం చేశాడు. కాంటాక్ట్ రాలేదు. ఇంధనం ముల్లు క్రమంగా దిగిపోతూ వుంది అతడింకా అయోమయం నుంచి పూర్తిగా తేరుకోలేదు. తను భ్రమలో వున్నాడు అనుకుందామంటే దూరంగా భూమి నారింజ పండు రంగులో కనబడుతూనే వుంది. దాన్ని చూసి అది భూమి కాదని వాళ్ళిద్దరూ ఎందుకనుకుంటున్నారో అతనికి అర్థం కాలేదు.

ఇక తను చేసేదేమీ లేదు. వాహనం ప్రమాదం లేకుండా భూమి కక్ష్యలోకి ప్రవేశిస్తే తను బ్రతుకుతాడు. లేకపోతే లేదంతే. ఆ నిశ్శబ్దాన్ని భరింపలేక కంప్యూటర్‌తో సంభాషించాడు.

"హలో..."

"హలో...."

"హౌ ఆర్ యు నిఖిల్"

"నిజంగానే భూమివైపే వెళ్తున్నామా?" నిఖిల్ అడిగాడు.

"భూమివైపా? కాదే"

నిఖిల్ అదిరిపడ్డాడు. అంత చల్లటి వాతావరణంలోనూ మొహమంతా చెమట పట్టింది. వణికే కాళ్ళతో తడబడుతూ కంప్యూటర్ దగ్గిరకి వెళ్ళాడు. "ఏ-ఏమిటి నువ్వు చెప్తున్నది? ఎటువైపు వెళ్తుంది?"

"సూర్యుడివైపు. నువ్వే కదా వాహనాన్ని ఇటు తిప్పావు?"

"నో... నో.....నో .." గట్టిగా అరిచాడు. కంప్యూటర్ చెప్పేది నిజమైతే తనే ఏదో భ్రమకు లోనయ్యాడు. మిగతా ఇద్దరినీ అపార్థం చేసుకొని ఒకరికి స్పృహ తప్పించి, మరొకరిని వాక్యూమ్ ఛేంబర్‌లోకి తోసేసి తను స్వయంగా వాహనాన్ని మంటలవైపు తీసువెళ్తున్నాడు. తనకి మతిభ్రమించింది. తనేం చేస్తున్నాడో తనకే

తెలియటంలేదు. తనకి నారింజపండు రంగులో కనబడుతున్నది సూర్యుడా. తన కళ్ళే తనని మోసం చేస్తున్నాయా? అతడు కంప్యూటర్‌ని తిరిగి ప్రశ్నించబోతూ వుండగా 'రిలీజ్' బటన్ దగ్గర ఎర్రలైటు వెలిగింది.

వాహనం తలుపు తె...ర...వ....బ...డు....తోం....ది........ "ఏమిటిది ఏమి జరుగుతోంది?" అతడు కంగారుగా అనుకున్నాడు. ఎవరో వాక్యూమ్ ఛేంబర్ తలుపు తెరుస్తున్నారు. "ఎ... ఎవరు?"

నిఖిల్‌కి పిచ్చెక్కుతోంది. అన్ని వైపులనుంచి ఇన్ని వత్తిడులను అతడు తట్టుకోలేకపోతున్నాడు. యశ్వంత్ వేరు. అతడు ఏ పరిస్థితుల్లోను తొణకడు. నిఖిల్‌కి అంత దిటవులేదు. ముఖ్యంగా తను మరణించబోతున్నాననే భయంకన్నా, తన పొరపాటువల్ల మిగతా యిద్దరినీ బలి చేస్తున్నాననే దిగులు ఎక్కువయింది. ఒకవేళ తనది పొరపాటయితే, ఈ వాహనపు కంట్రోల్‌ని తిరిగి రాయ్‌కి అప్పగిద్దామనే ఉద్దేశ్యంతో అతడు వాక్యూమ్ ఛాంబర్‌వైపు వెళ్ళబోయాడు. చిన్న చప్పుడుతో అది 'బ్లాక్' అయింది.

ఎవరో కొట్టినట్లు నిఖిల్ స్థాణువై నిలబడిపోయాడు. ఈ గది తలుపు తాళం పడిందంటే, వాహనం నుంచి ఎవరో బయటికి వెళ్ళిపోవటానికి ఆయత్త మవుతున్నారు. బయట శూన్యం నిస్తేజంగా వుంది. గంటకి కొన్ని లక్షల మైళ్ళ వేగంతో వాహనం సాగిపోతున్నా ప్రక్కన ప్రామాణికం లేదు కాబట్టి ఆ విషయం తెలియడంలేదు.

"రాయ్... రాయ్...." నిఖిల్ కంఠం రుద్ధమైంది. "నేను పొరపాటు చేశాను. రాయ్ వెళ్ళిపోకు. తలుపు మూసెయ్యి! వద్దు రాయ్. నువ్వొక ఉపగ్రహంగా మారిపోతావు. వాహనాన్ని వదిలి పెట్టకు. నువ్వు భూమిని చేరుకోవాలి" ఎంత అరిచినా అతడికి వినపడదని తెలిసీ నిఖిల్ మైక్‌లో అరుస్తున్నాడు. అంతలో లైట్ ఆరిపోయింది. రాయ్ వాహనాన్ని వదలి శూన్యం లోకి అడుగుపెట్టాడు. వాహనం నుంచి విడివడగానే అతడు కూడా ఆ వేగానికి దానితోపాటు కొంతదూరం ప్రయాణంచేసి, వేగంలో వచ్చిన తేడావల్ల దానికి దూరమయ్యాడు.

న్యూటన్ చలన సూత్రాన్ననుసరించి, ఏ విధమైన అడ్డు (ఫిక్షన్) లేకపోవటంవల్ల అతడు ఆ శూన్యంలో తిరుగుతూనే వుంటాడు. ఏదైనా అయస్కాంత క్షేత్రంలో ప్రవేశించేవరకు అలా పరిభ్రమించి తరువాత బూడిదగా మారిపోతాడు. ఈ లోపులో ఆక్సిజన్ అయిపోతే దానికి ముందే మరణిస్తాడు. అతడిలా ఎందుకు చేశాడు అని ఆలోచించటం లేదు నిఖిల్. ప్రాణాలు ఎలాగూ పోయేటప్పుడు

వాక్యూమ్ ఛాంబర్‌లో చేతులు ముడుచుకు చావటం కన్నా బయటపడి ఏదో విధంగా ఆఖరి అవకాశం కోసం వెతుక్కోవటం మంచిదని భావించి వుంటాడు రాయ్.

కంటికి అడ్డుపడిన నీటిపొరగుండా అతడు టి.వి. వైపు చూశాడు. తెల్లటి కాగితంమీద సన్నటి చుక్కలా కనిపిస్తున్నాడు రాయ్. దూరం ఎక్కువయ్యేకొద్దీ అతడు మరింత చిన్నగా గోచరం అవుతున్నాడు. క్రమక్రమంగా తెరమీదనుంచి అతడి ఆకారం అదృశ్యమయింది. నిఖిల్ తన జుట్టులో వేళ్ళు జొనిపి తల పట్టుక్కూర్చున్నాడు. అనవసరంగా వాళ్ళ వాహనంలోకి అనుకోని అతిధిగా తను ప్రవేశించాడు. ఏదో భూతం ఆవహించినట్లు గతి మార్చి ఇద్దరి ప్రాణాలు తీసుకున్నాడు. దేశానికి కొన్ని కోట్ల రూపాయలు నష్టం కలిగించాడు.

అతడికి శ్రీజ గుర్తొచ్చింది. తను చేసిన తప్పు ఆమెకి తెలీదు. ఆమెకే కాదు, ప్రపంచానికీ తెలీదు. శూన్యంలోకి ప్రవేశించిన అంతరిక్ష నౌక, అక్కడ ఏదో ప్రమాదం జరిగి సూర్యుడి దిశగా వెళ్ళిపోయిందని భూలోకవాసులు అనుకుంటారు.

అతడు మృత్యువుని ఆహ్వానిస్తూ, క్షణాలు లెక్క పెట్టుకుంటూ కూర్చున్నాడు. పక్కనున్న పైలెట్ ఇంకా స్పృహతప్పి పడివున్నాడు. అతడికి తెలివి తెప్పించే ప్రయత్నమేమీ చేయలేదు నిఖిల్. మరణం ఎలాగూ తప్పదని తెలిసినప్పుడు స్పృహలో లేకుండా వున్న సమయంలో ప్రాణం పోవటమే మంచిది.

అతడు ఇంధనంవైపు చూశాడు. ముల్లు క్రమంగా క్రిందికి దిగుతోంది. అప్పుడు వినిపించింది. అతడికి సన్నటి బీమింగ్ శబ్దం. అతడు ముందు దాన్ని పట్టించుకోలేదు. ఎదురుగా కనిపిస్తున్న నారింజపండు ఆకారాన్ని చూస్తున్నాడు. మరింత దగ్గరవటంతో అది ఇప్పుడు ఫుట్‌బాల్‌లా కనిపిస్తోంది. అతడికి అదేమిటో అర్థంకావటంలేదు. రాయ్ చెప్పిన పద్ధతిలో అది సూర్యుడై వుండాలి. అసంభవం. పైగా ఇంత సమీపం వరకూ వెళ్ళినా మండిపోకుండా వుండగలగటం– అసాధ్యం. బీమింగ్ శబ్దం ఎక్కువయింది. సన్నగా వినిపిస్తోంది ఇప్పుడు. "హలో, హలో" అని అరిచాడు.

"రిసీవింగ్–ఎర్త్, రిసీవింగ్–ఏమయ్యారు! ఇంతసేపూ సంబంధాలు తెగి పోయాయా? ఆర్ యూ ఆల్‌రైట్?"

ఆకస్మాత్తుగా వాహనం భూమికక్ష్యలో ప్రవేశిస్తున్నట్టు కంప్యూటర్ తెలిపింది. అప్పటివరకు ఆగిపోయినట్టు వున్న పరికరాలు అన్నీ తిరిగి పని ప్రారంభించినట్టు అక్కడ వాతావరణం ఒక్కసారిగా చైతన్యవంతమయింది.

తనే నమ్మలేనట్టు తల విదిలించాడు నిఖిల్. ఎదురుగా కనిపిస్తున్నది సూర్యుడు కాదు భూమి! అంటే... అంటే... తన వాదనే కరెక్టు. భ్రమలో పడింది వాళ్ళిద్దరే. అదే భ్రమలో వాహనాన్ని వదలిపెట్టి వెళ్ళిపోయిన రాయ్ ఆత్మశాంతి కోసం అతడు ఒక క్షణం కళ్ళు మూసుకున్నాడు. తరువాత చకచకా తను నిర్వర్తించవలసిన పనులు చేయడం మొదలుపెట్టాడు. మరో రెండు నిముషాలు గడిచేసరికల్లా భూమి వాతావరణంలోకి ప్రవేశించినది. ఒకసారి భూమిచుట్టూ ప్రదక్షిణం చేసి రాస్ (RAS) వైపు దిగటం ప్రారంభించింది. రాకెట్ ఎరైవింగ్ స్టేషన్ వారి కంట్రోల్‌లోకి వెళ్ళాక ఇక చెయ్యవలసిన పనేమీ లేదు. నిఖిల్ వెళ్ళి కంప్యూటర్ ముందు కూర్చున్నాడు. "చెప్పు. ఎందుకు నన్ను తప్పుదారి పట్టించడానికి ప్రయత్నించావు?"

"తప్పుదారా? ఏం మాట్లాడుతున్నావ్ నిఖిల్ నువ్వు?"

"భూమివైపు సవ్యంగా వెళ్తున్న వాహనం పొరపాటు దారిలో వెళుతోందని ఎందుకు చెప్పావు?"

"నేను చెప్పానా?"

"నిశ్చయంగా నువ్వే?"

"సర్లే, నువ్వు సరిగా విని వుండవు-"

"డామిట్" అరిచాడు. కంప్యూటర్ మౌనం వహించింది. మరో పది నిముషాల్లో సూర్య భూమి మీదకు దిగింది. RAS అధికారులు ఆందోళనగా చుట్టూ చేరారు. నిఖిల్ కిందికి రాగానే "అంతా సవ్యంగా వుంది కదా" అని ప్రశ్నించారు. అతడి మొహంలో అలసట కొట్టొచ్చినట్లు కన్పిస్తోంది. గాఢంగా విశ్వసిస్తూ "రాయ్‌ని కోల్పోయాం" అన్నాడు. అతడు చెప్పింది వారికి అర్థం కాలేదు. అతడు క్లుప్తంగా జరిగింది వివరించాడు. వింటున్న అందరి ముఖాలు పాలిపోయాయి.

సరిగ్గా అరగంటలో అత్యవసర సమావేశం మొదలైంది యశ్వంత్ ప్రశ్నలు అడగటం మొదలుపెట్టాడు. నిఖిల్ వాటికి సమాధానాలు చెప్పసాగాడు. తమని వాళ్ళు ఆహ్వానించటం, అనుమతి తీసుకొని తను వాళ్ళతో బయల్దేరటం, ఇంధనం అయిపోతూ వుండగా తమ మధ్య భేదాభిప్రాయాలు రావటం, రాయ్ వాహనాన్ని వదిలేసి ప్రాణాలు రక్షించుకోవడం కోసం శూన్యంలోకి వెళ్ళిపోవడం- అంతా వివరించాడు. అందరూ దీర్ఘాలోచనలో పడ్డారు. ఎవరికీ నమ్మశక్యం కాని కథ. రాయ్ మరణం అందర్నీ విషాదంలో ముంచింది. "ఆ రెండో పైలెట్‌కి మెలకువ వచ్చిందా?"

"ఇప్పుడే వచ్చింది."

"ఏమంటున్నాడు అతడు?"

"మనుషులు దగ్గరకెళ్తేనే భయంగా పెద్దగా కేకలు వేస్తున్నాడు. అసలు మన లోకంలో వున్నట్టు లేడు. డాక్టర్లు ప్రయత్నిస్తున్నారు".

యశ్వంత్ సాలోచనగా నిఖిల్‌వైపు చూస్తూ "ఆ ఎగిరే పళ్ళెం ఎలా కనబడిందో వర్ణించు నిఖిల్" అన్నాడు.

నిఖిల్ చెప్పాడు. "దానికి మీ వాహనం ఎంత దూరంలోకి వెళ్ళి వుంటుంది అనుకుంటున్నావు?"

"దాదాపు ముప్ఫైవేల మైళ్ళు."

"అప్పుడు నువ్వేం చేస్తున్నావు?"

"ఆ సమయానికి మేమేమీ ప్రమాదాన్ని వూహించలేదు. విశ్రాంతిగా కూర్చుని మ్యూజిక్ వింటున్నాను."

యశ్వంత్ కుర్చీలో నిటారుగా అయ్యాడు.

"మ్యూజిక్ వింటున్నావా?"

ఆ ప్రశ్న ఎందుకు రెట్టిస్తున్నాడో అర్థంకాక నిఖిల్ "అవును వింటున్నాను. ఏం?"" అన్నాడు.

యశ్వంత్ చప్పున కుర్చీలోంచి లేచి "మనం ఆ పైలెట్ దగ్గిరకి వెళ్ళాలి." అని మిగతావారి కోసం చూడకుండా గది బైటకు నడిచాడు. నిఖిల్ అతడిని అనుసరించాడు. వాళ్ళు వెళ్ళేసరికి రోగి పరిస్థితి ఘోరంగా వుంది. పిచ్చికుక్క కరిచి హైడ్రోఫోబియా వచ్చినవాడిలా ఊగిపోతున్నాడు. మనుష్యుల్ని చూసి ముడుచుకుపోతున్నాడు. "ఏం జరుగుతుంది" యశ్వంత్ ప్రశ్నకు సమాధానం ఇస్తూ "అదే తెలియడం లేదు. స్కానింగ్ చేస్తేకాని చెప్పలేం" అన్నాడు డాక్టర్.

"ఆల్ట్రాసోనిక్ శబ్దాన్ని ప్రసారం చేస్తూ షాక్ ట్రీట్‌మెంట్ ఇవ్వడం వల్ల రోగికి ఈ పరిస్థితుల్లో ప్రమాదం వుందంటారా?"

"అదేం ట్రీట్‌మెంట్?"

"నా కెందుకో అలా చేస్తే అతడు మామూలుగా అవుతాడనిపిస్తుంది డాక్టర్! ప్రమాదం లేదని మీరు హామీ ఇస్తే అలా చేసి చూద్దాం." డాక్టర్ అయిష్టంగానే దానికి ఒప్పుకున్నాడు. రోగి కణతలకి ట్రీట్‌మెంట్ ఇవ్వబడింది.

అయిదు నిమిషాలు తరువాత ఆ పైలెట్ కళ్ళు విప్పి బలహీనస్వరంతో, "నేనెక్కడున్నాను?" అన్నాడు. చుట్టూ వున్న వాళ్ళ ముఖాలు వికసించాయి.

డాక్టర్ యశ్వంత్ దగ్గరకొచ్చి "కంగ్రాట్యులేషన్స్. ఎలా తట్టింది మీకు?" అన్నాడు. యశ్వంత్ మాట్లాడకుండా నిఖిల్‌తో కలిసి బయటకు నడిచాడు.

డాక్టర్లు మిగతా పరీక్షలకోసం ఆ పైలెట్ చుట్టూ మూగారు. నిఖిల్ యశ్వంత్ NSRI వైపు వెళుతున్నారు. "నువ్వు ఆ సమయంలో మ్యూజిక్ వింటూ వుండడమే, నిన్నూ, వాహనాన్నీ రక్షించింది నిఖిల్" అన్నాడు యశ్వంత్. నిఖిల్ అతడివైపు ఆశ్చర్యంగా చూశాడు. యశ్వంత్ గాఢమైన ఆలోచనలో వున్నట్టు మాట్లాడసాగాడు.

"ఆ పళ్ళెంలో వున్న మాయాస్- మనుష్యులకన్నా ఎన్నోరెట్లు తెలివైనవాళ్ళు, సాంకేతికంగా అభివృద్ధి చెందినవాళ్ళు అయివుండాలి. ఆ గ్రహాంతర వాసులు మిమ్మల్ని మీ వాహనంతోసహా తమ లోకానికి తీసుకెళ్ళటానికో, లేక పూర్తిగా మిమ్మల్ని నాశనం చేయటానికో ప్రయత్నించారు. అయితే దానికి వాళ్ళు తమ శక్తి ఉపయోగించకుండా, టెలీపతి ద్వారా మిమ్మల్ని కంట్రోల్ చేశారు."

"టెలీపతీ?"

"అవును. అంతకన్నా వేరే పదం దొరకడం లేదు నాకు."

"కానీ కంప్యూటర్ కూడా తప్పు చెప్పింది."

"....అందుకే అంతకన్నా పెద్ద పదం దొరకడం లేదన్నాను. మనకు తెలిసిన విజ్ఞానం చాలా తక్కువ నిఖిల్. నువ్వు వాళ్ళ శబ్దతరంగాలకి అతీతంగా మ్యూజిక్ వింటూ వుండటమే నిన్ను ఆ భ్రమలో పడకుండా రక్షించింది. ఇదంతా నేను ఊహిస్తున్నదే సుమా. నా లాజిక్ తప్పు అయిుండవచ్చు. ఆ గ్రహాంతరవాసులు మిమ్మల్ని ఎంత మాయలో పెట్టారంటే చివరికి మీకు భూమి సూర్యుడు లాగానూ, వాళ్ళ వాహనం భూమి లాగానూ కన్పించింది. నువ్వు మూర్ఖంగా సూర్యుడివైపు వెళ్ళిపోతున్నానన్న భ్రమలో రాయ్- మిమ్మల్ని వదిలి శూన్యంలోకి వెళ్ళిపోయాడు."

"కాని కంప్యూటర్..." అనుమానం తీరనట్టు అన్నాడు.

"వంద సంవత్సరాల క్రితం మనిషి టెలీపతిని నమ్మేవాడు కాదు నిఖిల్. రీజనింగ్ లేకుండా ఏదీవుండదు. సైన్స్ పురోగమించేకొద్దీ శబ్ద ప్రకంపనాలు మనిషిమీద ఏ విధమైన ప్రభావం చూపిస్తాయో తెలుసుకుంటూ వచ్చాం. దివ్యదృష్టి, అవతలి మనిషిని మనం కంట్రోల్‌లోకి తెచ్చుకునే టెలీపతి, ఇవన్నీ ఇంకా మనకి అంతుబట్టడంలేదు కానీ ఆ 'మాయాస్' మనకన్నా సాంకేతికంగా

ముందుకెళ్ళి మన కంప్యూటర్‌ని కూడా తమ ప్రభావంలోకి తీసుకున్నారు. అలాంటి వాళ్ళతో మనం త్వరలో యుద్ధం చేయబోతున్నాం."

అప్పటివరకూ ఆసక్తిగా వింటున్న నిఖిల్ ఈ చివరి మాటకు ఉలిక్కిపడి "యుద్ధమా?" అన్నాడు.

"వాళ్ళు కావాలనుకుంటే మీముగ్గురితో స్నేహసంబంధాలు ఏర్పర్చుకోవచ్చు. మీరు అంతరిక్షంలో తిరుగుతున్నారని వాళ్ళకి తెలుసు. నా ఊహ నిజమైతే మీ పేర్లు, మీరు మాట్లాడుకునే భాషతో సహా వాళ్ళకి ఈ పాటికి అర్థమయి వుండాలి. అయినా ఎందుకు మిమ్మల్ని మోసం చేశారు? అంత ఆధునిక విజ్ఞానం వున్నవాళ్ళు కావాలనుకుంటే తమ వాహనాన్ని మీకు దగ్గరగా తీసుకొచ్చి సంధానం చేయవచ్చుగా. నాకెందుకో ఆ 'మాయాస్' చాలా ప్రమాదకరమైన వాళ్ళుగా తోస్తున్నారు."

అతడి మాటలు పూర్తికాలేదు. తలుపు ఢఢాలున తోసుకుంది. వాయుపుత్ర గుమ్మం దగ్గర నిలబడి వున్నాడు. అతడి చేతిలో కంప్యూటర్ అందించిన కాగితం వుంది. అయితే అతడి మొహంలో డీ-కోడ్ చేసిన ఆనందం కనబడటంలేదు. భయం కొట్టొచ్చినట్టు కపబడుతోంది.

వాయుపుత్ర చేయి వణుకుతున్నట్టు కదులుతూంది.

"ప్లానెట్ ఆల్ఫా * వాసులు తమకు కావల్సిన శక్తిని సూర్యుడి * నుంచి పొందదల్చుకుని, ఆ విషయమై ఇంటర్ ప్లానెటరీ సొసైటీకి * కి నివేదిక పంపారు. సూర్యుడిమీద ఆధారపడిన జీవరాసులు ఏమీ లేవని ఈ నివేదిక సారాంశం. ఈ చర్య ఎవరికైనా ఏ విధమైన నష్టమైనా కల్గిస్తుందని భావించే పక్షాన ఆ విషయాన్ని ఇంటర్ ప్లానెటరీ సొసైటీకి తెలియపర్చగలరు-"

యశ్వంత్ దానివైపే చూస్తూ చాలాసేపు వుండిపోయాడు.

వివిధ దేశాల్లో శాస్త్రజ్ఞులు తమ తమ విభిన్న పద్ధతుల ద్వారా ఈ వార్త యొక్క సత్యాసత్యాలను, వాయుపుత్ర అనుసరించిన పద్ధతినే పరీక్షిస్తున్నారు.

యశ్వంత్ వీటి గురించి పట్టించుకోలేదు. వాయుపుత్ర ఇచ్చిన వార్త కరక్టే అని అతను నమ్ముతున్నాడు. నిఖిల్‌కి కనిపించింది గాలి పళ్ళెమే అని అతడి అనుమానం.

అతడు ఒక్కొక్క విషయమే సమీకరించుకుంటూ వచ్చారు.

1. వారికి భూమ్మీద జీవరాశి వుందని తెలుసు.

2. ఆ జీవరాశిలో 'మనుష్యులు' అనే ప్రాణి తాలూకు భాష కూడా వారికి తెలుసు. ఈ ప్రాణికోటి అంతా సూర్యుడిమీద ఆధారపడి వుందని వారికి తెలుసు.

అయినా కూడా సూర్యుడినే వారు ఎన్నుకొన్నారు. ఈ గాలక్సీలో కొన్ని కోట్ల నక్షత్రాలున్నాయి. అయినా వాటిని వదిలేసి సూర్యుడు కోసమే వారు వచ్చారు.

3. మన గాలక్సీలోనో, లేక ఇతర గాలక్సీలోనో కొన్ని కోట్ల కోట్ల మైళ్ళ అవతల ఆల్ఫా గ్రహంమీద వున్నట్టే, మరి కొన్ని గ్రహాలమీద ప్రాణికోటి వుంది. అక్కడ 'మాయాస్' మన కన్నా కొన్ని వందల రెట్లు అధికమైన తెలివైన వాళ్ళు సాంకేతికంగా ముందున్నవారు. మనకి చిన్న చిన్న దేశాలు, వాటికి ఐక్యరాజ్య సమితి ఎలా వున్నాయో, అక్కడ వేర్వేరు గ్రహాల వారందరికీ కలిపి ఒక ఇంటర్ ప్లానెటరీ సొసైటీ వుంది. విశ్వంలో ఇతర గాలక్సీల్లో వున్న ప్రాణులకూ, ఈ సొసైటీకి సంబంధాలు వుండి వుండవచ్చు. మనం విమానాల్లో ఒక దేశంనుంచి మరొక దేశానికి ప్రయాణం చేస్తున్నట్టే, వారు గ్రహాంతర యానం చేస్తూ వుండవచ్చు. వీరిలో ఆల్ఫాగ్రహం మీద వున్న ప్రాణులకు ఎనర్జి అవసరం వచ్చి, గాలక్సీలో ఒక మూలగా వున్న సూర్యుడిని ఎన్నుకొని దాన్నించి శక్తిని అధునాతమైన పరికరాల ద్వారా లాక్కుంటున్నారు.

ఇక్కడివరకూ అర్థమైన విషయాలు ఇక అర్థంకానివి కొన్ని వున్నాయి.

1. సూర్యుడి శక్తిని కూడా కొన్ని క్షణాలపాటు నిర్వీర్యం చేయగలిగేటంతటి అధునాతనమైన పరికరాలున్న ఆల్ఫా గ్రహవాసులు, ఇంకొక నక్షత్రాన్నీ, గ్రహాన్ని ఎన్నుకోకుండా, సూర్యుడునే ఎందుకు ఎన్నుకున్నారు? మనం రోడ్డుమీద నడుస్తూ వుంటే చీమల్లాంటి చిన్న చిన్ని ప్రాణులు ఎన్నో కాళ్ళక్రింద పడిచస్తూవున్నా వాటిని మనం పట్టించుకోము. అలాగే ఆ గ్రహాంతరవాసుల దృష్టిలో మనం చీమలకన్నా అల్పులమైన ప్రాణులమా? మన గురించి పట్టించుకునే అవసరం లేదనుకున్నారా?
2. రాయ్, ఆ రెండో పైలెట్- ఈ ఇరువురునీ టెలీపతి ద్వారా భ్రమింపచేసింది ఆ ఎగిరే పళ్ళెంలోని మాయసేనా? అదే జరిగిన పక్షంలో వారెందుకు ఆ పని చేశారు? కేవలం ఆనందం కోసమా? లేక భూలోకవాసుల మీద యుద్ధం ప్రకటించదల్చుకున్నారా?
3. సూర్యశక్తిని ఆ మాయాస్ తమతోపాటూ తీసుకువెళ్తూ వుంటే ఎంతకాలానికి సూర్యుడు నిర్వీర్యమైపోతాడు?
4. ఈ గ్రహాంతర వాసులు ఉపయోగించే పరికరాలవల్ల సూర్యుడు అస్థిర తార (Variable Star) గా మారే ప్రమాదం వెంటనే వుందా? నోవా-సూపర్ నోవా స్థాయికి చేరుకుని అది బ్రహ్మాండమైన విస్ఫోటనతో

పేలిపోతుందా? అలా పేలిపోని పక్షంలో సకల జీవాలకూ ఈ హెచ్చరిక ఎందుకు?

5. పరీక్ష కోసం వెళ్ళిన నిఖిల్‌కీ, మిగతా వారికి కనిపించింది నిజంగా గాలి పళ్ళెమేనా? అది ఆల్ఫా గ్రహవాసులదేనా? వారు అంతదూరం నుంచే కంప్యూటర్‌ని కూడా ఎలా 'మాయ'లో పడేయగలిగారు? మన సాంకేతిక జ్ఞానమంతా వారు అద్దంలో చూసినట్టు చూడగల్గుతున్నారా?

వాయుపుత్ర ఈ వార్త కనుక్కున్న రెండు గంటలకి వివిధ దేశాల మధ్య శాస్త్రజ్ఞుల సమావేశం హాట్‌లైన్ ఛానెల్‌లో జరిగింది. దాదాపు అరవైమంది ప్రముఖులు తమ తమ దేశాల్నుంచే ఈ సమావేశంలో పాల్గొన్నారు.

మాయాస్ అనబడే ఈ గ్రహాంతరవాసులు సూర్యశక్తిని వినియోగించటం అప్పటికే ప్రారంభమయింది. ఆ విషయం, అంతరిక్ష నగర విధ్వంసకాండ ద్వారా అర్థమైంది. అంతరిక్ష నగరం సూర్యుడితోపాటే పరిభ్రమిస్తూ వుంటుంది కాబట్టి, ఇక వేరే సూర్యశక్తిని నిలువ చేసుకునే ఏర్పాట్లు ఏమీ చేసుకోలేదు. సూర్యకాంతిని నిరోధించటం అన్న ఆపద ఎవరూ వూహించలేదు.

ఆల్ఫా గ్రహవాసులు ఇదంతా తెలిసి చేస్తున్నారో తెలియక చేస్తున్నారో తెలీదు.

చివరికి శాస్త్రజ్ఞులు ఒక నిర్ణయానికి వచ్చారు.

ఆ ఎగిరే గాలిపళ్ళెం మకాం వేసిన దిశగా ఒక వాహనాన్నిపంపి, దాని ఉనికి నిర్ధారణగా తెలుసుకోవటం. వీలైతే దానిలోకి ప్రవేశించి, మాయాస్‌తో కమ్యూనికేషన్ ఏర్పరచుకోవటం. వారికి ఈ భూమి గురించి చెప్పి, సూర్యుడి నుంచి వారిని తొలగిపొమ్మని చెప్పటం... ఇదీ ఆ నిర్ణయం.

యశ్వంత్‌కి ఈ ఆలోచన నచ్చలేదు.

మాయాస్‌కి భూమి గురించి, భూమిమీద జీవరాసుల గురించి బాగా తెలుసనే అతడి నమ్మకం. వారిని బ్రతిమాలటం, ప్రాధేయపడటం అనవసరం. ఏదైనా చేయల్గితే, ఇంటర్‌ప్లానెట్ సొసైటీకి ఫిర్యాదు చేయగలగటమే మంచిపని. కానీ కొన్ని కోట్ల కోట్ల మైళ్ళ దూరంలోవున్న ఆ సొసైటీకి ఏ విధంగా తమ దయనీయమైన స్థితి గురించి చెప్పగలుగుతారు? తాము పంపే (ధ్వని) తరంగాలు ఏ రకంగా వారిని చేరుకుంటాయి? వారు ఏ రకంగా దీనికి స్పందిస్తారు?

అతడు తన భావాల్ని బయటకు చెప్పలేదు.

ఇరవై నాలుగ్గంటల్లోగా భూమిమీద నుంచి ఒక అంతరిక్షనౌక బయల్దేరే ఏర్పాట్లు జరిగాయి. ఆ నౌక ముందు అంతరిక్ష నగరంవైపు వెళ్తుంది. అక్కడ జరిగిన విధ్వంసకాండ పరిశీలిస్తుంది. అక్కడినుంచే ఆ గాలి పళ్ళెంలో వున్న మాయాస్‌తో సంబంధాలు పెట్టుకోవటానికి ప్రయత్నం చేస్తుంది. ఇది వీలుకాని పక్షంలో డైరెక్టుగా ఆ 'పళ్ళెం' దగ్గరకు వెళ్తుంది.

ఈ అంతరిక్ష నౌకలో ముగ్గురు వెళ్తారు.

అందులో యశ్వంత్ ఒకరు.

మొత్తం వెళ్ళి రావటానికి పదిహేను రోజులు పడుతుంది.

ఈ విధంగా నిర్ణయం జరిగాక, చకచకా ఏర్పాట్లు ప్రారంభమయ్యాయి.

ఆ మరుసటి రోజు అనుకున్న విధంగా నౌక బయల్దేరి అంతరిక్ష నగరంవేపు సాగిపోయింది.

6

అనూహ్య మనస్థితి అల్లకల్లోలంగా వుంది. ఒకవేపు వాయుపుత్ర కనుక్కున్న విషయానికీ, ఆ విషయాన్ని డీ-కోడ్ చేయటంలో అతడు చూపించిన తెలివితేటలకీ అతడికి పత్రికలు బ్రహ్మరథం పడుతున్నాయి. రాబోయే ప్రమాదం గురించి సామాన్య ప్రజలు పెద్దగా పట్టించుకోలేదు. దానికన్నా ఎక్కువగా, గ్రహాంతర వాసులున్నారన్న విషయం, ఎగిరే గాలిపళ్ళెం కనపడిందన్న విషయాలకే ఎక్కువ ప్రాముఖ్యత లభించింది.

కాస్త శాస్త్ర పరిజ్ఞానం వున్నవారు కూడా, సూర్యశక్తి కొల్లగొట్టబడే విషయానికి అంత విలువ ఇవ్వలేదు. అయిదు వందల కోట్ల సంవత్సరాలకి సరిపోయే శక్తి సూర్యుడివద్ద వుంది. అందులో కాస్త ఎవరో తీసుకుంటే వచ్చే నష్టంలేదు.

ఈ విధంగా సాగినాయి వారి ఆలోచనలు. కేవలం పై లెవల్లోవున్న కొంతమందికి మాత్రమే ఏదో ప్రమాదం పొంచివున్నదన్న అనుమానం కలుగుతూంది.

ఆరోజు వాయుపుత్రకి అభినందన సభ జరిగింది. అనూహ్య మొదటి వరుసలో కూర్చుంది. ఎవరికీ కనిపించని విధంగా ఆమెకి కన్నుకొట్టి అతడు తన ఉపన్యాసం మొదలుపెట్టాడు.

చాలా అద్భుతమైన ఉపన్యాసం అది. అనూహ్య ముందుకు వంగి శ్రద్ధగా వింటూంది. ఆమెకి ఆశ్చర్యంగా వుంది. తన దగ్గర అంత అల్లరి చేసే శాస్త్రజ్ఞుడేనా ఇతడు అన్నంత గొప్పగా ఇస్తున్నాడా ఉపన్యాసం. ఏ విధమైన సంకేతాన్నైనా మాథ్‌మాటిక్స్‌లోకి ఎలా అనువదించవచ్చో అతడు వివరిస్తున్నాడు.

"ఐసోటోప్-5 ద్వారా ఈ విషయాన్ని కనుక్కోవచ్చునే సంగతి నాకు సూచించిన వ్యక్తి ఒకరున్నారు. అతడి పేరు.... యశ్వంత్."

వింటూన్న అనూహ్య ఉలిక్కిపడింది.

యశ్వంత్ .... యశ్వంత్.....యశ్వంత్.....

వాయుపుత్ర చెప్పుకుపోతున్నాడు. "యశ్వంత్ అనే ఆస్ట్రోఫిజిసిస్ట్ నాకీ సూచన ఇవ్వకపోయివుంటే నేనెప్పటికీ ఈ విషయాన్ని కనుక్కోగలిగి వుండేవాణ్ణి కాదు. సూర్యశక్తి, మాయాస్, విచ్ఛిన్నం... లాటి పదాల్ని ఈ సంకేతాల్లో ఇమడ్చమని చెప్పింది కూడా అతడే. ఈ ఖ్యాతి అంతా అతడికే దక్కాలి. ఇప్పుడతను ఇక్కడలేడు. మాయాస్ విషయం కనుక్కోవటానికి మనకి కొన్ని లక్షల మైళ్ళ దూరంలో అంతరిక్ష నగరంవైపు ప్రయాణం చేస్తున్నాడు...."

ఆమె వినటంలేదు. నిర్మలమైన సాగరంలో తుఫాను చెలరేగినట్టుంది ఆమె మనసు. యశ్వంత్ ఇక్కడికి వచ్చాడు! వాయుపుత్రా అతడూ మాట్లాడుకున్నారు!!

నాల్గు రోజుల క్రితం సంఘటన ఆమె మనసులో తళుక్కున మెరిసింది. వాయుపుత్ర గుండెనొప్పి నాటకంతో పడిపోయినప్పుడు తను అతడి మీదకు వంగింది. అప్పుడో వ్యక్తి గుమ్మం దగ్గరకు రాగానే తను కంప్యూటర్ వెనక్కు పరుగెత్తింది. ఆ వ్యక్తి వాయుపుత్రని సున్నితంగా మందలించాడు.

ఆ కంఠం...

యశ్వంత్‌ది!!

అవును. ఇప్పుడు బాగా గుర్తొస్తుంది. యశ్వంతే!

అతడు తనని చూశాడా?

ఆమె మనసు వికలమైంది. ఎవరినైతే మర్చిపోదామని ఆమె శతవిధాలా ప్రయత్నం చేస్తుందో, ఎవరినైతే కలుసుకోకూడదని ఒకవేపు, కలుసుకోవాలని మరొకవైపు పరస్పర విరుద్ధ భావాలతో ఆమె ఇంతకాలం కొట్టుమిట్టులాడిందో అతడు తన సామీప్యానికి వచ్చాడు. వచ్చి వెళ్ళిపోయాడు.

ఆమెకి మానసిక శాస్త్ర నిపుణుడు చెప్పిన మాటలు గుర్తొచ్చినయ్. తనను తాను కూడగట్టుకోవాలి.

ఆమె అక్కణ్ణుంచి లేచిపోయింది. ఉత్సాహంగా ఉపన్యసిస్తూన్న వాయుపుత్ర ఆమె అలా లేచిపోవటంతో అవాక్కయి చూశాడు. ఆమె ప్రవర్తన అతడికి అర్థంకాలేదు. క్షణంపాటు ఉపన్యాసం ఆపి తిరిగి కొనసాగించాడు.

సరిగ్గా ఇక్కడ ఇది జరుగుతున్న సమయానికి, అక్కడ గ్రౌండ్‌బేస్‌లో నిపుణులు ఆందోళనగా అటూ ఇటూ తిరుగుతున్నారు. అంతరిక్ష నగరం వైపు వెళ్తున్న నౌకలో, ఎవరో ద్రోహం చేసినట్టు ప్రమాదం జరిగింది.

అంతలో కంప్యూటర్ హెచ్చరిక వినిపించింది. "అయిదు నిముషాల్లో రాకెట్ పేలిపోతూంది. వెకేట్... వెకేట్ వెకేట్ వెకేట్..." అన్న పదాల మీద లైట్ వెలుగుతూంది.

యశ్వంత్‌కి మతిపోయింది. అంతరిక్షంలో ...శూన్యంలో –ఖాళీ చేయమంటే ఎక్కడికని వెళ్ళటం– అసలేం జరిగింది? భార రహిత స్థితిలో వున్న శరీరాలు అంత వేగంగా అటూ ఇటూ ఎలా వెళ్ళినయ్? అడుగు భాగాన ఉన్న కృత్రిమ ఆకర్షణ గోడలకీ పై కప్పుకీ అంతవేగంగా ఎలా పాకింది? ఆలోచించడానికి వ్యవధి లేదు.

రాకెట్ నుంచి బయటపడాలి. పడీ?

... అతడికి రాయ్ గుర్తొచ్చాడు. అతడిలా శూన్యంలో కొంతకాలం పరిభ్రమించి, ప్రాణవాయువుని అంతరిక్షంలో కలిపేసుకోవాలా? అంతకన్నా వేరేమార్గంలేదు. రాకెట్‌లో పేలిపోవటం మంచిదా? అంతరిక్షంలో తిరుగుతూ, భూమినీ చందమామనీ నక్షత్రాల్నీ చూస్తూ నెమ్మదిగా ప్రాణాలు వదలటం మంచిదా? ఏదో ఒకటి నిర్ణయించుకోవాలి?

రెండోదే మంచిదన్న నిర్ణయానికి వచ్చాడు అతడు. గ్రౌండ్ కంట్రోల్‌కి ఫోన్‌చేసి, "రాకెట్‌ని వదిలేస్తున్నాను" అని చెప్పాడు. చంద్రుడి పక్కనుంచి వెళ్తోంది.

భూమినుంచి ఇంజనీర్ స్వరం భారంగా వినిపించింది. 'వియ్ ఆర్ సారీ'

"ఇట్సాల్ రైట్'–"

కంప్యూటర్ మీద ఎర్ర అక్షరాలు... వెకేట్ – వెకేట్–వెకేట్ ... అతడు ఎయిర్ లాక్ రిలీజ్ చేశాడు.

భూమ్మీద కొన్ని కోట్ల మంది టీ.వీ.ల్లో తన మరణాన్ని చూస్తూ వుంటారని అతడికి తెలుసు.

అనూహ్య కూడా చూస్తూ వుంటుందా?

అతడు లేచాడు.

* * *

మరణాన్ని ముందుగా తెలుసుకున్న వాళ్ళు కొద్దిమందే వుంటారు. వాళ్ళు యోగులైనా కావచ్చు. ఉరిశిక్ష పడిన ఖైదీలైనా కావచ్చు. ఇప్పుడా లిస్టులోకి రోదసీ యాత్రికులు కూడా చేరారు. ఉరిశిక్ష పడిన వారికైనా చివరి క్షణంలో రాష్ట్రపతి నుంచి క్షమాభిక్ష లభించవచ్చునేమోగానీ, భూమికి లక్షమైళ్ళ దూరంలో రాకెట్ పేలిపోతే ఏ శక్తి రక్షించగలదు?

కంప్యూటర్‌లో కౌంట్ డౌన్ ప్రారంభమయింది. 275 సెకన్లు. దాదాపు నాలుగున్నర నిమిషాలు.

అతడికి భయం వెయ్యలేదు. ఒక రకమైన స్తబ్ధత ఆవరించింది. ఎలాగూ మరణం ఖాయమని తెలిసినప్పుడు భయం వెయ్యదు. అంతకన్నా అతీతమైన భావం ఏదో కలుగుతుంది.

ఈ లోపులో లాంచ్ కంట్రోలర్ స్వరం వినిపించింది. "హలో...హలో."

యశ్వంత్ 'హలో' అని జవాబిచ్చాడు. రాకెట్ పేలిపోవటానికి ఇంకా 240 సెకన్లు వుంది.

"... సారీ యశ్వంత్."

"ఆ మాట నిముషం క్రితం చెప్పినట్టు గుర్తు."

"మేము ...ఐమీన్... నీకేమయినా కావాలంటే–"

యశ్వంత్ నవ్వి, "ఉరికి ముందు కూడా ఇలా ఆఖరి కోరిక అడుగుతారు" అన్నాడు.

"ఎగతాళి వద్దు మిస్టర్ యశ్వంత్–"

"నా కొకటే కోరిక."

"ఏమిటి?"

"ఉన్నట్టుండి ఈ అంతరిక్ష నౌక ఎందుకిలా అయింది? ఆ విషయం ఒక్కటే తెలుసుకోవాలనుకుంటున్నాను.'

'సారీ యశ్వంత్. మేము ఇంకా చూస్తునే వున్నాము. కారణం దొరకలేదు' అని ఆగి– "నువ్వెవరితోనైనా మాట్లాడదల్చుకుంటే కనెక్షన్ ఇస్తాను" అన్నాడు.

"నా చివరి క్షణాల్లో అంత ఆఖరిసారి మాట్లాడాలనుకునే వాళ్ళు నా జీవితంలో ఎవరూ లేరు–" అనుకున్నాడు మనసులో. కానీ అంతలోనే మనసులో ఒక ఆలోచన తళుక్కున మెరిసింది.

అనూహ్య!

తన ఒకప్పటి భార్య! ఇప్పటికీ తన ఆలోచనల్లో సజీవంగా నిలిచిపోయిన మూర్తి! చివరిసారి ఆమెతో మాట్లాడగల్గితే...

అతడింకా పునరాలోచించలేదు. ఆలోచించటానికి సమయం కూడా ఎక్కువలేదు. 200 సెకన్లు కౌంట్ చూపిస్తూంది.

"అనూహ్య అని బయోకెమిస్ట్ వుండాలి. ఆమె ఎక్కడుందో నాకు తెలీదు. వీలైతే..ఆమెతో మాట్లాడగల్గితే...." అర్థోక్తిగా ఆపుచేశాడు- ఆనందంగా మరణిస్తాను- అన్న మాటలు పూర్తిచేయకుండా.

"సైన్స్ సిటీలోగానీ ఆమె వున్న పక్షంలో నీ కోరిక నెరవేరే ఛాన్స్ వుంది యశ్వంత్." కంట్రోలర్ చేతులు వేగంగా టెర్మినల్స్‌ని వెతికినయ్. రెండు సెకన్లలో "అనూహ్య-బయోకెమిస్ట్" అన్న పదాలు వెలుగులోకి వచ్చాయి.

అనూహ్య ఫోన్ తీసుకుని "హల్లో" అంది. ఇట్నుంచి లాంచ్ కంట్రోలర్ స్వరం వినిపించింది- చాలా తక్కువ వాక్యాల్లో, సమయం వృథాపర్చకుండా "మిస్ అనూహ్య! అంతరిక్ష నౌకనుంచి యశ్వంత్ అనే వ్యోమగామి మీతో మాట్లాడాలనుకుంటున్నారు. నౌక పేలిపోవటానికి మూడు నిమిషాల వ్యవధి వుంది. క్విక్-" అని చివర్లో "2 సెకన్ల కాలపు దూరాన్ని గుర్తుంచుకోండి" అని పూర్తిచేశాడు.

(భూమినుంచి బయల్దేరిన ధ్వని తరంగాలు అంతరిక్ష నౌకని చేరుకోవటానికి రెండు సెకన్ల కాలం పడుతుంది. అంధువల్ల ఇక్కడినుంచి ఎవరైనా అక్కడున్న వారితో మాట్లాడాలంటే ఈ వ్యవధి ఇస్తూ జవాబు ఆశించాలి.)

తను వింటున్నది అనూహ్యకి క్షణంపాటు అర్థంకాలేదు. యశ్వంత్ పేరు వినగానే ఆమె మనసంతా ఐస్‌లో పెట్టినట్టు అయిపోయింది. అప్పుడే ఆమె వాయుపుత్ర ఉపన్యాసం వింటూ, అందులో యశ్వంత్ ప్రసక్తి రావడంతో మనసు వికలమై మధ్యలో లేచి వచ్చింది. మీటింగ్ హాల్‌నుంచి రాగానే ఈ వార్త... ఆమె ఫోన్ అందుకోబోతూ వుంటే పక్కనున్న వేదప్రియ, "అంతరిక్షంలోకి బయలుదేరిన నౌక ప్రమాదంలో ఇరుక్కుంది. జెట్టీసన్ జరుగుతూంది" అని చెప్పింది, (నౌకతో పాటు పేలిపోవటం ఇష్టంలేని వ్యోమగాములు అంతరిక్షంలోకి దిగి, అక్కడ మరణించడాన్ని జెట్టీసన్ అంటారు) ఆమె 'పాపం' అనుకుంది. అంతలోనే ఈ వార్త... యశ్వంతే ఆ వ్యోమగామి అని. షాక్....

ఒకేసారి రెండు వార్తలు...

ఇన్నేళ్ళ తరువాత అతడి కంఠం.

అది వినబడిన సంభ్రమంలో ఆ కంఠం మరో మూడు నిముషాల్లో శాశ్వతంగా మూగపోతుందన్న నిజం...!!!

ఆమె ఉక్కిరి బిక్కిరి అవుతూంది కానీ ఆ ఫీలింగ్స్ అన్నీ తీరిగ్గా అనుభవించటానికి కూడా వీల్లేనంత వత్తిడి... సమయం అసల్లేదు.

"హల్లో" అంది వణుకుతూన్న కంఠంతో.

అన్నేళ్ళ తరువాత వికసించిన ఆమె కంఠం అతడిని ఆనందంలో ముంచెత్తింది. "అనూహ్యా..." అన్నాడు. "నాకింకా అదృష్టం ఏమూలో మిగిలి వుందన్నమాట. లేకపోతే ఇంత కొద్ది సమయంలో నువ్వు దొరకటం ఏమిటి చెప్పు- ఇన్ని సంవత్సరాలు వెదికితే లేనిది..." అతడి స్వరంలో మార్పొచ్చింది. "...అనూహ్యా! నేను నీకు ఇంతకీ గుర్తున్నానా!"

ఆమె గొంతులో ఏదో అడ్డుపడినట్టు అయింది. "య...యశ్వంత్" అంది రుద్ధకంఠంతో, ఆ ఒక్క పదం చాలు. అతడికి అర్థం అయింది. సన్నని నిట్టూర్పు.

"మనం విడిపోయేటప్పటికి నువ్వు చిన్నపిల్లవి. ఇప్పుడు ఎలా వున్నావ్ అనూహ్యా నువ్వు? నేనంటే భయం పోయిందా?"

...ఆమెకి ఏడుపొస్తూంది.

"మాట్లాడు అనూహ్యా! నేను మరణ ద్వారంలోకి అడుగు పెట్టటానికి ఇంకా రెండు నిమిషాలు మాత్రమే వుంది. ఒక్క ప్రశ్న అడుగుతాను సూటిగా సమాధానం చెప్పు. మనం విడిపోయాక- ఇన్ని సంవత్సరాల్లో ఒక్కసారైనా నేను గుర్తొచ్చానా?"

అయ్యో? నీకెలా చెప్పి నిన్ను నమ్మించను? నీ తాలూకు ఆలోచన్లనుంచి బయటపడలేక చివరికి మానసిక శాస్త్ర నిపుణుడి దగ్గిర క్కూడా వెళ్ళానని.. చివరి క్షణాల్లో ఎలా అదంతా వర్ణించను? దుఃఖాన్ని ఆపుకుని ఆమె అంది-

"యశ్వంత్? నువ్వు బ్రతుకుతావు యశ్వంత్! నా కెందుకో నమ్మకం కలుగుతోంది. నా మనసు చెపుతోంది యశ్వంత్..."

అట్నుంచి నవ్వు! నీకింకా చిన్నతనం పోలేదు అనూహ్యా.... అన్నట్టు.

కంప్యూటర్ 100 సెకన్లు చూపిస్తూంది. నౌకను వదిలెయ్యటానికి పూర్తిగా రెండు నిముషాలు కూడా లేదు సమయం.

"ఇన్ని సంవత్సరాలూ నేను నీ గురించే ఆలోచిస్తున్నాను అనూహ్యా నమ్ము. ఇది చెబుదామనే ఈ ఆఖరి క్షణాల్లో నీ కోసం ప్రయత్నించాను. అదృష్టవశాత్తు నువ్వు దొరికావు. దేవుడికి దగ్గరగా రోదసీలో వున్నాను. రోదసీలో

మరణించబోతున్నాను. రేపు దేవుడి దగ్గరకు వెళ్ళాక ఒక్కటే వరం అడుగుతాను. వచ్చే జన్మలో మనిద్దరి మధ్యా వయసు వ్యత్యాసం కాస్త తగ్గించమని. అతగాడు దానికి ఒప్పుకున్న పక్షంలో ... అనూహ్యా... కెన్ యు లవ్ మి?"

కెన్ యు లవ్ మి?

కెన్ యు లవ్ మి?

లక్షమైళ్ళ పైగా దూరంనుంచి తన మాజీ భర్త అడుగుతున్నాడు. నువ్వు నన్ను ప్రేమిస్తున్నావా? అని. మరణానికి మరో నిమిషం వుందనగా అతను ప్రశ్నిస్తున్నాడు– నేను నీకు ఒకసారి అయినా జ్ఞాపకం వచ్చానా? అని. ఇక్కడ ఆమె స్థితికాదు ముఖ్యం. అతడు ప్రశ్న అడిగిన పరిస్థితి.... ఆమె మరింకేం ఆలోచించలేదు. వాయుపుత్ర గురించిగానీ, సైకియాట్రిస్టు చెప్పినదాని గురించీగానీ ఆలోచించలేదు. వాస్తవంకన్నా ఎమోషన్ గొప్పది!

ఆమె చేతిలో ఫోన్ వణుకుతూంది. నీళ్ళు నిండిన కళ్ళతో ఆమె చెంపలు తడిశాయి. "ఐ లవ్యూ యశ్వంత్.." అంది కంపించే కంఠంతో ఆవేశంగా! "....అంతేకాదు యశ్వంత్... మనం విడిపోయిన రోజునుంచి నువ్వు గుర్తురాని రోజులేదు. నిజం...."

ఆ మాటలకి భారరహిత స్థితి అతడి మనసుకి కూడా సోకింది. ఆనందంతో అది తేలిపోతూ వుండగా, "థాంక్యూ అనూహ్యా,... థాం..." అంటూంటే ఫోన్ కట్ అయింది. తన చివరి ఆనందం కూడా ఆ విధంగా చివరవరకూ వెల్లడి చేయనివ్వకుండా మధ్యలో అంతరాయం కలిగించిన వారిమీద అతడికి అంతులేని కోపం వచ్చింది. కోపంగా ఏదో అనబోతూ వుంటే లాంచ్ కంట్రోలర్ లైన్‌లోకి వచ్చి "యశ్వంత్! నీతో వాయుపుత్ర మాట్లాడతాడంట" అన్నాడు.

యశ్వంత్ కంప్యూటర్‌వైపు చూశాడు.

50 చూపిస్తూంది!

మరణానికి యాభై సెకన్ల ముందు అతడు తనతో ఏం మాట్లాడతాడు? ఇన్నేళ్ళ తరువాత మనసుకి స్వాంతన లభించే ఈ ఆఖరి క్షణాల ఆనందాన్ని అతడు ఎందుకు పాడుచేశాడు?

అంతలో అట్నుంచి వినపడింది– "వాయుపుత్ర హియర్. నాకొక ఆలోచన వచ్చింది."

"ఏమిటి?"

"మీ స్పేస్‌సూట్ (అంతరిక్షంలో వ్యోమగాములు ధరించే దుస్తులు) కి మీతోపాటూ టెన్-ఎమ్ రేడియో అమర్చుకోండి, మేము రాడార్‌మీద ట్రాక్ చేసి పట్టుకుంటాము-"

అంత టెన్షన్‌లోనూ యశ్వంత్‌కి నవ్వొచ్చింది. "ఇరవయ్యో శతాబ్దపు ఆర్థర్ క్లార్క్ కథ లేమైనా చదివావా" అన్నాడు.

వాయుపుత్ర దాన్ని పట్టించుకోలేదు. సమయం ఇంకా 36 సెకన్లుంది. గబ గబా మాట్లాడసాగాడు. "... సరిగ్గా అరగంటలో మేము బయల్దేరతాము. మీరు చెయ్యవలసిందల్లా ఒకటే. వ్యోమనౌక నుంచి బయట శూన్యంలోకి వచ్చేటప్పుడు వీలైనంత బలంగా దాన్ని తన్నటం....."

"ఏమిటీ?"

"చంద్రుడిమీద పడిపోకుండా ఎంత ఎక్కువ వీలైతే అంత ఎక్కువసేపు కక్ష్యలోనే తిరుగుతూ వుండటానికి ప్రయత్నం చేయండి."

ఒక విమానంలోంచి బంతి విసిరితే అది భూమిమీద పడుతుంది. ఈ లోపులో ఇంకో విమానంలో బయల్దేరి, ఆ బంతి నేలమీద పడేలోపులో దాన్ని మధ్యలోనే *గాలిలో* పట్టుకోవటం- అదీ వాయుపుత్ర చెప్పే సలహా!

"మీకు మతిపోయింది-" అన్నాడు యశ్వంత్ కౌంట్ డౌన్ 26 చూపిస్తూంది.

"ఏమీ చెయ్యకుండా వుండడం కంటే ఏదో ఒకటి చెయ్యటం మంచిది."

"థాంక్స్-"

"నేను చెప్పినట్లు చేస్తారు కదూ"

"నేను థాంక్స్ చెపుతున్నది అందుకు కాదు"

"మరి?"

"చివరి నిముషంలో చావబోయే ముందుకూడా కాస్త ఆశతో చచ్చేలా చేస్తున్నందుకు."

"మేము బయల్దేరుతున్నాం. మీరు చేస్తున్నారంతే" ఫోన్ కట్ అయింది.

కంప్యూటర్ ఇరవై సెకన్లు చూపిస్తూంది. అతడు వెనుక వైపువున్న డెస్క్‌లోంచి స్పేస్‌సూట్ తీసుకున్నాడు. దానితోపాటే 10- ఎమ్ రేడియో కూడా అమర్చుకున్నాడు. దానివల్ల పదిమైళ్ళ వ్యాసార్థంలో ఎక్కడున్నా రాడార్ పట్టుకుంటుంది. ఇదంతా చేస్తున్నాడన్న మాటేకాని అతడికి నమ్మకం లేదు. అతడు లెక్కవేశాడు. తన వీపు దగ్గిర అమర్చిన ఆక్సిజన్ దాదాపు పది గంటలు వస్తూంది. ఆక్సిజన్ సమస్యకాదు, వ్యోమనౌక నుంచి బయట పడేటప్పుడు ఎంత వేగంగా

తను బయటకు రాగలిగితే * అన్ని ఎక్కువ రౌండ్లు చంద్రుని చుట్టూ తిరుగుతాడు. కానీ క్రమంగా చంద్రుడి మీదకు జారిపోతాడు. శరీరం ఛిద్రమై పోతుంది. దీనికి రెండు గంటలు కన్నా ఎక్కువ సమయం పట్టదు. ఎందుకంటే ఎన్ని రౌండ్లు పరిభ్రమించినా శూన్యంలో రెండు గంటలకన్నా ఎక్కువకాలం వుండలేడు. చంద్రుడి ఆకర్షణ శక్తికి లొంగిపోతాడు. ఈ లోపులో, భూమ్మీద వాళ్ళు బయల్దేరతారు. కానీ ఎటువంటి పరిస్థితుల్లోనైనా, భూమ్మీద ఎంత వేగంగా పనులు పూర్తిచేసుకుని బయల్దేరినా, చంద్రుణ్ణి చేరుకోవటానికి వాళ్ళకి నాలుగు గంటలు పడుతుంది. అదీగాక, ఇక్కడకు వచ్చాక, రాడార్ సాయంతో తనని వెతికి పట్టుకోవాలి. ఇంత విశాలమైన శూన్యంలో పదిమైళ్ళ రేడియో వ్యాసార్థపు సాయంతో తన శవాన్ని వెతకటానికే నాలుగురోజులు పడుతుంది.

అతడికి భూలోకవాసులు (అప్పటికే తను వేరు, వాళ్ళు వేరు అన్న భావంతో) మీద కృతజ్ఞత ఏర్పడింది. చరిత్రలో, చంద్రుడి మీద మరణించిన వాళ్ళు తక్కువ కాదు. కాని చంద్రుడిమీద మరణించిన వాడి శరీరాన్ని తీసుకువెళ్ళటం కోసం అంత ఖర్చుతో ఒక వ్యోమనౌక బయల్దేరటం... చరిత్రలో ఇదే మొదటిసారి.

ఇంకా ఏడు సెకన్లు వుంది.

ఆఖరిసారి అతడు తను గడిపిన 'గది'వైపు చూసుకుని, Air Lock దగ్గరకి వచ్చాడు. నెమ్మదిగా దాన్ని తెరిచాడు.

విశాలమైన విశ్వం... లెక్కలేనన్ని నక్షత్రాలు... తమ వైపు ఆహ్వానిస్తూ... అతడు గుండెల్నిండా వూపిరి పీల్చుకున్నాడు.

ఎదురుగావున్న శూన్యం ఎంత ధైర్యవంతుడినైనా వళ్ళు గగుర్పాటు చెందేలా చేస్తూంది. విమానంలోంచి పారాచూట్ కట్టుకుని గాలిలోకి దూకేవాడిలా అతడు సిద్ధపడ్డాడు. ఆ క్షణం అతడి భయాలూ, భద్రతా రాహిత్యం... అన్నీ తొలగిపోయాయి. నిండా శూన్యంలో మునగబోయే వాడికి భయం ఏమిటి?

---

* (ఒక లమైన అయస్కాంత క్షేత్రానికి తాడుకట్టి దాని చివర ఒక మేకుకట్టి బలంగా తిప్పితే, విష్ణుచక్రం తిరిగినట్టు ఆ మేకు దానిచుట్టూ కొన్ని రౌండ్లు తిరుగుతుంది. కానీ క్రమంగా దాని వేగం తగ్గిపోయి, ఆ అయస్కాంతంవైపు వెళ్ళిపోతుంది. ఎంత ఎక్కువసేపు తిరుగుతుంది అన్నది – ఎంత బలంగా ఆ మేకుని తోశాడు అన్న దానిమీద ఆధారపడి వుంటుంది. ఈ థియరీయే ఇక్కడ కూడా వర్తిస్తుంది.)

ఎదురుగా చంద్రుడు ఫుట్‌బాల్ కన్నా వందరెట్లు పెద్దసైజులో కనిపిస్తున్నాడు. మరొకవైపు సూర్యుడు భూమి వెనుక వైపు కృంగిపోతున్నాడు. పగలుకీ రాత్రికీ మధ్యరేఖ చాలా అద్భుతమైన దృశ్యంగా కనపడుతూంది. ఇంకా పూర్తిగా చీకటి కాలేదు. కానీ భూమి వెనక్కి సూర్యుడు వెళ్ళటంవల్ల పౌరాణిక చిత్రాల్లో దేవుడి తల వెనుకనుంచి వెలుగు వచ్చినట్టు, సూర్యుడు కనపడకుండా వెలుగు వృత్తాకారంలో బహిర్గతమవుతూంది. ఆ వెలుగులో చంద్రుడిమీద వున్న పర్వతాలు, క్రీటర్స్ లీలగా కనపడుతున్నాయి.

అతడు తన కాళ్ళని అంతరిక్ష నౌక గోడలకి గట్టిగా అదిమి పెట్టాడు. అతడి మొహం నక్షత్రాలకి అభిముఖంగా వుంది. సత్తువంతా కాళ్ళలోకి తీసుకుని శూన్యంలోకి గెంతాడు.

అంతరిక్ష నౌకనుంచి అతడు విడివడగానే, అతడికీ ఆ నౌకకీ మధ్యదూరం రెప్పపాటులోనే ఎక్కువైంది. అతనెంత వేగంగా ప్రయాణం చేస్తున్నాడో అతడికి అర్థమైంది. క్రమంగా చిన్నదయిన రాకెట్ పెద్ద విస్ఫోటనంతో ముక్కలుగా మారింది. అతడికి ధ్వని వినిపించలేదు. (శూన్యం కాబట్టి). కానీ వెలుగు మాత్రం కళ్ళు మిరుమిట్లు గొలిపేలా కనిపించింది. ఇప్పుడు తనతో పాటు ఆ ముక్కలు కూడా శూన్యంలో పరిభ్రమిస్తూ క్రమంగా చంద్రుడి మీదకు రాలిపోతాయని అతడికి తెలుసు. ఆ ముక్కలు తనని ఢీకొనే ప్రమాదం కూడా వుంది.

చంద్రుడికి రెండువేల మైళ్ళ దూరంలో, శూన్యంలో ఒంటరిగా వున్నాడు అతడు. 'నేను జీవితంలో ఏకాకిని. మరణంలో కూడా ఒంటరినే' అనుకున్నాడు విరక్తిగా.

అంతరిక్ష నౌకనుంచి ఎంత వేగంతో తను దూకివుంటాడు? గంటకి ఐదుమైళ్ళు??? – ఆ వేగం తనని ఎంతసేపు శూన్యంలో ఆపగలదు? తను వేగంగా చంద్రుడికి 'అవతలవైపు"కి వెళ్ళటాన్ని అతడు గమనించాడు. అప్పుడే ఒక రౌండు పూర్తికావస్తూందన్నమాట. సూర్యుడు పూర్తిగా మాయమవగానే భూమి మరింత ప్రకాశవంతంగా ప్రతిబింబిస్తూంది. ఆ వెలుగులో అతడు ధరించిన సూటు మిలమిలా మెరుస్తూంది.

అతడు తనచుట్టూ తాను తిరుగుతూ చంద్రుడిచుట్టూ తిరుగుతున్నాడు. ఒకసారి తనచుట్టు తాను తిరగటానికి పది సెకన్లు పడుతూంది అతడికి. దాన్ని ఎక్కువ చేయలేదు. తక్కువ చేయలేదు. అతడి చేతుల్లో ఏమిలేదు. అటు తిరిగినప్పుడు నక్షత్రాలు, ఇటు తిరిగినప్పుడు చంద్రుడు అతడిని పలకరిస్తున్నారు.

భారరహిత స్థితిలో పది సెకన్ల కొకసారి అలా గిర్రున తిరుగుతున్నా తన కడుపులో దేవినట్లు వుండటం గానీ, కళ్ళు తిరిగినట్టు వుండటంగానీ లేకపోవటంతో అతడు ఆశ్చర్యపడ్డాడు. వాచీ చూసుకుంటే అతడికి ఆశ్చర్యం కలిగించే మరో విషయం కూడా తెలిసింది. అప్పుడే తను నౌకనుంచి విడివడి గంట అయిందని.

క్రింద చంద్రుడు ఇప్పుడు మరింత స్పష్టంగా కనిపిస్తున్నాడు. పర్వతాలు-లోయలు... చంద్రుడి సామీప్యం పెరిగేకొద్దీ తను మృత్యువుకి దగ్గిరవుతున్నాడని అతడికి తెలుసు. మహా అయితే గంటా- రెండు గంటలు, అన్నమాట ప్రకారం వాయుపుత్ర బయల్దేరి వుంటే ఇప్పటికి సగం దూరంలో వుండి వుంటుంది వాళ్ళ వాహనం. చంద్రుడికి ...అవ.... తలి వైపున.

శబ్దరహితమైన శూన్యం లల్లాయిపదం పాడుతూ వుండగా అతడు నెమ్మదిగా నిద్రలోకి జారుకున్నాడు.

అతడికి తిరిగి మెలకువ వచ్చేసరికి భూమి చంద్రుడు అంచుమీదనుంచి క్రిందికి వెళ్తూ కనిపించింది. దాదాపు అరగంట సేపు తను నిద్రలో గడిపినట్టు గ్రహించాడు. ఇప్పుడు అతడికి చంద్రుడు మరింత దగ్గరయ్యాడు. వేగంగా చంద్రుడివైపు జారిపోతున్నాడు. అతడు తనివితీరా భూమిని చూసుకున్నాడు. అదే ఆఖరిసారి తనకి భూమి కనిపించేది. అదే ఆఖరి భ్రమణం.

సూర్యుడూ, భూమీ రెండూ అంతర్ధానమవటంతో అతడు దట్టమైన చీకటిలోకి ప్రవేశించాడు. ఇప్పుడిక రాడార్ సాయంతో తనని కనుక్కున్నా ఆ వాహనం తనని పట్టుకోలేదు.

అయిపోయింది.

గంటకి నాలుగువేల మైళ్ళ వేగంతో అతడు చంద్రుడివైపు జారిపోతున్నాడు. ఇప్పుడిక చంద్రుడిమీద పర్వతాలు కూడా అతడికి కనపడటంలేదు. ఏదో ఒక పర్వతశిఖరం తన శరీరాన్ని ఛిద్రం చేయటానికి ఉవ్విళ్ళూరుతూ వేచి వున్నదని అతడికి తెలుసు. ఈ శిఖరాల్నే 1959లో రష్యన్ ల్యూనిక్ చంద్రుడికి ఇవతలివైపు వచ్చి ఫోటోలు తీసింది.

చంద్రుడికి ఇరవై మైళ్ళ దూరంలోకి వచ్చేశాడు అతడు. అతడికి అనూహ్య గుర్తొచ్చింది. ఆమెతో మరికొన్ని సెకన్లు మాట్లాడనివ్వకుండా చేసిన వాయుపుత్ర మీద కోపం వచ్చింది.

దూరంగా ఎత్తయిన పర్వతశిఖరం కనపడుతూంది. తను వెళ్తున్న వేగంబట్టి, జారుతున్న కాలంబట్టి, తన మరణం, ఆ పర్వతాన్ని ఢీ కొనటం ద్వారా

ప్రాప్తిస్తుందని అతడు లెఖ్ఖ వేసుకున్నాడు. ఇరవై మైళ్ళ క్రిందుగా యాభై మైళ్ళ దూరంలో వుంది అది. అతడింకా పదిసెకన్ల కొకసారి తన చుట్టు తాను తిరుగుతూనే దానివైపు వెళుతున్నాడు. ఒక్కొక్క భ్రమణానికీ అతనికీ పర్వతానికీ మధ్యదూరం పదిమైళ్ళు తగ్గుతూంది. అంటే ఇంకో నాలుగుసార్లు ఆకాశాన్ని, నాలుగుసార్లు చంద్రుడిని చూడగలడు. అతడు లెఖ్ఖ వేశాడు... ముందు వీపు తగిలి వెన్నెముక విరుగుతుందా? లేక మొహం వెళ్ళి గుద్దుకుంటుందా? ఏదీ తన చేతుల్లో లేదు. నేల మీద పడిన టెన్నీస్‌బాల్ పైకిఎగిరినట్టు ఈ చంద్రమండలం మీద తన శరీరం నాలుగైదుసార్లు ఎగిరిపడకుండా ఒక్కసారే ప్రాణం పోతే చాలు.

...ఇంకొక రౌండ్ పూర్తయింది.

పైకి తిరిగినప్పుడు ఆకాశం– క్రిందికి తిరిగినప్పుడు చంద్రుడు ... నీళ్ళలో మునిగిపోతున్న కాగితంలా అతడు జారుతున్నాడు.

భూమి మీద నుండి అతడికోసం బయల్దేరిన వాహనం, ఇంకా యాభైవేల మైళ్ళ దూరంలో వుంది. అది చంద్రుడిని చేరుకోవటానికి కనీసం అరగంట పడుతుంది.

ఇంకొక రౌండ్ పూర్తయింది.

మరో చివరి రౌండ్ వుందంతే. పదిమైళ్ళ దూరంలో, క్రింద లోయలు, గుట్టలు... మధ్యలో ఎత్తయిన పర్వత శిఖరం, అదే భూమ్మీద అయితే ఈపాటికి అతడు జర్రునజారి ఫెటేలున పేలిపోయేవాడే. చంద్రుడి ఆకర్షణశక్తి, భూమ్మీదకన్నా తక్కువ కాబట్టి మృత్యువు మరింత తాపీగా అతడిని తనలోకి లాక్కొంటూంది.

అంతలో అక్కడ ఒక హఠత్సంఘటన సంభవించింది. ఇంకొక నాలుగు సెకన్లలో అతడు ఆ పర్వతాన్ని ఢీకొంటాడనగా అక్కడ బ్రహ్మాండమైన విస్ఫోటనం జరిగింది. ఒక ధూళి మేఘం పైకి లేచింది. అగ్నిపర్వతం బ్రద్దలైనప్పుడు పొంగిన లావాలా అది విస్తరించింది. చంద్రుడిమీద ఇలాటి విస్ఫోటనాలు మామూలు కాకపోయినా, అరుదు కాదు.

ఆటంబాంబు పేలినట్టు బ్రద్దలైన ఆ ప్రదేశాన్నిచూసి, యశ్వంత్ మనసులోనే సంతోషించాడు. శరీరం వెళ్ళి ఢీకొని మరణించటంకన్నా, ఈ విధంగా ధూళిలో కాలి మరణించటం తక్కువ బాధాకరం.

అతడి పరిభ్రమణం ఆఖరి రౌండు పూర్తయింది. పైకి లేచిన ధూళి మేఘం వైపు సెకనుకి ఒక మైలు వేగంతో వస్తూంది. అతడు గట్టిగా కళ్ళు ుకున్నాడు.

అంతలో తను పయనిస్తున్న దిశలో ఎదురుగా ఏదో ఒక కెరటం వచ్చి తనను కొట్టుకొని, వెనక్కి తోసేసినట్టు యశ్వంత్ ఫీలయ్యాడు. అప్పటివరకూ ప్రాణాలమీద ఆశ వదిలేసుకుని కళ్ళు మూసుకున్నవాడు, ఈ హఠాత్ పరిణామానికి ఆశ్చర్యపోతూ కళ్ళు తెరిచాడు.

ఆ దృశ్యం చూసి అతడికి మతిపోయింది.

తను చంద్రుడి నుంచి దూరంగా వెళుతున్నాడు....

తిరిగి శూన్యంలోకి!

చంద్రుడి మీదనుంచి లేచిన ధూళి మేఘం తాలూకు మట్టి వచ్చి అతడి స్పేస్‌సూట్‌కి తగుల్తూంది. కానీ అది అంత ప్రమాదకరం కాదు. దాదాపు ఆ వేగంతోనే అతడు వెనక్కు వెళుతున్నాడు కాబట్టి.

అతడు సైంటిస్టు.

ఏం జరిగిందో అర్థం చేసుకున్నాడు.

తను ప్రయాణం చేసిన అంతరిక్ష నౌక తాలూకు కెనెటిక్ ఎనర్జీ, దాదాపు నిముషానికి అరవై మైళ్ళ వేగంతో తనతోపాటు పయనించి, తనకన్నా ముందుగా ఒక బుల్‌డోజర్‌లా వెళ్ళి చంద్రతలాన్ని ఢీ కొంది. అదే ఈ విస్ఫోటనానికీ, తుఫానుకీ కారణం.*

అదే అతడిని రక్షించింది. తిరిగి చంద్ర కక్షలోకి తోసేసింది. అది అద్భుతం. అనిర్వచనీయం.

సైన్సు గురించి తెలియని వారికి ఈ సంఘటన గురించి చెప్తే- అది అదృష్టం అంటారు. విధి అంటారు. నమ్మకం ఆలోచనా రాహిత్యాన్ని పెంచుతుంది. అపనమ్మకం కారణాలు వెతుకుతుంది. అభివృద్ధికి అది మూలం.

యశ్వంత్ తిరిగి చంద్ర కక్షలో పరిభ్రమించటం మొదలుపెట్టే సమయానికి వాయుపుత్ర అమితమైన వేగంతో ఆ దిశగా వస్తున్నాడు. యశ్వంత్ దగ్గిరున్న రేడియో పది మైళ్ళ వ్యాసార్థంలో సంకేతాల్ని పంపుతూంది. వాయుపుత్ర దగ్గిరున్న అంతరిక్ష రాడార్ దాన్ని కొంతసేపటికి పట్టుకుంది.

మరో నాలుగు నిముషాలు గడిచేసరికి వాయుపుత్ర యశ్వంత్‌ని చూశాడు. అతడికి మొట్టమొదట కలిగిన భావం.... "జాలి".

---

* అంతరిక్ష నౌక తాలూకు కెనెటిక్ ఎనర్జీ శూన్యంలో ప్రయాణం చేసి విస్ఫోటనాన్ని కలుగచేయటమన్న ఊహ ఆర్థర్ క్లార్క్‌ది. అతడి కథ ఈ విధంగా వాడుకొనబడింది. – రచయిత

శూన్యంలో, ఏ ఆధారమూ లేకుండా కొన్ని గంటల సేపట్నుంచి ఒక 'వస్తువు'లా తిరుగుతున్న యశ్వంత్‌ని చూడగానే అతడికి ముందు జాలి కలిగింది. తరువాతే ఆనందం.

తన వాహనపు వేగాన్ని తగ్గించి, యశ్వంత్ వేగంలో సమానం చేశాడు. యశ్వంత్ తరఫునుంచి అతడేమీ చేయలేదు. బలమైన ఆటగాడు కొట్టిన బంతిలా అతడు సాగిపోతున్నాడు. వాయుపుత్ర వాహనం నుంచి వల విసిరి అతడిని పట్టుకున్నాడు. ఎయిర్-లాక్ వదులుచేసి నెమ్మదిగా అతడిని వాహనంలోకి లాక్కున్నాడు. మరో నిముషం గడిచేసరికి యశ్వంత్ వాహనంలో నిలబడగలిగే స్టేజీకి వచ్చాడు. భారరహిత స్థితినుంచి News లోకి వచ్చేసరికి, అతడి శరీరం ఆ Natural Environmentకి అలవాటు పడటానికి కాస్త సమయం పట్టింది. ఆ మాత్రం సత్తువ రాగానే అతడు స్పేస్‌సూట్ విప్పేసి వాయుపుత్రవైపు చిరునవ్వుతో చూస్తూ చెయ్యిసాచి "థాంక్స్" అన్నాడు.

వాయుపుత్ర దీన్ని అంత సులభంగా తీసుకోలేకపోయాడు. పైకి ఎంతో అల్లరిగా కనిపించినా అతడు మనసు లోతుల్లో చాలా సెంటిమెంటల్. కళ్ళలో తిరిగే నీటిని ఏమాత్రం దాచుకునే ప్రయత్నం చేయలేదు. అతడి చేతిని తన చేతుల్లోకి తీసుకుని అలాగే చాలాసేపు బయటపడి కూడా అంత నిబ్బరంగా అతడెలా వుండగలుగుతున్నాడో వాయుపుత్రకి అర్థంకాలేదు.

యశ్వంత్ జరిగినదంతా వివరించాడు. ఒక అద్భుతాన్ని వింటున్నట్టు వాయుపుత్ర దాన్ని విన్నాడు. భూమ్మీదకు వెళ్ళగానే ఇది చెప్తే అక్కడ సంచలనం రేగుతుంది. కెనెటిక్ ఎనెర్జీ తాలూకు పవర్ ఇంత గాఢంగా వుంటుందని మరొకసారి నిరూపించబడింది. కానీ ఈసారి ప్రస్ఫుటంగా....

...."దీన్నిబట్టి మనకి ఏం అర్థమవుతుందో తెలుసా?" యశ్వంత్ అడిగాడు.

"ఏమిటి?"

"చివరివరకూ ప్రయత్నాన్ని వదిలెయ్యవద్దు."

"అదేమిటి?"

"నేను అంతరిక్ష నౌకనుంచి బయటకు దూకే సమయానికి నాకే ఆశలూ లేవు. మీరెవరో భూమిమీదనుంచి బయల్దేరి ఇక్కడి వరకూ వచ్చి నన్ను ఈ శూన్యంలో వెతికి పట్టుకునే వరకూ నేను చంద్రుడిమీద పడిపోకుండా ఆగగలగటం ఎటువంటి పరిస్థితుల్లోనూ సాధ్యంకాదని బయల్దేరిన మీకూ, దూకిన నాకూ తెలుసు. అటువంటిది- మనం చివరివరకూ మన ప్రయత్నాన్ని వదిలెయ్యకుండా వుండటంవల్లే ఇది సాధ్యపడింది. కాదంటావా?"

వాయుపుత్ర తలూపాడు.

ఇద్దరూ ఆవిధంగా సంభాషిస్తూ వుండగా, వాళ్ళ వాహనం తిరిగి భూమివైపు వెళ్ళటానికి ఆయత్తమవుతూ వుంది. చంద్రుడి చుట్టూ ఒక రౌండు తిరిగి ఆ కక్ష్యలోంచి బయటపడటానికి తయారవుతూంది.

ఆ దృశ్యం ఎంతో మనోహరంగా వుంది.

చంద్రుడి తాలూకు ఒకవేపే ఎప్పుడూ భూలోకవాసులకి కనపడుతూ వుంటుంది. వీరి వాహనం అవతలి పక్కకు వెళ్ళటంతో, అక్కణ్ణుంచి చంద్రుడి వంపు మీదుగా ఇటు భూమీ, అటు సూర్యుడు – ఒకేసారి...సూర్యుడి కాంతిలో భూమి ఒక పెద్ద ఫుట్‌బాల్‌గా –ఊహూఁ అంతకన్నా పదిరెట్ల పెద్ద ఆకారంతో– మొత్తం మూడు గోళాలూ ఒకే సరళరేఖలో...

"క్రింది వాళ్ళకి చంద్రగ్రహణం అనుకుంటా ఈ రోజు."

"కాదు సూర్యగ్రహణం" అన్నాడు యశ్వంత్. "...మనం మధ్యలో వున్నాం మర్చిపోయావా?"

"కాదు చంద్రుడు, భూమి, సూర్యుడు ఒక వరుసలో! అందుకే చంద్రగ్రహణం ఈ రోజు అంటున్నాను. బయల్దేరేటప్పుడు నాకు తెలుసు కదా ఈ రోజు సంగతి...."

"కాదే...సూర్యుడు, చంద్రుడు, భూమి..." అనబోయి ఏదో స్ఫురించిన వాడిలా "...మైగాడ్ మనం భూమి అనుకుంటున్న ఈ గోళాకారం భూమికాదు" అరిచాడు యశ్వంత్.

ఆ మాటల్ని నిజంచేస్తూ ఆ ఆకారం మరింత దగ్గరైంది.

ఒక పెద్ద గ్రెనేడ్ ఆకారంలో నల్లగా గుండ్రంగా వుంది. తన చుట్టూ తను పరిభ్రమిస్తూ వీళ్ళని దాటుకుని అమితమైన వేగంతో శూన్యంలోకి వెళ్ళిపోయింది.

"ఫ్లయింగ్ సాసరు... ఎగిరే గాలిపళ్ళెం...." అరిచాడు వాయుపుత్ర.

"వేగం పెంచు. దాన్ని ఫాలో అవ్వు" యశ్వంత్ సూచనలు యిచ్చాడు.

'మీకేమైనా మతిపోయిందా' అన్నట్టు చూశాడు వాయుపుత్ర. "వాళ్ళు మొదటినుంచీ మనపట్ల వైరభావంతోనే వున్నారు. నిఖిల్ సహచరులని టెలీపతి ద్వారా లోబర్చుకున్నదీ, మీ అంతరిక్షనౌకని నాశనం చేసింది వాళ్ళే...."

వాయుపుత్ర మాటల్ని యశ్వంత్ పట్టించుకోలేదు. వాహనాన్ని తన కంట్రోల్‌లోకి తీసుకుని వేగం పెంచి, ఆ ఏలీన్‌బాడీ వెళ్తున్న దిశగా పోనిచ్చాడు. ఒకసారి దాన్ని చేరుకుంటుందని నమ్మకం కుదిరాక వాయుపుత్రతో అన్నాడు.

"నువ్వు చెప్పింది నిజమే. కానీ నేను బయల్దేరింది కూడా వాళ్ళని కలుసుకోవాలనే కదా... అప్పుడు ఈ అభ్యంతరాలేమీ లేవే. నేనెందుకైతే బయల్దేరానో ఆ పని అదృష్టవశాత్తూ మనం అంతదూరం వెళ్ళే అవసరం లేకుండానే పూర్తి కావస్తూంది. ఇటువంటి సమయంలో ఈ అవకాశాన్ని వదిలిపెట్టటం అవివేకం. మళ్ళీ ఇంకొకసారి ఇటువంటి అవకాశం రాదు." - అని ఆగి, "నువ్వేమైనా భయపడుతున్నావా?" అడిగాడు.

వాయుపుత్ర మొహం ఎర్రగా కందిపోయింది. "...ప్రాణాలమీద ఆశ వున్నవాడు ఎవడూ ఇలా అంతరిక్షంలో వెతుక్కుంటూ రాడనుకుంటాను" అన్నాడు వ్యంగ్యంగా.

"మరీ అంత కోపం తెచ్చుకోకు. నీది చిన్నపిల్లాడి మనస్తత్వం అనుకుంటానే. కనపడగానే కళ్ళనీళ్ళు పెట్టుకుంటావు. అంతలోకే ఎగిరెగిరిపడతావు- నేననేది ఏమిటంటే, భూమిమీద నుంచి ప్రయాణమయ్యేటప్పుడు మనం వేర్వేరు డ్యూటీలమీద బయల్దేరాం. మాయాస్‌ని కలుసుకోవటం నా డ్యూటీ. అందులో విఫలమై నేను శూన్యంలోకి జారిపోతే నన్ను పట్టుకోవటానికి నువ్వు వచ్చావు. కాబట్టి ఇప్పుడా ఫ్లయింగ్ సాసరుని పట్టుకోవలసిన బాధ్యత నీకు లేదు. కేవలం నాకే వుంది. అందుకని అడుగుతున్నాను-"

వాయుపుత్ర మాట్లాడలేదు.

"ఏం వెళ్దామా? ఈ నౌకకి కెప్టెన్‌వి నువ్వు. నువ్వు వెళ్దామంటేనే వెళ్ళటం జరుగుతుంది."

"సరే."

అంతరిక్ష నౌక మరింత వేగం పుంజుకుంది.

ఒక్క ఫ్లయింగ్ సాసరులోకి ప్రవేశించబోయే మొట్టమొదటి మానవులు తామిద్దరూ! అసలెలా వుంటారు వాళ్ళు? తమనెలా రిసీవ్ చేసుకుంటారు?

గత కొద్ది రోజులుగా జరిగింది తల్చుకుంటే అతడికి భయంగా కూడా లేకపోలేదు. తమ ఉనికి వాళ్ళకి తెలుసు. రాయ్‌కి మతిభ్రమించేలా చేశారు. తమ రాకెట్‌ని విస్ఫోటనం చేశారు.... అయినా యశ్వంత్ అటువైపు ప్రయాణం చేయిస్తున్నాడు.

ఇప్పుడు రెండు వాహనాలూ దాదాపు సమాంతరంగా వెళ్తున్నాయి.

యశ్వంత్ స్పేస్‌సూట్ వేసుకున్నాడు. వీపుకు మినీ రాకెట్ అమర్చుకున్నాడు.

భూమినుంచి గ్రీన్ సిగ్నెల్ వచ్చింది.

యశ్వంత్ ఎయిర్- లాక్ తెరిచి, వాయుపుత్రకేసి బొటనవేలు పైకెత్తి చూపి వెళ్తున్నానన్నట్టు సైగచేసి- శూన్యంలోకి అడుగు పెట్టాడు.

అతడు ఫ్లయింగ్ సాసర్‌వైపు వెళ్ళటం టీ.వీ.లో స్పష్టంగా కనిపిస్తోంది.

వాయుపుత్ర టెన్షన్‌తో చూస్తున్నాడు. ప్రసారం రిలే చేశాడు.

భూమ్మీద సగంపైగా జనాభా ఉత్సుకతతో, ఉద్వేగంతో, ఊపిరి బిగపట్టి చూస్తున్నారు.

ఆ అపురూపమైన సంగమంకోసం... రెండు విభిన్న విశ్వాల సంస్కృతీ సమ్మేళనం కోసం.

ఈ చూస్తున్న వారిలో అనూహ్య కూడా వుంది.

వేళ్ళు వణుకుతుండగా, మనసంతా ఉద్వేగం నిండి వుండగా, ఆమె కన్నార్పకుండా ఆ టి.వి. తెరవైపే చూస్తూంది. ఆమె అతడికేమీ కాదు. ఒకప్పటి భార్య, అంతకన్నా ప్రస్తుతం ఎక్కువేమీ కాదు. కానీ అతడు కొంచెంసేపటి క్రితం మాటలాడిన మాటలు ఆమెలో ఇంకా ప్రతిధ్వనిస్తూనే వున్నాయి. ఈ ప్రపంచంలో అందరికన్నా ఎక్కువగా ఆమె అతడి క్షేమాన్ని కోరుకుంటోంది. భర్త క్షేమాన్ని భార్య కోరుకున్న దానికన్నా ఎక్కువైన అనుబంధం- ఆప్యాయతలు దాని వెనుక వున్నాయి.

ఈ లోపులో యశ్వంత్ ఆ గోళాకారపు పళ్ళేన్ని పట్టుకున్నాడు. గంటకి కొన్నివేల మైళ్ళ వేగంతో ఆ ఫ్లయింగ్ సాసరు, యశ్వంత్, భూమినుంచి వచ్చిన రాకెట్ వరుసగా శూన్యంలో సాగిపోతున్నాయి. అయితే మూడూ అదే వేగంతో వెళుతున్నాయి కాబట్టి, చుట్టూ వున్నది శూన్యం కాబట్టి ఆ వేగం తెలియటం లేదు.

గోడకున్న దారాలమీద పాకే సాలీడులా యశ్వంత్ ఆ ఫ్లయింగ్ సాసర్ మీద ఇట్నుంచి అటు తిరిగాడు. వెనుకవైపు కనిపించింది ద్వారం. ఆశ్చర్యం కలిగిస్తూ అది తెరుచుకుంది.

అతడు లోపలికి ప్రవేశించాడు.

లోపలికి వెళ్ళగానే అతడి శరీరం క్రమక్రమంగా బరువెక్కటాన్ని అతడు గమనించాడు. ఆ అంతరిక్ష నౌకకి కూడా News (Natural environment within ship) వున్నట్టు గ్రహించాడు. కాళ్ళమీద నిలబడగానే అతడు పరీక్షించింది ఆ నౌకలోకి వెలుగు ఎలా వస్తుందా? అని!! వెలుగు యొక్క కేంద్రాలు చిన్న చిన్న రాళ్ళలా మెరుస్తూ వుండటాన్ని అతడు చూశాడు. అదేవిధంగా, ఆ నౌక యొక్క నిర్మాణం భూమికి సంబంధించిన ఏ లోహంతోనూ కాక, మానవులకి తెలియని మరో లోహంతో జరిగినట్టు కూడా గమనించాడు.

అతడికి బాగా విస్మయం కలిగించిన విషయం ఏమిటంటే ఆ లోపలి అంతర్భాగంలో ఎక్కడా ఏ విధమైన అలికిడి లేక పోవటం. వాళ్ళు వదిలేసి వెళ్ళిపోయిన స్పేస్ షిప్పా ఇది అన్న అనుమానం కూడా కలిగింది. క్షణాల్లో అది స్థిరపడింది. అవును. లేకపోతే సూర్యుడి సామీప్యం నుంచి ఇది భూమి దగ్గరగా ఎందుకు వస్తుంది?

అతడిని ఒక్కసారిగా నిరాశ ఆవరించింది. వాళ్ళు శత్రువులు గానీ, మిత్రులుగానీ ఎవరైనా సరే ఆ పరలోకవాసుల్ని ఒక్కసారి చూస్తే, ఒక్కసారి వారితో కమ్యూనికేషన్ ఏర్పర్చుకోగలిగితే బావుణ్ణు అని అతడు ఎంతో ఆత్రంతో చూశాడు. అదిప్పుడు ఫలించేటట్టు లేదు. అతడికి మరొక అనుమానం కూడా వచ్చింది. భూలోకంమీద ప్రాణులు కేవలం ఘనపదార్థంతోనే వుంటారు. కానీ ఏకకణ జీవులైన ప్రోటోజోవా (అమీబా)లు ద్రవంలో కూడా కలిసిపోగలవు. ఈ గ్రహాంతర వాసులు వాయురూపంలో కూడా పరిణితి చెందగలరా అన్న అనుమానం అతడికి కలిగింది. ఘనమూ ద్రవరూపమూ సాధ్యమైనప్పుడు వాయురూపం ఎందుకు సాధ్యపడదు?

కానీ వెంటనే అతడి ఆలోచన అతడికే తప్పుగా కనపడింది. ఇంతలో చెవి దగ్గర వాయుపుత్ర కంఠం వినిపించింది.

"యశ్వంత్ మీరు క్షేమంగా వున్నారా?"

తను ఫ్లయింగ్ సాసర్‌లోకి చేరుకోగానే ఇక్కడి పరిస్థితుల్ని స్పేస్‌షిప్‌కి వివరించి చెప్పటం మర్చిపోయినందుకు సారీ చెప్తూ "ఇక్కడ ఏ జీవీ వున్నట్టు తోచటం లేదు. ఇది ఖాళీచేసిన వాహనం లాగా కనపడుతూంది" అన్నాడు.

"వాయురూపంలో వున్నారేమో?"

"ఆ ఆలోచన నాకూ వచ్చింది. కానీ ఎంతో తర్కదూరమైన ఆలోచన అది. మళ్ళీ రెండు నిముషాల తరువాత నీతో మాట్లాడతాను" రేడియో ఆపుచేసి, యశ్వంత్ చుట్టూ కలియచూశాడు. కుర్చీలుగానీ, అటువంటి సామాగ్రికానీ లేవు. అంటే ఆ జీవులకి వెన్నెముక, కూర్చునే అలవాటుగానీ వుండకపోవచ్చు. ఏ విధమైన కంప్యూటర్లుగానీ, సాంకేతికపరమైన టేబుళ్ళుగానీ లేవు. దీనికి రెండు రకాలైన కారణాలు వుండి వుండవచ్చు. ఈ నౌకని శూన్యంలోకి వదిలేస్తున్నప్పుడు వాటిని తమతో తీసుకుపోవటం మొదటి కారణం. లేదా అటువంటి సాంకేతికమైన పరికరాలన్నీ వారి మెదడే అవటం రెండో కారణం.

కంప్యూటర్నే టెలీపతితో కంట్రోలు చేయగలిగిన వారి మెదడుకి వేరే పరికరాలు అనవసరం.

ఒక మూల అర్ధ వృత్తాకారంలో చిన్న చిన్న ప్లేట్స్‌లాగా వున్నాయి. యశ్వంత్ వంగొని వాటిక్రింద చూశాడు. అక్కడ కనబడ్డాయి బటన్స్. అయితే వాటికి వైర్లు ఏమీలేవు. ఎలక్ట్రానిక్స్ కన్నా ఆధునికమైన శాస్త్రం బహుశ మాయాస్‌కి తెలిసి వుండవచ్చు. ప్లేట్స్ క్రింద బటన్స్ వుండటం బట్టి, మనుష్యుల్లాగా నిలువుగా కాకుండా, వాళ్ళు బల్ల పరుపుగా, నేలమీద పొడవుగా వుండివుంటారని ఊహించాడు. మరొక గదిలో వున్న మంచాల్లా వున్నవి అతడి ఆలోచనని ధృవపర్చాయి.

అతడు తను చూస్తున్న విషయాలకి తన తర్కం ఉపయోగించి, ఆ జీవులు ఎలా వుంటారన్నది ఊహిస్తున్నాడు. భూమ్మీద అందరూ తను ఏం చెప్పబోతాడా అని ఎదురుచూస్తూ వుంటారని అతడికి తెలుసు. అప్పటివరకూ చూసింది రన్నింగ్ కామెంటరీల ప్రసారం పంపించాడు.

"ఆ గ్రహాంతర జీవుల ఛాయలు ఒక్కటి కూడా లేవా?"

"లేవు. నౌకని ఖాళీచేసి వుంటారని నేను భావిస్తున్నాను" భూమినుంచి వచ్చిన ప్రశ్నకి సమాధానం ఇచ్చాడు."

"మనకి పనికివచ్చే వివరాలు ఇంకేమయినా వున్నాయా?"

"ఇంకా చూస్తున్నాను. మరో అయిదు నిముషాల తరువాత కాంటాక్టు చేస్తాను?"

అతడు తిరిగి పరిశోధన మొదలుపెట్టాడు. మరో నాలుగు నిముషాలు గడిచినా అతడికేమీ దొరకలేదు. అతడికి తను అనుకున్నదే నిజమని అనిపించింది. ఎలక్ట్రానిక్‌కన్నా ఆధునికమైన రిమోట్ కంట్రోల్ ద్వారాయే ఈ అంతరిక్షవాహనంలో అన్ని పనులూ జరుగుతూ వుండవచ్చు.

చివరగా అతడు మిషన్‌రూమ్‌లోకి ప్రవేశించాడు. అక్కడి దృశ్యం అతడికి ఆశ్చర్యం కలిగించింది. మామూలు పరిస్థితుల్లో అది మిషన్ రూమ్ అని ఎవరూ నమ్మరు కానీ ఆ అంతరిక్ష నౌకలోకి వచ్చినప్పటి నుంచి ఒక్కొక్క గదీ చూస్తున్నాడు కాబట్టి అతడు నమ్మగలిగాడు. కంప్యూటర్లు, వైర్లు, శక్తిని అందించే మిషనులు, ఇండికేటర్లు ఏమీలేవు. ఒక ధనవంతుడి బెడ్‌రూమ్‌లా వుంది అది.

అతడి విస్మయం క్షణక్షణానికి హెచ్చు అవుతూంది. తను చూస్తున్నదంతా నిజమైతే, తను ఊహిస్తున్నదంతా నిజమైతే, ఆ 'మాయాస్' మనిషి మేధస్సు

కందనంత తెలివిగలవాళ్ళు, అద్భుతమైన మేధాసంపత్తి గలవాళ్ళు అయివుంటారు లేదా వాళ్ళ కెనెటిక్ ఎనెర్జీ విపరీతమైన శక్తి గలది అయివుంటుంది.

సరే- వాళ్ళ శరీరాల్లోనే ఆ శక్తి వుందనుకుంటే, వాళ్ళు వదిలేసిన ఈ నౌకలోకి కూడా ఆ శక్తి ఎలా వస్తూ వుంది? ఇంకా ఈ దీపాలు ఎలా వెలుగుతూనే వున్నాయి. ఏదో ఒకటి పరీక్షించకుండా అతడు ఆ నౌకనుంచి తిరిగి వెళ్ళదల్చుకోలేదు. శక్తి యొక్క మూలాధారాన్ని పరిశీలించటానికి అతడు నౌకలో వెలుతుర్నిచ్చే దీపాన్ని ఎన్నుకున్నాడు.

మామూలు బల్బులాగా వుంది అది. కానీ గాజుకవర్ ఏమీ లేదు. పూర్వకాలం రాజుల కిరీటాల్లో మెరుస్తూ వెలుగులు విరజిమ్మే వజ్రంలా వుంది. అతడు దానికి ఏ కనెక్షన్ వుందా అని పరిశిలించబోయాడు. ఏ ఆధారంతో అది వెలుగుతుందా అని దాన్ని తీసి చూడబోయాడు. అతడి చెయ్యి యింకా అడుగు దూరంలో వుండగానే షాక్ తగిలినట్టయింది. వెనక్కి విరుచుకు పడిపోయాడు.

7

అతడికి మెలకువ వచ్చి కళ్ళు విప్పేసరికి ఆత్రంగా తన వైపే చూస్తున్న వాయుపుత్ర కనిపించాడు. "ఎంతసేపయింది నేనిలా పడిపోయి" అని అడిగాడు.

"అరగంట."

అప్పుడు గమనించాడు అతడు- తను ఫ్లయింగ్ సాసర్‌లో లేననీ, తను అంతరిక్ష నౌకలోనే వున్నానని.... అతడి అనుమానం గ్రహించినట్టుగా వాయుపుత్ర ".... పది నిముషాలు రేడియోలో ప్రయత్నించాను. మీ నుంచి జవాబు రాకపోయేసరికి ఆ 'మాయాస్' మిమ్మల్ని ఏమైనా చేసి వుంటారని భయం వేసింది. వెంటనే నేనూ ఆ వాహనంలోకి ప్రవేశించాను. మీరు స్పృహతప్పి పడివున్నారు. ముందు అక్కడినుంచి మిమ్మల్ని బయటకు తీసుకురావటం ముఖ్యం అనిపించింది. తీసుకొచ్చాను" నవ్వుతూ అన్నాడు.

"దీనికి మనవాళ్ళ నుంచి అనుమతి తీసుకున్నారా?"

"ఇలాటి అడ్వెంచర్స్‌కి మనవాళ్ళు వప్పుకోరు. మీకు తెలుసుగా..."

యశ్వంత్ వాయుపుత్రవైపు కృతజ్ఞతతో చూశాడు. అతడు చెప్పింది నిజమే. "ఫ్లయింగ్ సాసర్‌లో ప్రవేశించిన మనిషి బయటకు రాలేదు. నన్నేం చెయ్యమంటారు?" అని గానీ వాయుపుత్ర భూమిని సలహా అడిగుంటే- 'అతడిని

వదిలేసి నువ్వు తిరిగి వచ్చెయ్యి' అని వారు చెప్పి వుండేవారు. చూస్తూ చూస్తూ మరొక రెండో ప్రాణిని బలి పెట్టటానికి ఎవరూ ఒప్పుకోరు. తనకి తగిలింది చిన్న షాక్ అయినా, ఆ వదిలివేయబడిన ఫ్లయింగ్ సాసర్‌తో పాటూ తనుకూడా దిశాంతరాలకు పయనిస్తూ శూన్యంలోకి వెళ్ళిపోయి వుండేవాడు.

"ఇంతకీ ఏం జరిగింది?" వాయుపుత్ర అడిగాడు. యశ్వంత్ జరిగింది చెప్పాడు. అంతా చెప్పి "వాయుపుత్రా! మనం ఆ వాహనాన్ని మనతోపాటు భూమికి తీసుకువెళ్ళాలి" అన్నాడు.

"దానికి మనవాళ్ళు వప్పుకుంటారో లేదో-"

వాయుపుత్రకి ఆ అనుమానం ఎందుకు వచ్చిందో యశ్వంత్‌కి తెలుసు. ఇతర గ్రహాలనుంచి గానీ, చివరికి చంద్రుడిమీద గానీ కాలిడివచ్చిన ఆస్ట్రోనాట్స్‌ని వెంటనే జనంలోకి పంపరు. రాకెట్ లోంచి వైద్యశాలకి తీసుకువెళ్ళి, పరిశోధన చేసి క్షుణంగా పరీక్షించి మరీ వదులుతారు. నీల్ ఆర్మ్‌స్ట్రాంగ్ నుంచి ఇది జరుగుతూనే వుంది. ఉపగ్రహాల మీదగానీ, గ్రహాల మీదగానీ మనిషికి తెలియని "వైరస్" ఏదైనా వుండి, అక్కడికివెళ్ళిన ఆస్ట్రోనాట్స్‌తో పాటు అవి భూమి మీదకు వస్తే, ఇప్పుడున్న కాన్సర్, ఎయిడ్స్‌కి తోడు మరికొన్ని అంతపట్టని వ్యాధులు వస్తాయేమో అని భూలోకవాసుల భయం. చాలా వరకూ ఆ ప్రమాదం వుంది కూడా. అటువంటి పరిస్థితుల్లో, సుదూర తీరాల్నుంచి వచ్చిన "పళ్ళేన్ని" శాస్త్రజ్ఞులు భూమ్మీదకు దింపటాన్ని అసలు వప్పుకోరు. అందులోనూ ఆ పళ్ళెంలో అంతకు ముందు వరకూ కొన్ని ప్రాణులున్నాయి. అవేమిటో తెలీదు. వాటికున్న అంటురోగాలు ఏమిటో తెలీదు. వాటి తాలూకూ యాంటి - బయోటిక్స్ తెలీదు. భూమ్మీద వున్న ఆక్సిజన్, కార్బన్ డయాక్సైడ్, నైట్రోజన్‌ల మిశ్రమంతో ఆ వైరస్ విపరీతంగా వృద్ధి పొందే లక్షణం కల్గివున్నవైతే, మానవజాతి సమస్తం సర్వనాశనమైపోతుంది.

"మరేం చేద్దాం" అడిగాడు యశ్వంత్.

"మీరు దీన్ని ఎందుకు మనతోపాటు తీసుకువెళ్ళాలనుకుంటున్నారు?"

"ఈ వాహనపు అంతర్భాగం చాలా గమ్మత్తుగా వుంది. ముఖ్యంగా Source of Energy నాకు అర్థం కావటంలేదు. దీనికి ఇంత శక్తి ఎలా వచ్చిందో తెలుసుకుంటే మనకి భవిష్యత్తులో పెట్రోలు, కిరసనాయిలు, ఎలక్ట్రిసిటీ - వాటి అవసరం వుండదు."

వీళ్ళీ విధంగా మాట్లాడుకుంటూ వుండగా భూమినుంచి సంకేతం వచ్చింది. ఏం జరుగుతూంది అక్కడ అన్న ప్రశ్నతో!! తను స్పృహ తప్పటం, వాయుపుత్ర

రావటం మినహా, మిగతా విషయాలన్నీ వివరించాడు యశ్వంత్. అంతా చెప్పి "మేము మాతోపాటు ఆ ఫ్లయింగ్ సాసర్‌ని కూడా భూమ్మీదకు తీసుకువద్దా మనుకుంటున్నాం" అని పూర్తిచేశాడు.

దీనితో భూమివైపు నుంచి వెంటనే సమాధానం రాలేదు. "మా నిర్ణయం కోసం కొంచెం సేపు ఆగండి" అన్న సూచనతో రేడియో ఆగిపోయింది. ఈ విషయమై భూమిమీద సంచలనం ప్రారంభమై వుంటుందని వాళ్ళు గ్రహించారు.

ఈ లోపులో వాయుపుత్ర యశ్వంత్‌తో "ఆ ఫ్లయింగ్ సాసర్‌లో ప్రాణులు ఏమీలేవని మీరు నమ్ముతున్నారా" అని అడిగాడు. "అవును, అది ప్లానెటరీ ప్రోబే" అన్నాడు యశ్వంత్ క్లుప్తంగా.

(ప్రాణులు లేకుండా పంపిన...లేక ప్రాణులు ఖాళీచేసి వదిలేసిన నౌకల్ని ప్లానెటరీ ప్రోబ్స్ అంటారు. వీటిలో రెండు రకాలు. సెకనుకి ఏడుమైళ్ళ కన్నా ఎక్కువ వేగంతో వెళ్ళేవి మొదటిరకం. అంతకన్నా తక్కువ వేగంతో వెళ్ళేవి రెండోరకం. ఈ మొదటిరకం అంతరిక్ష నౌకలు. భూమియొక్క అయస్కాంత క్షేత్రాన్ని దాటి, సూర్యుడి కక్ష్యలో పరిభ్రమిస్తూ వుంటాయి. శూన్యంలో ఇవి ఎక్కడ వున్నాయో పట్టుకోవటం కష్టం. ఏ గ్రహం తగిలితే ఆ గ్రహం తాలూకు ఆకర్షణశక్తికి లోబడి ప్రయాణం చేస్తూ వుంటాయి. రెండోరకం నౌకలు తక్కువ వేగంతో ప్రయోగింపబడినవి. ఇవి తిరిగి భూమ్మీదకే వచ్చేస్తూ వుంటాయి. మారినర్స్ మొదటిరకం. స్కైలాబ్స్ రెండోరకం.)

"అంటే ఆ గ్రహాంతరవాసులు తమ అవసరం తీరేక ఈ నౌకని శూన్యం అనే చెత్తకుండీలో పడేసి వెళ్ళిపోయారంటారా?"

"అవును. లేకపోతే ఎక్కడో సూర్యుడి దగ్గర వుండవలసిన ఈ ఫ్లయింగ్ సాసర్ ఇక్కడ ఇటువైపు ఎందుకొస్తుంది?" యశ్వంత్ ప్రశ్నించాడు.

"ఆ గ్రహాంతరవాసులే తీసుకుని వచ్చి వుండొచ్చుగా"

"వాళ్ళకి ఆ అవసరం లేదు. వాళ్ళు రాదల్చుకుంటే మామూలుగానే వస్తారు. మనం ఇప్పుడు ఎంతవేగంతో ప్రయాణం చేస్తున్నాం?"

"సెకనుకి పదిమైళ్ళు. గంటకి ముప్పై ఆరువేల మైళ్ళు...."

"అదే వేగంతో ఆ అంతరిక్ష నౌకకూడా వెళ్తోంది. అంటే భూమి ఆకర్షణలోకి వెళ్ళటం దానికి ఇష్టం లేదన్నమాట. దాని దారిన అది శూన్యంలోకి వెళ్ళిపోతూ వుంది. ఈ నౌకలో ఎవరూ లేరని దాన్ని బట్టే తెలియటం లేదూ?"

వాయుపుత్ర రేడియో కనెక్షన్ తీసేశాడు.

యశ్వంత్ అదిరిపడి "అదేమిటి?" అన్నాడు.

"భూమినుండి కనెక్షన్ తాత్కాలికంగా తీసేసేను" అన్నాడు వాయుపుత్ర. "....వాళ్ళు అంతర్జాతీయ చర్చ జరిపి, ఈ నౌక రావాలా వద్దా అని నిర్ణయించి, మనకు ఆ నిర్ణయం తెలిపే లోపులో ఈ నౌక కాస్తా మన పరిధి దాటిపోతుంది. అందుకే మనం మనతోపాటు దాన్ని తీసుకువెళ్తున్నాం. ఆ విషయం, భూమి ఆకర్షణ పరిధిలోకి వెళ్ళాక, అప్పుడే రేడియో బాగయినట్లుగా నటించి, వాళ్ళకి చెపుదాం-"

"మైగాడ్ ... ఇంత అడ్వెంచరు...."

యశ్వంత్ మాటలు పూర్తికాకుండానే వాయుపుత్ర నవ్వి "ఆ అడ్వెంచర్ లేకపోతే మనం ఇలాంటప్పుడు కలిసి మాట్లాడుకుంటూ వుండేవాళ్ళం కాదు" అన్నాడు.

ఇద్దరూ చకచకా రెండు వాహనాలకీ సంధానం ఏర్పాటు చేశారు. రెండు వాహనాలూ ఒకే వేగంతో వెళుతున్నాయి కాబట్టి ఏ కష్టము రాలేదు. రెండూ భారరహిత స్థితిలో వున్నాయి కాబట్టి దిశ మార్పులో కూడా కష్టం తోచలేదు.

మరొక రెండు గంటల తరువాత-

మొట్టమొదటిసారిగా-

పరాయిలోక వాసులు ఉపయోగించిన ఒక అంతరిక్షనౌక- భూమి ఆకర్షణ శక్తిలోకి ప్రవేశించి, భూమివైపు దిగటం ప్రారంభించింది. ఆ నౌక తనతోపాటు ప్రళయాన్నే తీసుకువస్తుందో, ప్రమోదాన్నే ఇస్తుందో మానవజాతికి- కాలమే నిర్ణయించాలి.

* * *

వాయుపుత్ర అప్పుడే బాగయినట్టు రేడియో ఆన్‌చేసి- తాము ఆ అంతరిక్షనౌకని తీసుకువస్తున్నట్టు-దానికి తగిన జాగ్రత్తలు తీసుకొమ్మన్నట్టు భూమికి వర్తమానం పంపాడు. భూమి అయస్కాంత పరిధిలోకి వచ్చాక శాస్త్రజ్ఞులు దాన్ని ఆహ్వానించడం తప్ప ఇంకెవ్వరూ ఏమీ చేయలేరని అతడికి తెలుసు.

యశ్వంత్‌కి గిల్టీగా వుంది. అతడికి ఇలాటి అడ్వెంచర్స్ ఇష్టం వుండవు. అంతరిక్షానికి సంబంధించిన శాస్త్రంలో ఇలాటి అడ్వెంచర్స్ ఒకోసారి మొత్తం మానవజాతినే ప్రమాదంలో పడేస్తాయి. మరో రెండు గంటల తరువాత వాళ్ళిద్దరూ ప్రయాణం చేస్తూ వచ్చిన వాహనం, ఫ్లయింగ్ సాసర్‌తో పాటూ వచ్చి సముద్రంలో

ఆగింది. ఎన్నో వేల కెమేరాలు ఆ దృశ్యాన్ని తమలో బంధించాయి. గ్రహాంతరాల్నుంచి వచ్చిన ఆ గాలి పళ్ళేన్ని చూడటం కోసం జనం నేల ఈనినట్టు మూగారు.

ఒక నౌకద్వారా ఆ గాలిపళ్ళెం ఒడ్డుకు చేర్చబడింది. రకరకాల రక్షణ కవచాలతో శాస్త్రజ్ఞులు దానిలో ప్రవేశించారు. యశ్వంత్ మీద ఆ వాహనం తాలూకు ప్రభావం ఏమైనా వుందేమో తెలుసుకోవటం కోసం అతడిని పరిశోధనాలయంలోకి పంపారు. తను కూడా ఆ వాహనంలోకి వెళ్ళానన్న విషయాన్ని వాయుపుత్ర ఎవరికీ చెప్పలేదు.

మరుసటిరోజు ప్రపంచలోని అన్ని పత్రికల్లోనూ ఈ ఫ్లయింగ్ సాసర్ వార్తలు, ఫోటోలు వచ్చాయి. రకరకాల ఊహాగానాలు చెలరేగాయి. 'మాయాస్' దీన్ని కావాలనే భూమ్మీదకు వదిలారని కొన్ని పత్రికలు వ్రాస్తే, మరి కొన్ని పత్రికలు దీన్ని యశ్వంత్ వాయుపుత్ర సాహసానికి సంకేతంగా అభివర్ణించాయి. ఆ తరువాత పద్దెనిమిది గంటలకు– ప్రపంచాన్ని దిగ్భ్రమలో ముంచేసే వార్త– ఈ ఫ్లయింగ్ సాసర్ ద్వారా బయటపడింది.

8

"ఆ ఎగిరే గాలిపళ్ళెం ఒక విధమైన మిశ్రధాతువుల్తో తయారు చేయబడింది. ఇనుము, అల్యూమినియం కొద్దిగా వున్నాయి. మనకు తెలియని లోహాలు మరొక రెండు వున్నాయి. అవేమిటో కనుక్కోవటానికి ప్రయత్నాలు జరుగుతున్నాయి" అన్నాడు నివేదికను సమర్పిస్తూ ఒక నిపుణుడు.

ఆ విషయం మీద తనకంత ఆసక్తి లేనట్టుగా యశ్వంత్ తలూపుతూ "శక్తి ఎక్కడనుంచి వస్తూందో (Source of Energy) చెప్పండి. ముఖ్యంగా, నేను 'బల్బ్' అనుకుని పట్టుకోబోయిన వస్తువు గురించి..."

"దాన్ని గురించే చెప్పబోతున్నాను. చాలా ఆశ్చర్యం కలిగించే విషయం... అది బల్బ్ కాదు. దానికి వైర్లు కానీ, స్విచ్‌లు కానీ ఏమీలేవు."

"అవును. అది ఒక రకమైన క్వాట్జ్"

"క్వాట్జ్??" ప్రశ్నించాడు ఆశ్చర్యంగా.

"అవును కానీ మన భూమిమీద దొరికే క్వాట్జ్ లాటిది కాదు లక్ష గడియారాల్ని పది లక్షల సంవత్సరాలపాటు నడిపించగల శక్తివంతమైన క్వాట్జ్. దాని బరువు ఎంతో మీరు ఊహించగలరా యశ్వంత్!'"

"ఎంత?"

"పదిహేను వందల కిలోలు."

యశ్వంత్ అతడివైపు విస్మయంగా చూశాడు. పదిహేను వందల ... కి...లో...లు. చిన్న గోళీకాయ ఆకారంలో కనిపించే ఆ వస్తువు బరువు అంత వుందంటే అది నిశ్చయంగా న్యూట్రాన్ స్టార్‌కి సంబంధించినదై వుంటుంది. అసలు న్యూట్రాన్ స్టార్ వుందో లేదో మన భూలోకవాసులకి తెలీదు. అటువంటిది- ఆ పరలోకవాసులు దాన్ని కూడా తమ ఎనర్జీ సోర్స్‌గా మార్చుకోగలిగారు. వారి సాంకేతిక అభివృద్ధిని అది సూచిస్తుంది.

నిపుణుడు, తాను కనుక్కున్న విషయాన్ని చెప్పటం కొనసాగిస్తూ అన్నాడు- "ఆ గ్రహాంతరవాసులు వదిలేసి వెళ్ళిపోయిన నౌకలో మరొక ప్లేట్ దొరికింది యశ్వంత్! దానిమీద సూర్యుడూ, నవగ్రహాలు తిరిగే దారుల యొక్క మ్యాపు కూడా వుంది. భూమిచుట్టూ ఒక గీత గీయబడి వుంది. అలాగే కుజుడి చుట్టూకూడా. బహుశా ఈ రెండు గ్రహాలమీద జీవకోటి వున్నట్టు వారి అంచనా అనుకుంటాను."

యశ్వంత్ తలూపాడు.

"అన్నిటికన్నా ముఖ్యమైన విషయం ఏమిటంటే... ఆ వాహనపు ఒక గదిలోనున్న డస్ట్‌బిన్లలో మన "రాయ్" తాలూకు బట్టలు దొరికాయి."

యశ్వంత్ అదిరిపడ్డాడు.

"అవును యశ్వంత్! స్పేస్ సూట్ నెంబర్ కూడా పరిశీలించి చూశాం. అవి రాయ్ ధరించిన దుస్తులే."

యశ్వంత్ వినటంలేదు. ఆలోచిస్తున్నాడు. తమ నౌకనుంచి విడివడి చంద్రుడిమీద పడబోతూవుంటే వాయుపుత్ర వచ్చి ఏ విధంగా రక్షించాడో, ఆ విధంగానే "రాయ్‌ని" ఆ గ్రహాంతరవాసులు వలవేసి పట్టుకుని తమతో తీసుకుపోయారా?

లేక అతడిని చంపేసేరా?

యశ్వంత్ వెన్ను జలదరించింది.

అంతలో బెల్ మ్రోగింది. తమ తమ రంగాల్లో గొప్పవారైన మేధావులందరూ తమ తమ నివేదికలు పట్టుకుని మెయిన్ హాల్‌లోకి ప్రవేశించారు.

అందరూ కలిసి, ఒక నిర్ణయం తీసుకోవాలి.

ఆ నిర్ణయం మీద భూలోకవాసుల ప్రాణాలు ఆధారపడి వుంటుంది.

"డియర్ ఫ్రెండ్స్" యశ్వంత్ తన ఉపన్యాసాన్ని ప్రారంభిస్తూ అన్నాడు- "ఈ రోజు మనం ఇక్కడ రెండు ముఖ్య విషయాలు చర్చించటానికి సమావేశమయ్యాం. మొదటిది- ఇంటర్ ప్లానెటరీ సొసైటీ వాళ్ళు మనకొక సంకేతం పంపారు. "వివిధ గ్రహాలమీద వుండే జీవరాసుల్లో ఎవరికయినా, సూర్యుడినుంచి శక్తి కొల్లగొట్టబడితే అభ్యంతరం వుందా" అని. మనకి తెలియని భాషనుంచి తర్జుమా చేయబడిన ఈ విషయంలో అసత్యమేమీ లేదనీ, వాయుపుత్ర సరీగ్గానే తర్జుమా చేశాడనీ ఇప్పుడు మనకు నిరూపించబడింది."

"ఏ విధంగా" ఎవరో అడిగారు.

"గ్రహాంతరవాసులు సూర్యుడి దగ్గిరగా కొంతకాలం 'మకాం' వేసి వెళ్ళారు అన్నది వారు వదలి వెళ్ళిన ఫ్లయింగ్ సాసర్ ద్వారా నిరూపణ అవుతుంది కనుక" జవాబు చెప్పాడు యశ్వంత్. "....అంతకన్నా మరో ముఖ్య ఆధారం... వారు వదలివెళ్ళిన ఫ్లయింగ్ సాసర్‌లో దొరికిన బల్బ్ నిజానికి బల్బ్ కాదనీ, అది ఒక నిక్షిప్తమైన శక్తి అని మన శాస్త్రజ్ఞులు కనుక్కున్నారు. ఈ 'నిక్షిప్తమైనశక్తి' గురించి నేను నా అభిప్రాయాలు చెప్పబోయే ముందు, సైన్సుకు సంబంధించిన కొన్ని మూల విషయాలు మాట్లాడతాను. అందరూ నిష్ణాతులూ, మేధావులూ వున్న ఈ సభలో నేను ఇంత చిన్న విషయాలు మాట్లాడటం అర్థరహితమే అయినా, ఇక్కడ వున్నవారు వేర్వేరు రంగాలకు సంబంధించిన వారు కాబట్టి ఈ విషయాలు కూడా చెప్పవలసిన బాధ్యత నామీద వుందని నేను భావిస్తున్నాను" ఆగి తిరిగి ప్రారంభించాడు-

"వంద సంవత్సరాల క్రితమే మానవుడు ఆటంబాంబు తయారుచేశాడు. ఆటంబాంబులో పదార్థం (వస్తువు) విస్ఫోటనం చెంది 'శక్తి' గా మారుతుందని మీ అందరికీ తెలుసు. ఒక ఫుట్‌బాల్ సైజు బాంబు శక్తిగా విడిపోయి, కొన్నివేల మైళ్ళ దూరాన్ని కాల్చిపారేస్తుంది. ఒక వస్తువుని ఇలా శక్తిగా మార్చే పరికరాన్ని మానవుడు దాదాపు వంద సంవత్సరాల క్రితమే కనుక్కొన్నాడు. కానీ శక్తిని వస్తువుగా మార్చే పరికరాన్ని ఎందుకు కనుక్కోలేదు? వాస్తవానికి అదేం పెద్ద విషయం కాదు. When matter can be converted into energy, energy can also be converted to matter. కానీ మానవుడు ఈ విషయంలో అంత శ్రద్ధ చూపలేదు. కారణం ఐన్‌స్టీన్ థియరీ ప్రకారం ఒక గ్రాము (మాస్) పదార్థాన్ని తయారు చేయటానికి 900,000,000,000,000,000,000 ఎర్గ్‌ల ఎనర్జీ కావాలి. ఇంత కష్టపడటం దేనికని మనిషి ఈ విషయంలో అంత

శ్రద్ధ చూపించలేదు. మరొక రకంగా చెప్పాలంటే, శూన్యంనుంచి ఒక గ్రాము పదార్థాన్ని తయారు చేయటానికి కావల్సిన శక్తితో ఒక మనిషి 670,000 సంవత్సరాలు బ్రతకవచ్చు. ఒక వంద కాండిల్ బల్బ్ 800, 000 సంవత్సారాలు వెలిగించి వుండవచ్చు. ఎవరైనా శాస్త్రజ్ఞుడు తన ప్రయోగశాలలో శూన్యంనుంచి ఒక ఔన్సు పదార్థాన్ని సృష్టించాలంటే 200 మినియన్లు గాలన్ల కిరోసిను తగలబెడితే వచ్చేటంత శక్తిని వినియోగించాలి.

చిన్న కోడి గుడ్డంత పదార్థాన్ని తయారుచేయటానికే ఇన్ని కోట్ల కోట్ల ఎర్గ్‌ల శక్తి కావాలి. మరి అటువంటప్పుడు ఇంత బ్రహ్మాండమైన విశ్వం, ఇన్ని గోళాలు, భూమి, చంద్రుడు, గ్రహాలు, నక్షత్రాలు ఇంత పదార్థం ఎక్కడ్నుంచి తయారైంది? ఇంత శక్తి శూన్యంలోంచి ఎలా ఉద్భావించింది? శాస్త్రజ్ఞులు అన్వేషిస్తూనే వున్నారు. అన్వేషణలు మీద నమ్మకంలేని వాళ్ళు, ఆ శక్తికి ఒక పేరు పెట్టారు 'దేవుడు' అని. ఇప్పుడు నా ఉపన్యాసం దేవుడి ఉనికి గురించి కాదు. గ్రహాంతర వాసుల గురించి... శక్తిద్వారా పదార్థాన్ని సులభంగా తయారుచేయటం ఎలాగో మనిషి తెలుసుకోలేకపోయాడు. కానీ నా ఉద్దేశ్యంలో ఆ గ్రహాంతర వాసులు ఈ 'టెక్నిక్' కనుక్కున్నారు."

ఆఖరి వాక్యానికి సమావేశంలో గుసగుసలు ప్రారంభమయ్యాయి. యశ్వంత్ వాటిని పట్టించుకోలేదు. తన ఉపన్యాసాన్ని కొనసాగించాడు.

"మనిషి బ్యాటరీ కనుక్కున్నాడు, టార్చిలైట్లు వెలిగాయి. పెట్రోల్ కనుక్కున్నాడు, కార్లు కదిలాయి. అణుశక్తి కనుక్కున్నాడు. థర్మల్ స్టేషన్‌లు వెలిశాయి. కానీ ఇవన్నీ ఖరీదైన ప్రక్రియలు. కారణం? వస్తువుల్నుంచి శక్తి ఉత్పత్తి చెయ్యటం..! ఇలా కాకుండా, **తొమ్మిదికోట్ల ఎర్గ్‌ల శక్తినుపయోగించి గోలీకాయంత పదార్థాన్ని తయారుచేయటం, తిరిగి ఆ గోలీకాయను శక్తిగా మార్చుకోగలగటం** మనిషి నేర్చుకున్నాడనుకోండి. అప్పుడు భారతదేశం నుంచి అమెరికా వెళ్ళటానికి వెయ్యి రూపాయల ఖర్చు అవుతుంది. పదిమంది నివసించే భవంతి నిర్మించటానికి పదివేల కన్నా ఎక్కువ ఖర్చు అవదు. మనం భూతల స్వర్గంలో నివసిస్తాం. ఎందుకంటే ఈ విశాల విశ్వంలో మనకి అపారంగా, ఏ మాత్రం ఖర్చు లేకుండా 'శక్తి' దొరుకుతుంది కాబట్టి."

"ఎక్కణ్ణుంచి లభిస్తుంది?"" ఎవరో అడిగారు.

"గ్రహాలనుంచి, నక్షత్రాలనుంచి" సమాధానం ఇచ్చాడు యశ్వంత్. "ఒక్కసారి ఇంధనం మనకి దొరకటం ప్రారంభించాక ఇంక కష్టం ఏముంది? పక్కింటికి

పేరంటానికి వెళ్ళినట్టు ఏ శని దగ్గరకో బుధుని దగ్గరకో వెళ్ళి మనకు కావల్సినంత శక్తి మనతో పాటు తెచ్చుకోవచ్చు. డియర్ ఫ్రెండ్స్! అసలు ఈ ప్రపంచాన్ని మీరొకసారి వూహించండి. పదిహేను రోజుల్లో గంగా, గోదావరీ నదుల్ని కలపవచ్చు. వరదలుండవు. ఆర్నెల్లు తిరిగేసరికల్లా ప్రతి మనిషికీ ఇంట్లో, సంవత్సరం తిరిగేసరికల్లా వద్దన్నా కావలసినంత తిండి... ప్రతి ఇంటికీ ఒక ఎయిర్ కండిషనర్. ప్రతి మనిషికీ ఒక కారు...."

"ఈ లోపులో బుధుడు కాస్త కృశించిపోతాడు" అన్నారెవరో.

"బుధుడు మాయమైతే ఆ గురుత్వాకర్షణ శక్తిలో వచ్చిన మార్పుకి మిగతా ఎనిమిది గ్రహాల కక్ష్యలూ కదిలిపోయి, ప్రళయం సంభవిస్తుంది" అన్నారు మరొకరు.

"అభివృద్ధి మాట దేవుడెరుగు" అన్నారు ఇంకొకరు.

యశ్వంత్ అందరి మాటలూ చివరివరకూ విని, చివర్లో క్లుప్తంగా అన్నాడు.

"మీరు చెప్పిందంతా నిజమే! మన గాలక్సీలో వున్న ఏ నక్షత్రం గానీ, గ్రహం నుంచిగానీ ఇలా శక్తిని లాగేస్తే, మీరు చెప్పిన ప్రమాదం ఏర్పడుతుంది. అదే మరో గాలక్సీలో నున్న ఏ నక్షత్రం నుంచో చేస్తే ఫర్వాలేదుకదా."

"అవును ఫర్వాలేదు."

"అందుకే గ్రహాంతరవాసులు మన గాలక్సీలోని సూర్యుడిని ఎన్నుకున్నారు" చెప్పదల్చుకున్నది పూర్తిచేశాడు యశ్వంత్.

ఆ హాలులో సూదిపడితే వినిపించేటంత నిశ్శబ్దం!

ఎటో వెళ్తున్న టాపిక్ అకస్మాత్తుగా ఈ వాస్తవం దగ్గర కొచ్చి ఆగేసరికి, అతడు చెపుతున్నది అర్థమై అందరి శరీరాలు అప్రయత్నంగా జలదరించాయి.

ఆ నిశ్శబ్దాన్ని మళ్ళీ యశ్వంత్ భంగపరిచాడు.

"ఇదంతా నా ఊహ మాత్రమే. మనకు దొరికిన సాక్ష్యాలు ఆధారంగా నేను ఆలోచించింది ఇది! నా ఆలోచన మొత్తం తప్పు కావచ్చు. కానీ నా ఆలోచన నిజమైన పక్షంలో, దీనివల్ల జరిగే పరిణామాలను నేనీ విధంగా వూహిస్తున్నాను..."

యశ్వంత్ కంఠం ఆ హాలులో గంభీరంగా ప్రతిధ్వనించింది–

"ఆ గ్రహాంతర జీవులు సూర్యశక్తిని ఘనీభవింపజేసే ప్రయత్నంలో సోలార్ జ్వాలలు పైకి చెలరేగిన పక్షంలో, ఆ కాస్మిక్ కిరణాల తాకిడికి భూమిమీద జీవకోటి యావత్తు నిర్వీర్యం అయిపోతుంది. సుదూర తీరాల్లో మనకు పొంచి వున్న

ప్రమాదం ఇదే.... ఈ తాకిడికి మన వాతావరణం ఆపలేదు. సకల మానవజాతి యావత్తు ఆందోళన చెందవలసిన విషయం ఇది. మనందరం ఏదో ఒక చర్య గురించి వెంటనే ఆలోచించకపోతే, మృత్యువు ఎంతో దూరంలో లేదని నేను భావిస్తున్నాను. అంతే నేను చెప్పదల్చుకున్నది."

అతడు వేదిక దిగిపోయాడు.

* * *

ఇది జరిగిన రెండు రోజులకు అతనికి కబురు వచ్చింది.

ఈసారి కొద్దిమంది మాత్రమే సమావేశమయి వున్నారు.

వారు శాస్త్రజ్ఞులు కాదు దేశాధినేతలు.

యశ్వంత్ ఆ హాలులో ప్రవేశించగానే గమనించిన మొట్టమొదటి విషయం ఏమిటంటే, అంతరిక్ష పరిశోధనా సంస్థ డైరెక్టరు ఆ సమావేశానికి అధ్యక్ష స్థానంలో వుండటం! దేశాధినేతలు అతడి పక్కన కూర్చోవటం! ఈ దృశ్యం అతడికి గమ్మత్తుగా అనిపించింది.

అతడు తన సీటులో కూర్చున్న అయిదు నిముషాలకు మీటింగు ప్రారంభమైంది. డైరెక్టర్ తన ఉపన్యాసాన్ని సుదీర్ఘమైన ఉపన్యాసంతో సాగదీయలేదు. "డియర్ సర్స్..." అంటూ ప్రారంభించి అసలు విషయంలోకి వచ్చేశారు.

9

"లేదు డాక్టర్‌గారూ!" తల విదిలిస్తూ అంది అనూహ్య. "నేను యశ్వంత్‌తో తిరిగి పరిచయం పెంచుకొనే ప్రసక్తిలేదు. అతడికి నా మీద ప్రేమలేదు. జీవితపు చివరిక్షణంలో భార్యనైనా నన్ను గుర్తు తెచ్చుకున్నాడు. అంతే."

సైకియాట్రిస్టు అర్థం చేసుకున్నట్టు తలూపాడు. ఎప్పుడో గతంలో మనకు ఎవరో పరిచయమవుతారు. చాలా దగ్గరకు వచ్చినట్టు అనిపిస్తారు. ఒకటి రెండు చిన్న అనుభవాల్ని, అనుభూతుల్నీ పంచుకోవటం, తరువాత కాలం విడదీస్తుంది. కొన్ని సంవత్సరాలపాటు ఒకరి ఉనికి ఒకరికి తెలియదు. హఠాత్తుగా మళ్ళీ ఎప్పుడో వాళ్ళని కలుసుకోవటమో, వాళ్ళ ఉనికి తెలియటమో జరుగుతుంది. దాంతో పాత జ్ఞాపకాలు పైకి వస్తాయి. ఎప్పుడో జరిగింది ఎంతో అపురూపంగా

తోస్తుంది. వాళ్ళని కలుసుకోవాలని మనసు తహతహ లాడుతుంది, అయితే అది తాత్కాలికమే. ఈ వేడి మళ్ళీ తగ్గిపోతుంది.

ఇప్పుడీ సైకియాట్రిస్టు ఈ మాజీ దంపతుల గురించి అదే అనుకున్నాడు. పాత ఉద్వేగాలు పైకి వచ్చాయనుకున్నాడు. చాలాకాలం తరువాత హఠాత్తుగా కలుసుకోవటంవల్ల వచ్చిన 'ఎమోషన్స్' తో ఈ విధంగా ఈ అమ్మాయి కలవరం చెందుతుంది అన్న నిర్ణయానికి వచ్చాడు. అందుకే ఆమెకి సలహా ఇచ్చాడు. "మీరు అనుకుంటున్నది నిజమే అనూహ్యా! ఇదంతా కేవలం అతడిని అనుకోకుండా కలుసుకోవటంవల్ల వచ్చిన ఉద్వేగమే... నేను ముందే చెప్పాను... వాయుపుత్రతో కలిసి కొంతకాలం దూరంగా వెళ్ళిపొమ్మని..."

"నేనూ అదే అనుకున్నాను డాక్టర్‌గారూ, కానీ స్పేస్‌సిటీ కాలిపోవటంతో మా ప్రయాణం ఆగిపోయింది."

"ఇప్పుడు మీ మాజీ భర్త- అదే యశ్వంత్- ఇక్కడే వున్నారన్నారు కదూ."

"అవును."

డాక్టర్ కుర్చీ వెనక్కి వాలుతూ "మీరు వెంటనే చేయవలసిన పని ఒకటుంది మిస్ అనూహ్యా" అన్నాడు.

ఆమె ఏమిటన్నట్లు తలెత్తి చూసింది.

"యశ్వంత్‌ని మీరు కలుసుకోవాలి."

ఆమె ఆశ్చర్యపోయింది.

డాక్టర్ కొనసాగించాడు. "ఒకేచోట వుంటూ మీరు, మీ మాజీ భర్త ఎప్పుడో ఒకప్పుడు కలుసుకోకపోరు. క్షణం క్షణం ఆ టైము ఎప్పుడొస్తుందో అని మీరు భయపడుతుంటే వాయపుత్రతో మీ స్నేహం కొనసాగదు. మీరు మిగతా ఆడవాళ్ళ లాంటివారు కాదు. ఇలా కొట్టుమిట్టులాడుతూ కాలం గడిపేకంటే మీ అంతట మీరే వెళ్ళి యశ్వంత్‌ని కలుసుకుంటే మీ భవిష్యత్ పట్ల మీకున్న జబ్బు తొలగిపోతుంది. అపాయాన్ని ఊహించటం కంటే దానికి ఎదురు వెళ్ళడమే మంచిది. ఒక్కసారి యశ్వంత్‌కి అంతా చెప్పేస్తే మీ మనసు తేలిక పడుతుంది. మీరూ, వాయుపుత్ర హాయిగా వుండవచ్చు."

అనూహ్య తలవంచుకుని కూర్చుంది. "నేను చెప్పగలనా" అని మనస్సులోనే సందిగ్ధంగా అనుకుంది. అర్థం చేసుకోలేనివారికి తన సమస్య చాలా చిన్నది. సున్నితత్వం, సెంటిమెంటు, సందిగ్ధత...లాంటి పదాన్ని 'మెటీరియలిస్టిక్' త్రాసులోవేసి

తూచలేం. అదృష్టవశాత్తూ డాక్టర్ మాత్రం ఆమె బాధను అర్థం చేసుకున్నాడు. ఆమెలో ప్రవహిస్తున్న భారతీయ రక్తానికీ, మారుతున్న ఆధునిక సాంస్కృతికి మధ్య జరుగుతూన్న పోరాటమే ఆమె సమస్య. ఆమె మనసులో జరుగుతున్న పోరాటాన్ని ఆమె పరిష్కరించుకోవాలే తప్ప ఎవరూ ఏమీ చెయ్యలేరు.

అనూహ్య లేచి నిలబడి "మీరు చెప్పినట్టు చేయడానికి ప్రయత్నిస్తాను డాక్టర్‌గారూ! ఒకవేళ కలుసుకుని చెప్పడం సాధ్యం కాకపోతే ఉత్తరం ద్వారా చెప్పటానికి ప్రయత్నిస్తాను."

డాక్టర్ సంతృప్తిగా "గుడ్" అన్నాడు. "ఇది అన్నిటికన్నా ఉత్తమమైన మార్గం. ఉత్తరం ద్వారా తెలియపరిస్తే అతన్ని మీరు మరోసారి కలుసుకునే అవసరం కూడా వుండదు. నేను చెప్పేదెప్పుడూ ఒకటే! విద్యుత్ వలయంలో అయస్కాంతం స్పందించినట్లు మీ మాజీభర్త ఆలోచనలు మిమ్మల్ని మానసిక సంఘర్షణకు గురిచేస్తున్నాయి. మీరు వాయుపుత్ర దగ్గరికి వెళ్ళాలంటే యశ్వంత్‌ని దూరంగా వుంచడం ఒక్కటే మార్గం".

అనూహ్య తలూపింది.

10

అప్పటికి గంట సేపట్నుంచి నిఖిల్‌ని ఫోన్ ద్వారా కలుసుకోవాలని శ్రీజ ప్రయత్నం చేస్తోంది. నిఖిల్ దొరకటంలేదు. రెండు రోజుల క్రితం పరిశోధనా సంస్థవారు ఏర్పాటుచేసిన మీటింగ్‌లో పాల్గొన్నాడని మాత్రం తెలిసింది. తర్వాత ఏమయ్యాడో ఎవరూ చెప్పలేదు. అర్జెంటుగా అతనితో మాట్లాడవలసిన అవసరం ఆమెకు వుంది. అందుకే గంటనుంచి ఫోనుద్వారా ప్రయత్నం చేస్తోంది.

స్విట్జర్లాండ్ నుంచి భారతదేశానికి డైరెక్టు టెలిఫోన్ కనెక్షన్ వుండటంవల్ల ఒకచోట దొరక్కపోతే ఆ వెంటనే వేరే నెంబర్లు తిప్పుతోంది. సైన్స్ సిటీలో ఎక్కడున్నా సరే అతన్ని పట్టుకుని ఆ వార్త అతనికి చెప్పాలి.

తను గర్భవతిని అన్న విషయం.....

* * *

మీటింగ్‌హాల్లో సూదిపడితే వినపడేటంత నిశ్శబ్ధంగా వుంది. ఆ నిశ్శబ్దంలోంచి డైరెక్టర్ కంఠం గంభీరంగా వినపడుతూంది. "...అంతరిక్షవాసులు

మనకి పంపిన శాంతి సంకేతం ఏ కోడ్‌లో వున్నదో, అదే కోడ్‌లో భూమినుంచి మనంకూడా సంకేతాలు పంపాలి. మనం చెయ్యవలసిన పనుల్లో అది మొదటిది. అయితే ఈ పద్ధతిలో పూర్తిగా మనం అనుకున్నది సాధిస్తామని మేము భావించటంలేదు. కారణాలు మీకు తెలుసు...."

అవును అది నిజమే- అనుకున్నాడు వింటూన్న యశ్వంత్! అంత బలంగా శూన్యాంతరాల్లోకి పంపటానికి వీలయ్యే తరంగాల్ని ఇంతవరకూ మనిషి కనుక్కోలేదు. ఇంకోలా చెప్పాలంటే బహుశా ఆ అవసరం ఇంతవరకూ రాకే కనుక్కోలేదేమో....

డైరెక్టర్ కొనసాగించాడు "... విరామం లేకుండా భూమి యొక్క వేర్వేరు ప్రదేశాల్నుంచి ఈ తరంగాల్ని పంపటం జరుగుతుంది. దాదాపు సంవత్సరం పాటు ఈ ప్రసారాలు ఆగకుండా జరుగుతాయి. ఇది మనం తీసుకున్న మొదటి చర్య. ఇక రెండో చర్య గురించి చెపుతాను. ఇదే ముఖ్యమైంది.... నిన్న రాత్రి వరకూ చర్చించి, ఎన్నో విభేదాలతో ఒక నిర్ణయానికి వచ్చింది...."

అతడేం చెపుతాడా అని అందరూ ఉత్సుకతతో చూస్తున్నారు.

"డియర్ సర్స్... 'భూమి' అనేది ఒకటి వుందని, దాని మీద ప్రాణికోటి వుందని, సూర్యుడు లేకపోతే ఆ ప్రాణికోటికి మనుగడ లేదని- Inter Planetary Societyకి మనం తెలియబర్చాలి. అందుకోసం ఒక టీమ్‌ని అంతరిక్షంలోకి పంపటం- నిన్న రాత్రి మేము తీసుకున్న నిర్ణయాల్లో ముఖ్య మైనది."

అతడు చెప్పటం పూర్తికాకుండానే మీటింగ్‌హాలులో ఒక్కసారిగా కలకలం రేగింది. అక్కడున్న వారంతా మేధావులు. వారికి అర్థమవటం కోసం సుదీర్ఘమైన వివరణలు అవసరం లేదు. ఆ హాల్లో డైరెక్టర్ మాట్లాడిన చివరి వాక్యం సంచలనాన్ని రేకెత్తించింది.

అంతరిక్షంలోకి ఒక టీమ్‌ని పంపించటం...!!

ఎంతదూరం?

ఎన్ని కాంతి సంవత్సరాలు?

ఎంతమంది?

ఎంతకాలం ప్రాణాలకి తెగించి ఇలా ప్రయాణిస్తూ వెళ్తారు? ఏ గాలక్సీలో వున్నారో తెలియని ఆ గ్రహాంతరవాసుల్ని కలుసుకుని, వారితో కమ్యూనికేషన్ ఏర్పరచుకుని... మన సమస్య వారికి చెప్పి - ఎప్పుడు తిరిగి వస్తారు?

తి...రి....గి....రా....వ....టం!

వీలయ్యే పనేనా అది?

అందరి మనసుల్లోనూ ఒకటే ప్రశ్న....

ఆత్మార్పణం కావించుకునే ఆ టీమ్ (సూయిసైడల్ స్క్వాడ్) లో సభ్యులెవరు? తిరిగిరాని తీరాలకు వెళ్ళబోయే ఆ మెంబర్లెవరు?

మీటింగ్‌హాల్లో ఇంకా ఒకరితో ఒకరు మాట్లాడుకుంటూనే వున్నారు. వాళ్ళకి టైమ్ ఇవ్వటానికి అన్నట్టు డైరెక్టర్ కూడా కొంచెంసేపు నిశ్శబ్దంగా వుండి, తరువాత ప్రారంభించాడు.

"ఈ విషయంపట్ల ఏకగ్రీవంగా అందరూ ఒక అభిప్రాయానికి రాలేదు. కానీ ఇటువంటి పరిస్థితుల్లో ఈ విధమైన ప్రయత్నం కనీసం ఒకటయినా చెయ్యకపోతే ... అలా చెయ్యనందుకు మొత్తం మానవజాతే విచారించవలసిన పరిస్థితి ఏర్పడుతుందని భావించి, చివరికి వప్పుకున్నాను...."

అతడి ఆఖరి వాక్యంతో హాల్లో నిశ్శబ్దం పేరుకుంది. ఆ తరువాత డైరెక్టర్ మిగతా అంశాలని చర్చించాడు. అతడి అంచనా ప్రకారం ఈ ప్రయాణం పది సంవత్సరాల పైగా జరగవలసి రావచ్చు. అంతరిక్షనౌకలో అలా ఒక గమ్యం లేకుండా ప్రయాణం చేస్తూ శూన్యంలోకి తరంగాల్ని పంపుతూ వుండాలి. దాన్ని ఇంటర్ ప్లానెటరీ సొసైటీ వాళ్ళు పట్టుకుని ప్రతిస్పందిస్తే సరేసరి.... లేకపోతే మరికొంతకాలం ప్రయాణం సాగించాలి.

ఆ హాల్లో వున్న వారందరికి... 'మరి కొంతకాలం' అంటే ఎంతో తెలుసు. రాకెట్‌లో ప్రయాణం చేస్తున్నవాళ్ళు మరణించేటంత వరకూ ఆ ప్రయాణం సాగుతూనే వుంటుంది. తిరిగి రావటం అన్న ప్రశ్నేలేదు. ఆ మాటకొస్తే డైరెక్టర్ మాటల్లోనే పెద్దగా ఆశావాదం కనపడలేదు. బహుశా అతడు కూడా ఈ నిర్ణయానికి వ్యతిరేకంగా ఓటువేసివుంటాడు అనుకున్నాడు యశ్వంత్! అతడికి మాత్రం, అంతరిక్ష నౌకలో మనుష్యుల్ని పంపటం అన్న నిర్ణయం సరి అయినదే అనిపించింది. ఏమీ చెయ్యకుండా వుండటంకన్నా ఏదో ఒకటి చెయ్యటం మంచిది. లక్షలు ఖర్చయినా సరే పదిమంది ప్రాణాలు పోయినా సరే.... ఆ మాటకొస్తే ఎన్ని ప్రాణాలు నిరర్థకంగా పోవటం లేదు? ఎంత డబ్బు అనసరంగా ఖర్చవటం లేదు?

అయితే ఈ ప్రయాణం ఊహించినంత సులువుగా జరగదు అని అతడికి తెలుసు. అతడు ఆస్ట్రోఫిజిసిస్టు!! పైకి కనపడే సమస్యలకన్నా లోపల చాలా సమస్యలుంటాయి. అన్నిటికన్నా ముఖ్యంగా 'వాహనానికి కావల్సిన ఇంధనం-'

ఎలా సమకూరుతుంది అన్నది ప్రధాన సమస్య అవుతుంది. పది సంవత్సరాల పైగా వాహనాన్ని నడపగలిగేటంత ఇంధనం-

భూమి ఆకర్షణశక్తి నుంచి బయట పడటానికి శక్తి కావాలి. ఆ తరువాత శూన్యంలో ప్రవేశించాక ఇక శక్తి అవసరంలేదు. న్యూటన్ రెండో చలన సూత్రం ప్రకారం అలా వాహనం సాగిపోతూనే వుంటుంది. కానీ చంద్రుడు, కుజుడు, ఆ తరువాత పదిలక్షల ఆస్ట్రాయిడ్స్ బంతులు, గురుడు, శని ఇలా అన్నిటినీ దాటుకుంటూ వెళ్ళాలి. నేటి ఆకర్షణ శక్తికి లోబడినా దానినుంచి బయటపడటానికి శక్తి కావాలి. ఇంత శక్తి ఎక్కణ్ణుంచి వస్తుంది? అంత ఇంధనాన్ని మోసుకుంటూ వాహనం ఎలా వెళ్తుంది?

ఇది ఆలోచిస్తూ వుండగానే డైరెక్టర్ ఉపన్యాసం పూర్తయింది. విలేఖర్లు హాలులోంచి బయటకు పరుగెత్తారు. అక్కడున్న వారు గుంపులు గుంపులుగా చేరి మాట్లాడుకుంటున్నారు. దూరం నుంచే నిఖిల్‌ని చూసి యశ్వంత్ అతడి దగ్గిరగా వెళ్ళాడు.

"నువ్వెప్పుడొచ్చావ్?"

"మీటింగు ప్రారంభం అవటానికి ముందు అర్జంటుగా రమ్మని కబురొచ్చింది."

"నువ్వేమనుకుంటున్నావ్ నిఖిల్?"

"దేని గురించి?"

"ఇలా ఒక టీమ్‌ని శూన్యంలోకి రాయబారమంపటానికి-" నవ్వేడు యశ్వంత్.

"ఇంతకన్నా నిరర్థకమైన, స్టుపిడ్ ఆలోచన ఇంకొకటి వుండదనుకుంటున్నాను."

యశ్వంత్ ఆశ్చర్యపోయాడు. నిఖిల్ ఇంత వ్యతిరేకతతో వుంటాడనుకోలేదు. తన విస్మయాన్ని కనిపించకుండా- "ఎందుకలా అనుకుంటున్నావు?" అని అడిగాడు.

వాళ్ళిద్దరూ మీటింగ్ హాలు వరండాలో నడుస్తున్నారు.... వరండాలో విజిటర్స్ కోసం గోడలకి ఫోటోలు వున్నాయి. నిఖిల్ ఒక ఫోటో దగ్గిర ఆగాడు. విశ్వం గురించి, అంతరిక్ష పరిశోధనలో భారతదేశం సాధించిన విజయాల గురించి, విజిటర్స్‌కి వివరించే ఫోటోలు అవి.

నిఖిల్ ఆగిన ఫోటో మన గాలక్సీకి సంబంధించినది.

"ఇదిగో, ఈ ఫోటో చూడండి. సూర్యుడు సెకనుకి 250 కి.మీ. వేగంతో ఈ గాలక్సీ చుట్టూ తిరుగుతుంటేనే, మొత్తం ఒకసారి చుట్టి రావటానికి 250

మిలియను సంవత్సరాలు పడుతుందే– అటువంటిది– మనం ఈ కేంద్రంలో ఏ నక్షత్రాన్నని వెతుకుతాం? ఎంత లోపలికి చొచ్చుకు వెళ్ళగలం?"

యశ్వంత్ నవ్వేడు. "నువ్వు ఈ ఒక్క గాలక్సీ గురించే ఆలోచిస్తున్నావు. ఆ గ్రహాంతరవాసులు వేరొక గాలక్సీ వాళ్ళైతే– మన పరిస్థితి మరింత క్లిష్టమవుతుంది. అది ఆలోచించు–" అన్నాడు.

నిఖిల్ సర్దుకుంటున్నట్టు "మైగాడ్! ఆ విషయమే ఆలోచించలేదు సుమా" అన్నాడు. "ఒకవేళ ఆ వచ్చినవాళ్ళు మన గాలక్సీ వాళ్ళు కాకుండా వేరే ఇతర గాలక్సీల వాళ్ళయితే, పాపం, ఇలా కేంద్రంవైపు వెళ్ళే మన అంతరిక్ష నౌక ఎంతదూరం ప్రయాణించినా ఏమీ కన్పించదు. మరో విధంగా చెప్పాలంటే– రాకెట్‌లోనే ప్రాణాలు పోగొట్టుకోవలసి వస్తుంది."

"ఎవరయినా వేరే ఇతర గాలక్సీలనుంచి వచ్చి మన సూర్యుడిని కొల్లగొట్టేటంత కష్టపడతారని నేను అనుకోవటంలేదు. అంత దూరం ప్రయాణం చేసి ఎందుకు వస్తారు? ... వాళ్ళు మన గాలక్సీవాళ్ళే అయివుండి వుంటారు. చివరగా వున్నాడు గదా అని సూర్యుడిని ఎన్నుకుని వుంటారు" తార్కికంగా ఆలోచిస్తూ అన్నాడు.

"అటువంటప్పుడు మనం ఒకపని చెయ్యాలి."

"ఏమిటది?"

"గాలక్సీ లక్షల మిలియన్ల మైళ్ళ దూరం విస్తరించుకుని వుంది. ఒక రాకెట్ కాకుండా, దరిదాపు వంద లేక వెయ్యి రాకెట్లు విశ్వంలోకి పంపి ఆ ఇంటర్ ప్లానెటరీ సొసైటీ ఎక్కడుందో పట్టుకోవాలి." కసిగా అన్నాడు.

యశ్వంత్ నవ్వి, "నువ్వీ పథకానికి చాలా వ్యతిరేకిలా వున్నావే" అన్నాడు.

"చాలా టు ది పవరాఫ్ చాలా–"

"చుట్టూ వున్న చీకటిని తిడుతూ కూర్చోటం కంటే చిన్న దీపం వెలిగించ డానికి ప్రయత్నించటం మంచిదని చిన్నప్పుడు చదువుకున్నాం. మర్చిపోయావా నిఖిల్?"

నిఖిల్ మాట్లాడలేదు. యశ్వంత్ కూడా, పైకి వాదిస్తున్నాడే తప్ప తన వాదనలో అంతగా బలం లేదని తెలుసు. "కానీ ఏదో ఒకటి చెయ్యాలిగా! పోనీ నువ్వయితే ఏం చేస్తావు చెప్పు?"అడిగాడు. నిఖిల్ కొంచెంసేపు ఆలోచించి "ఆ గ్రహాంతరవాసులు మళ్ళీ సూర్యుడి సామీప్యంలోకి వస్తారు. భూమ్మీద జీవకోటి వుందని వారికి తెలుసు. మన ఫీలింగ్స్ కనుక్కునే ప్రయత్నం ఎలాగూ చేస్తారు. వాళ్ళు ఆ ప్రయత్నం చేస్తున్నప్పుడు మనం రాడార్ ద్వారా ఆ ఫ్లయింగ్ సాసర్‌ని

పట్టుకోవడం మంచిదని నా ఉద్దేశ్యం. కనీసం వారు ఏ గాలక్సీ నుండి వచ్చారో తెలుస్తుంది. సూర్యుడు మనకెంత అవసరమో వారికి నచ్చజెప్పవచ్చు. వారు వినకపోతే ఇంటర్ ప్లానెటరీ సొసైటీకి మనం ఫిర్యాదు చెయ్యవచ్చు. కాని ఆ ఇంటర్ ప్లానెటరీ సొసైటీ ఎక్కడుందో తెలుసుకోవాలన్నా దానికి ఆ గ్రహాంతరవాసుల మీద ఆధారపడటం మంచిది. ముందు నయానా అడిగి చూస్తాం. వినకపోతే భయాన లొంగతీసుకుంటాం. ఆ ఫ్లయింగ్ సాసర్‌లో మహా అయితే నలుగురైదుగురు వుండవచ్చు. వారిని లొంగదీసుకోవడం అంత కష్టమైన పనేమీ కాదు" ఆవేశంగా అన్నాడు.

"నువ్వు చెప్పింది బాగానే వుంది. కానీ ఒక ముఖ్యమైన విషయం మర్చిపోతున్నావు. వారికి టెలిపతి తెలుసు.... మన ఆలోచనల్ని మనకన్నా ముందు పసిగడ్తారు వాళ్ళు. అదీగాక సాంకేతికంగా మనకన్నా ఎన్నోరెట్లు ముందున్నారు వాళ్లు. వాళ్ళని లొంగదీసుకోవడం కష్టం! ఇకపోతే వాళ్ళకు నచ్చచెప్పడమంటావా - అది కుదరని పని. వాళ్ళకి మన ఉనికి సంగతి తెలుసన్న విషయం నువ్వు మర్చిపోకూడదు. సూర్యుడు లేకపోతే మన కొచ్చే ప్రమాదం గురించి తెలిసీ, మళ్ళీ ఈ పన్లకి పూనుకున్నారంటే మనని వాళ్ళు లక్ష్యపెట్టడంలేదు. మనం నాశనమైపోయినా వాళ్ళకి ఫర్వాలేదు అన్న ఉద్దేశ్యంలో వున్నారు. మన గురించి వాళ్ళకి అన్నీ తెలుస్తున్న పక్షంలో యిలా శూన్యంలోకి చేయబోయే సాహసయాత్ర గురించి కూడా తెలిసే వుంటుంది. మనం పంపే తరంగాలు ఇంటర్ ప్లానెటరీ సొసైటీ వరకూ వెళ్ళకుండా ఎలా అడ్డుకున్నారో అదేవిధంగా భూమ్మీద లేచిన వాహనాన్ని కూడా అలాగే అడ్డుకుంటారు."

"వాళ్ళింకా అక్కడే వుంటే...." పూర్తిచేశాడు యశ్వంత్. "కానీ వారుండరని నా ఉద్దేశ్యం. రాయ్‌ని తీసుకెళ్ళి వుంటారు తమతో... ఇక నువ్వు చెప్పిన రెండో విషయం- వాళ్ళు భూలోకపు అంతరిక్ష నౌకని వశపర్చుకుంటే ఏమవుతుంది అన్నది. వశపర్చుకోనీ, కనీసం వాళ్ళతో మనం కమ్యూనికేషన్ ఏర్పరచుకునే వీలు కలుగుతుంది కదా-"

"ఆ ప్రయత్నంలో ప్రాణాలు పోతే?"

యశ్వంత్ ఆ ప్రశ్నలకి నవ్వేడు. "సకల మానవాళి కోసం ఆ మాత్రం ప్రాణాలు పోగొట్టుకోడానికి సిద్ధపడే వాళ్ళు మనలో కనీసం యాభైశాతం పైగా వుంటారని నేననుకుంటున్నాను. ఆ దేశభక్తులు- సారీ! వారిని ఏమనాలి? దేశానికి కూడా అతీతంగా ప్రపంచం కోసం త్యాగం చేసేవాళ్ళని ఈ ప్రయోగం కోసం పంపితే తప్పేముంది?"

వాళ్ళ సంభాషణ పూర్తికాకుండానే తెల్లదుస్తుల్లో వున్న ఒక నౌఖరు యశ్వంత్ దగ్గరికి వచ్చి "మిమ్మల్ని డైరెక్టరుగారు రమ్మంటున్నారు" అన్నాడు.

యశ్వంత్ గదిలోకి వెళ్ళేసరికి డైరెక్టరు ఒక్కడే వున్నాడు. అతడి మొహంలో అలసట కన్పిస్తూంది. దాన్ని కన్పించకుండా నవ్వి, "ఎలా వున్నావ్ యశ్వంత్" అని అడిగాడు.

"బానే వున్నాను సర్-"

"మీటింగ్‌లో చెప్పిన దానిపట్ల నీ అభిప్రాయం ఏమిటి?"

"ఏ విషయం?"

"విశ్వంలోకి టీమ్‌ని పంపటం."

"ఈ పరిస్థితుల్లో అంతకన్నా వేరే మార్గం వుంటుందని నేననుకోవటంలేదు సర్! కానీ నాతో చాలామంది ఏకీభవించకపోవచ్చు."

"అలా ఏకీభవించని వాళ్ళల్లో నేను ఒకణ్ణి. కానీ మెజారిటీ నిర్ణయం అది."

యశ్వంత్ మాట్లాడలేదు. నిశ్శబ్దాన్ని చీలుస్తూ డైరెక్టర్ అన్నాడు- "ఇంటర్ ప్లానెటరీ సొసైటీ ఎక్కడుందో శూన్యంలో వెతుక్కుంటూ వెళ్ళే టీమ్‌లో నువ్వొ ఒకడివి యశ్వంత్. అంతేకాదు, ఆ టీమ్‌కి కమాండర్‌వి నువ్వే."

మామూలుగా సంభాషణ కొనసాగిస్తున్న యశ్వంత్ అదిరిపడ్డాడు. డైరెక్టర్ చెబుతున్నది ఒక క్షణం అర్థంకాలేదు. పది... ఇరవై ముప్పయ్ సంవత్సరాలపాటు విశ్వంలోకి .... ఒక టీమ్‌ని తీసుకుని... దానికి తను కమాండర్... ఇది కలా? నిజమా?

ఎంతకాలం అలా శూన్యంలోకి ప్రయాణం చేస్తూ వెళ్ళాలో తెలీదు. ఎక్కడికి చేరుకుంటామో తెలీదు. తిరిగి రావటం ప్రసక్తే లేదు.

అసలు 'తిరిగి రావటం' అన్న ఆలోచనకే నవ్వొచ్చింది. శూన్యంలో ప్రయాణిస్తూ, ఎంత పవర్‌ఫుల్ పరికరాల్తో సంకేతాన్ని పంపినా ఎవరో ఒకరు దాన్ని అందుకుని, తమకి దారి చూపించి, ఆ ఇంటర్ ప్లానెటరీ సొసైటీకి తీసుకువెళ్ళటానికి పదినుంచి ముప్ఫై సంవత్సరాలపైగా ఎంతయినా పట్టవచ్చు. తిరిగి రావటానికి ముప్ఫై...

అయినా "ముప్ఫై" అన్నది చాలా ఆశాజనకమైన కాలం. అదృష్టం ఏమాత్రం కలిసి రాకపోయినా- అలా శూన్యంలో ప్రయాణం చేస్తూ నక్షత్రాల మధ్య చీకటి నీరవంలో కలసి పోవల్సిందే. యుద్ధాల్లో మరణించినా, పర్వత శిఖరాగ్రాల

మీద ఏకాకిగా ప్రాణాలు వదిలినా- శరీరం భూమిలోనే కలిసిపోతుంది. ఇక్కడ పరిస్థితి అలాక్కాదు. ఎక్కడో తెలియని శూన్యంలో శరీరం శిథిలమై కృశించాల్సిందే... వీటన్నిటిక్షంటే ముఖ్యమైనది మరొకటి వుంది.

....ప్రయాణం ప్రారంభమైన మరుక్షణం నుంచి, చివరి వరకూ- ఒకే చిన్న హాలులాటి గదిలో- ఎన్నో సంవత్సరాలు గడపాలి. కేవలం ప్రయాణం- ప్రయాణం- ప్రయాణం... అంతే. ఇవేమీ వుండదు.

యశ్వంత్ తల విదిలించాడు. అతడికి ఆశ్చర్యం అనిపించింది. ఏమిటి తనిలా ఆలోచిస్తున్నాడు? పరలోకవాసులు ప్రమాదం నుంచి రక్షించుకోవటం కోసం భూమినుంచి రోదసీలోకి ఒక బృందం వెళ్ళటం ఎంతో శ్రేయస్కరం అని ఇప్పటివరకూ వాదించిన తను, ఆ బృందంలో తనూ వున్నానని తెలుసుకోగానే, ఈ విధమైన కష్టాల గురించి ఆలోచిస్తున్నాడు?

అతడి ఆలోచనకి అతడికే సిగ్గు వేసింది. ఇంతలో- అతడి మౌనాన్ని మరోలా అర్థం చేసుకున్న డైరెక్టర్ అన్నాడు- “ఇందులో నిర్బంధం ఏమీలేదు యశ్వంత్. ఆ మాటకొస్తే ఇటువంటి ప్రయాణం కోసం ఎవరూ ఎవర్నీ నిర్బంధించలేరు!”

యశ్వంత్ నొచ్చుకుంటూ, “ఛా.... నా ఉద్దేశ్యం అదికాదు. ఊహించనంత గొప్ప విషయాన్ని వినేసరికి ఏం చెప్పాలో తోచలేదంతే. ఇటువంటి అవకాశం నాకు దొరికినందుకు గర్విస్తున్నాను.”

“గుడ్” అన్నాడు డైరెక్టర్. “మొత్తం అందరి అనుమతి తీసుకున్నాకే బృందాన్ని ఫైనలైజ్ చేస్తాము.”

“ఎవరెవర్ని అడుగుతున్నారు?” అన్నాడు యశ్వంత్- అప్పుడే కమాండర్ పదవిని మానసికంగా స్వీకరిస్తూ.

“డాక్టర్ ఫిలిప్స్... బృందంలో ఒక డాక్టరు వుండటం అవసరం.” యశ్వంత్ తలూపాడు.

“ఆస్ట్రోనాట్‌గా ఎంతో అనుభవం వున్న వ్యక్తి... నిఖిల్.... అతడు నీకు కూడా తెలుసు! ఈ ప్రయాణంలో అతడి అనుభవం ఎంతో సహకరిస్తుంది.”

యశ్వంత్‌కి సంతోషం వేసింది. ఈ అనంతానంత యాత్రలో - తెలిసిన ఒక తోడు! ఆర్కిటికా మంచుకొండల ఒంటరితనంలో పాలుపంచుకున్నవాడు- ఇప్పుడు జీవితం చివరి వరకూ.....

"ఇంకా ఎవరు? అసలు ఎంతమంది వున్న బృందాన్ని పంపాలను కుంటున్నారు?" యశ్వంత్ అడిగాడు.

"నీతోబాటూ నలుగురు. ఒక డాక్టరు, ఒక ఆస్ట్రోనాట్, ఒక కంప్యూట రిస్టు–"

"ఎవరు? వాయుపుత్రా?" డైరెక్టరు మాటలకి మధ్యలో అడ్డు తగులుతూ అడిగాడు యశ్వంత్.

"కాదు. ప్రొఫెసర్ నికోలవస్కీ ఈ రంగంలో నిష్ణాతుడు. నీకు తెలిసే వుంటుందే."

"పేరు విన్నాను. ఎప్పుడూ కలుసుకోలేదు. అయిదో వ్యక్తి ఎవరు?"

"అనూహ్య అని .... బయోకెమిస్ట్."

యశ్వంత్ చప్పున తలెత్తాడు. ఊపిరి పీల్చటం కూడా మర్చిపోయేటంతగా దిగ్భ్రమ అతడిని ఆవరించింది. అచేతనంగా డైరెక్టర్‌వైపు చూశాడు. ఆనందానికి అతీతమైన భావం అది. డైరెక్టరు అతడి మొహంలో వచ్చిన మార్పులు గమనించలేదు. ఈ బృందంలో ఒక బయోకెమిస్ట్ అవసరం ఏమిటో... అందుకు అనూహ్యనే ఎందుకు సెలెక్ట్ చేయవలసి వచ్చిందో చెప్పుకుపోతున్నాడు.

యశ్వంత్ వినటంలేదు.

అనూహ్య!

తమతోపాటు తమ బృందంలో వస్తున్న అయిదోవ్యక్తి అనూహ్య!

కొన్ని సంవత్సరాలపాటు.... కొన్ని లక్షల కోట్ల మైళ్ళు అనంతానంత విశ్వశూన్యంలో మిగతా ముగ్గురితోపాటు తామిద్దరు– తామిద్దరే!

అతడి మనసులో ఈ రోదసీ యానంలో తను పాల్గొనటంపట్ల ఏదైనా అనుమానాలు, మనసులో అభ్యంతరాలు వుంటే ఈ క్షణం ఎవరో తీసేసినట్టు ఒక్కసారిగా అవి పోయాయి.

అప్పటికప్పుడే అతడు తన అనుమతి తెలిపాడు. పత్రం మీద సంతకం పెడుతూ, "మిగతావారి కీ విషయం తెలియబర్చేరా?" అని అడిగాడు.

"లేదు యశ్వంత్. ముందు నీతోనే ప్రారంభం. ఎన్నో సుదీర్ఘమైన చర్చల తరువాత ఈ లిస్ట్ తయారయింది. ఇక ఒకరొకర్నే అడగాలి."

"నిఖిల్ బయటే వున్నాడు."

"ఈజిట్."

"నేను వెళ్ళి పంపిస్తాను" అని యశ్వంత్ బయటకొచ్చాడు. నిఖిల్ అతడి కోసం వరండాలో చూస్తున్నాడు.

ఈ వార్త అతడికి చెప్పబోతూ ఆగిపోయాడు యశ్వంత్.

తను చెప్తే అతడు వస్తాడు. అతడికీ యాత్రపట్ల సదభిప్రాయం లేదని అంతకుముందే అతడి మాటలవల్ల తెలిపోయింది. అయినా సరే తను కమాండర్ అంటే అతడు వస్తాడు. తనమీద అతడికెంత గౌరవం వుందో అతడికి తెలుసు.

అదికాదు అసలు విషయం.

ధృవప్రాంతంలో అతడితో గడిపే రోజుల్లో అతడు ఎప్పుడూ అదోలా వుండటం చూపి తను అడిగిన ప్రశ్న..... "నువ్వెవర్నయినా ప్రేమించావా నిఖిల్" అన్నదానికి అతడి చిరుసిగ్గు సమాధానం... సాంకేతిక రంగంలో ఎంత సాధించినా ఇప్పుడిప్పుడే ప్రేమలో అడుగు పెడుతున్న తొలి తడబాటు ఆస్వాదనం....

వీటిని వదిలేసి మృత్యుముఖంలో తనతోపాటు అడుగు పెట్టమని అడిగే హక్కు తనకేముంది?

తనంటే అతడికున్న గౌరవాభిమానాన్ని ఈ విధంగా వుపయోగించుకోవటం తనకి భావ్యమేనా? జీవితంలో ఏమీ అనుభవించకుండానే అతడి భవిష్యత్తుని శూన్యాకాశంలోకి మళ్ళించటం తగునా? అతడికి ఉత్సాహం వుంటే అది వేరే సంగతి. కానీ ఈ ప్రాజెక్టుపట్ల తనకేమో ఆశాభావం లేదని అతడు చెప్పాక కూడా తను అడగటం...

నిఖిల్ యశ్వంత్‌వైపు చూశాడు. ఏదో చెప్పబోతూ ఆగిపోయినట్టుగా గుర్తించి, "ఏమిటి సార్" అని అడిగాడు.

యశ్వంత్ ముందు తన గురించి చెప్పాడు. అంతరిక్ష యానపు బృందానికి కమాండర్‌నని అతడు చెప్పగానే నిఖిల్ "కంగ్రాచ్యులేషన్స్ సర్" అన్నాడు.

"అంతేకాదు నిఖిల్, ఆ బృందంలో చేరటానికి నిన్నూ అడగమన్నారు."

నిఖిల్ ఆ మాటలు అర్థంకానట్టు ఒక క్షణం తెల్లబోయి వెంటనే సర్దుకున్నాడు. అతడి మొహం దివ్వెలాగ వెలిగింది. "నిజమా సర్" అన్నాడు ఆనందంతో. ఈసారి తెల్లబోవటం యశ్వంత్ వంతయింది. అతడింత తొందరగా, ఇంత సంతోషంగా రియాక్ట్ అవుతాడనుకోలేదు.

"అదేమిటి నిఖిల్.... మాతో రావటానికి నువ్వు ఒప్పుకోనంటావనుకున్నాను..."

నిఖిల్ మొహం వాడిపోయింది. "భయపడతాననుకున్నారా సర్?" అన్నాడు.

"ఛా.....ఛా... అదికాదు. నీకీ ప్రపోజల్‌పట్ల అసలు నమ్మకం లేదు కదా."

నిఖిల్ నవ్వాడు. "యుద్ధం వద్దని ఒక సైనికుడు విశ్వసించి వాదించవచ్చు. అలా అని అతడు తన విశ్వాసానికి ఎదురుగా పని చేశాడని అనలేంగా సార్! ఈ ప్రాజెక్టుపట్ల నాకు అంతగా నమ్మకం లేనిమాట నిజమే. కానీ సకల మానవాళిని రక్షించే ప్రయత్నం కోసం పంపే బృందంలో నన్నూ ఒకడిగా ఎన్నుకున్నారని తెలిస్తే, దానికి నేను సంతోషించకుండా ఎలా వుండగలను...?"

"కానీ ఇందులో బలవంతమేమీ లేదు నిఖిల్. నాతోబాటు మరో నలుగురు రావాలి అంతే! నీ కిష్టంలేని పక్షంలో మరో ఆస్ట్రోనాట్ వస్తాడు!"

నిఖిల్ ఇబ్బందిగా చూస్తూ "మీకు నేను రావటం ఇష్టం లేదా సర్" అని అడిగాడు.

"నోనో... అదేం కాదు. నీ జీవితం ఇంకా ముందు చాలా వున్నదనీ– అన్ని అనుభవాల్నీ వదులుకుని శూన్యంలో శేషజీవితం గడపవలసి వస్తుందనీ అంటున్నాను. అన్నిటికన్నా ముఖ్యంగా నీ ప్రియురాలు..."

"ఓ... ఆ విషయమా...." అన్నాడు నిఖిల్. కొంచెం ఆగి, తరువాత నెమ్మదిగా కొనసాగించాడు. "నిజమే సర్. శ్రీజకి ఇది భరించలేని వార్త. కానీ తనైనా దీనికి అడ్డు చెపుతుందనుకోను."

"ఆమె నీ మీద ఎన్నో ఆశలు పెట్టుకొని వుండవచ్చు."

"నిజమే. ఆ కారణంగా నేనీ ప్రయాణం మానుకుంటే నా బదులు మరొకరు వెళ్ళాలి. ఆ వెళ్ళే వ్యక్తికి అప్పుడే వివాహం జరిగి వుండవచ్చు. లేదా తల్లికి ఒక్కడే కొడుకు అయివుండవచ్చు. లేదా ఒక సంవత్సరం పాపకి తండ్రి అయి, ఆ పాప పెరుగుదలని ప్రతి క్షణమూ చూడాలని ఉవ్విళ్ళూరుతూ వుండవచ్చు. ఇలా ప్రతి వారికీ ఏదో ఒక సమస్యగానీ– భూమిమీద జీవించటంలో ఒక ఆకర్షణగానీ వుండటం చాలా సహజం సర్! నా మేనకోడలూ నేనూ వివాహం చేసుకుందా మనుకున్నాం. ఆ దృష్టితోనే దగ్గిరయ్యాం కూడా. మా వివాహం జరిగాకే ఈ ఆహ్వానం వచ్చి వుంటే ఏం చేసి వుండేవాడిని? నిశ్చయంగా వప్పుకొని వుండేవాడిని!... అదే ఇప్పుడు జరుగుతుంది" అతడు ఆగి, తిరిగి అన్నాడు. ".....మనం శూన్యంలోకి వెళ్ళిపోయిన ఎన్నాళ్ళవరకూ తిరిగి రాకపోతే ఈ ప్రపంచం మన భార్యల్ని విధవరాళ్ళుగా గుర్తిస్తుందా? చట్టం ఎన్నాళ్ళ తరువాత వాళ్ళకి విడాకులు ప్రసక్తి లేకుండా పునర్వివాహానికి ఒప్పుకుంటుంది? ఇవన్నీ మనకి లేని సమస్యలు. కానీ చాలా పెద్ద సమస్యలు. ఆ రకంగా చూస్తే శ్రీజ అదృష్టవంతురాలు. ఈ అత్యంత ఆధునిక సమాజంలో అఫైర్స్ కేముంది? ఒక యుద్ధఖైదీని ప్రేమించాననుకుని

ఆమె నన్ను మర్చిపోవటానికి ప్రయత్నించవచ్చు. ఇక నా సంగతంటారా? మనిషి మనుగడకన్నా ప్రేమ ముఖ్యం కాదు. అంతరిక్ష పరిశోధన సంస్థ నన్ను ఎన్నుకోవటమే ఒక గుర్తింపు! భూమ్మీద జీవకోటిని నిలపడం కోసం నా మీద సంస్థ వుంచిన నమ్మకం ముందు నా వ్యక్తిగత విషయాలు చాలా చిన్నవి... కాదంటారా?"

యశ్వంత్ అతడివైపు విస్ఫారిత నేత్రాలతో చూస్తూ వుండి పోయాడు. ఆ క్షణం నిఖిల్ ఎంతో ఎదిగిపోయినట్టు అనిపించింది. తనపట్ల తనకి సిగ్గుకూడా వేసింది.

అంతరిక్ష శూన్యంలోకి ప్రయాణం అన్నప్పుడు క్షణంపాటు (అది క్షణం అయితేనేం? ఆ మాత్రం సేపైనా సరే-) కొట్టుమిట్టులాడింది మనసు. అనూహ్య కూడా వస్తుందని, తెలిసినప్పుడు కాస్త సర్దుకుంది. కానీ ఇతడో? తనకీ యాత్ర పట్ల నమ్మకం లేకపోయినా సరే- ఆజ్ఞకు నిబద్ధుడయ్యాడు. ప్రియురాల్ని వదులు కుంటున్నాడు. పైకి సామాన్యంగా కనిపించే గొప్పవాళ్ళు ఈ ప్రపంచంలో చాలా కొద్దిమంది మాత్రమే వుంటారు.

యశ్వంత్ చేయి చాచి అతడి చేతిని అందుకుని "ఐయామ్ హాపీ నిఖిల్ - వెల్‌కమ్ టు అవర్ టీమ్-" అన్నాడు. నిఖిల్ అంగీకార పత్రంమీద సంతకం పెట్టటానికి లోపలికి వెళ్ళాడు.

సరిగ్గా ఆ సమయానికి మేఘాల్ని చీల్చుకుంటూ సూపర్‌సానిక్ విమానం భారతదేశం వైపు వస్తోంది. రెండుచేతులూ వళ్ళో పెట్టుకుని తల వెనక్కి వాల్చుకుని కళ్ళు మూసుకుని కూర్చుని ప్రయాణం చేస్తోంది శ్రీజ. నిఖిల్ తండ్రి అవటానికి ఆర్నెల్లుందని డాక్టర్ కన్ఫర్మ్ చేశాడు. టెలిఫోన్‌లో ఎంత ప్రయత్నించినా దొరకలేదు అతడు. నిఖిల్‌ని వివాహం నిమిత్తమై తీసుకెళ్ళటానికి వస్తోంది ఆమె. తను గర్భవతినన్న విషయాన్ని లోకంనుంచి దాచే ప్రయత్నమేమీ చెయ్యలేదు.

ఆమెకి నిఖిల్ మీద నమ్మకం వుంది.

* * *

అదే సమయానికి తన గదిలో టేబిల్ ముందు కూర్చుని అనూహ్య ఉత్తరం వ్రాస్తోంది.

ప్రియమైన యశ్వంత్.

ఈ ఉత్తరం మీకు ఆశ్చర్యాన్ని కలుగజేస్తుందని తెలుసు కానీ కొన్నివిషయాలు ముఖాముఖి మాట్లాడుకోవటం కంటే ఇలా ఉత్తరాలు ద్వారా అయితేనే మనసులో వున్నది బాగా చెప్పగలను.

ఇక అసలు విషయానికి వస్తాను.

ఈ మధ్య తరచు నేను సైకియాట్రిస్టుని కలుసుకోవలసి వస్తోంది. దానికి కారణం మీరు!

మీకు ఆశ్చర్యంగా వుండవచ్చు. మనం ఎప్పుడో విడిపోతే ఇంతకాల మయ్యాక- ఇలా మీ కారణంగా నేను సైకియాట్రిస్టుని కలుసుకోవలసిన అవసరం ఏముందా- అని.

సంస్కృతి గానీ, మారే అభిరుచులు గానీ కాలంతోపాటు స్త్రీని మార్చలేవ నటానికి బహుశా నేనే ఉదాహరణ ఏమో. మనం విడిపోయి ఇంతకాలం అయినా నేను మిమ్మల్ని నా తలపుల్లోంచి బయటకు తోసెయ్య లేకపోయాను. కలిసి జీవించినంతకాలం- కేవలం ఇద్దరూ బాటసారుల్లా, ఒకే ఇంట్లో బ్రతికిన మనం, ఒకరంటే ఒకరు... కావలసిన దాని కన్నా ఎక్కువ గౌరవం చూపించుకున్నాం! నన్నో చిన్నపిల్లలా మీరు చూశారు. మిమ్మల్నో బాధ్యతాయుతమైన పెద్దమనిషిలా నేను చూశాను. ఏమైతేనేం చివరకు ఇద్దరం విడిపోయాం.

కానీ మీరు మర్చిపోయినంత తొందరగా నేను మిమ్మల్ని మర్చిపోలేక పోయాను, ఆడపిల్లను కాబట్టి.

చివరికి ఎలాగయితేనేం- మనసుని స్వాధీనపర్చుకోగలిగాను. పరిస్థితులబట్టి మనమూ మారాలి కదా!సరీగ్గా ఇటువంటి టైమ్‌లోనే వాయుపుత్ర నాకు పరిచయమయ్యాడు. అతడూ కుర్రవాడు. ఉత్సాహవంతుడయిన యువకుడు, తన అల్లరితో, పట్టుదలతో క్రమంగా నన్ను తనవైపు లాక్కున్నాడు. మొదట్లో మదనపడ్డా చివరికి నేనూ అంగీకరించాను.

సరిగ్గా ఆ సమయంలో భూమికి కొన్ని లక్షల కిలోమీటర్ల దూరం నుంచి మృత్యువు అంచున నిలబడి మీరు నన్ను మళ్ళీ పలకరించారు.

కదిలిపోయాను.

అదృష్టవశాత్తు మీరు తిరిగి వచ్చారు. (మిమ్మల్ని రక్షించిన వాయుపుత్ర నా స్నేహితుడు, నన్ను ప్రేమిస్తున్నవాడు) 'మరణానికి ముందు' 'జీవితం చివర' అనుకున్న క్షణాల్లో మీరు నన్ను పలకరించటం తిరిగి నన్ను కలతలో పడవేసింది. మీకేం? తిరిగి రాగానే మళ్ళీ మీ పరిశోధనా ప్రపంచంలో పడిపోయారు. మీ జ్ఞాపకాల సుడిగుండంలో మళ్ళీ నేను వేదనగా మిగిలిపోయాను.

మీకు గుర్తుందా? పనిపట్ల మీకున్న ఉత్సాహం, ప్రేమ పట్ల లేకపోవటమే. మనం విడిపోవటానికి కారణమైంది. ప్రతీ మనిషికీ తన వాళ్ళనుకున్న వారి దగ్గర్నుంచి కాసింత ప్రేమ కావాలి! అది మనసులో మాత్రమే వుంటే చాలదు. పైకి కూడా ప్రదర్శిస్తూ వుండాలి. మీరేమో అలాకాదు. ఎప్పుడూ అంతుపట్టరు. అవతలివాళ్ళకి అది నరకం అనికూడా తెలుసుకోరు. అటువంటి సమయంలో ఎంతో కష్టపడి, నన్ను నేను కుదుట పర్చుకుని ఎలాగైతేనేం తిరిగి ప్రేమని ఆస్వాదించసాగాను. వాయుపుత్ర దీనికి కారకుడు. మేం వివాహం కూడా చేసుకోవాలనుకున్నాం.

ఈ సమయంలో తిరిగి మీరు సైన్స్ సిటీకి రావటం, అంతకుముందే నన్ను పలకరించటం- అతడిపట్ల నేను పెంచుకుంటున్న అభిమానాన్ని మళ్ళీ తగ్గించి వేస్తూంది. నేనెటూ నిర్ణయించుకోలేక సైకియాట్రిస్టుని ఆశ్రమించాను. ఆయన మిమ్మల్ని స్వయంగా కలుసుకొమ్మని సలహా చెప్పారు.

మిమ్మల్ని కలుసుకుని, నా ఈ కొత్త జీవితం గురించి చెప్తే మీరు అర్థం చేసుకుంటారనీ, ఇక ఈ అగమ్యగోచరమైన స్థితి వుండదని అయిన అన్నారు. అది నిజమే అనిపించింది.

పైగా ఈ విషయమంతా మీకు తెలిస్తే, నా మనస్సులో ఏ మూలో వున్న గిల్టీకాన్షస్ ఫీలింగు పోతుందనిపించింది. ఒకటి మాత్రం నిజం యశ్వంత్, మీ సామీప్యంలో నేనెవర్నీ ప్రేమించలేను. నా మనసంతా భయమే నిండి వుంటుంది. భయం నుంచి గౌరవం పుడుతుంది. గౌరవం నుంచి ప్రేమ పుడుతుంది. గౌరవప్రదమైన ప్రేమ నాకొద్దు.

అందుకే ఈ ఉత్తరం.

సైకియాట్రిస్టు సలహా ప్రకారం ఇదంతా మీకు నేనుస్వయంగా కలుసుకుని చెప్పాలి. కానీ అంత ధైర్యంలేక ఇలా వ్రాస్తున్నాను. ఒక్కసారి మీరు తేలిగ్గా దాన్ని స్వీకరించినట్టు తెలిస్తే వాయుపుత్రతో నేను....

ఉంటాను యశ్వంత్.

ఒకప్పుడు మీ ప్రేమకోసం తపించిపోయిన

- అనూహ్య.

ఆమె వ్రాయటం పూర్తిచేసి, కవరుమీద యశ్వంత్ అడ్రస్ వ్రాస్తూ వుండగా వదిన పిల్చి ఏదో పని చెప్పింది. ఆమె కవరు అతికించి, వెళ్ళి పోస్ట్‌చేసి వచ్చి వదిన చెప్పిన పనిలో నిమగ్నమయింది.

సైకియాట్రిస్టు చెప్పింది నిజమే.

ఆమె మనసు ఇప్పుడు తేలిగ్గా వుంది.

మునుగుతామో తేలుతామో తెలియని స్థితికంటే- నిశ్చయంగా మునుగుతామని తెలియటం మంచిది. అయితే ఇప్పుడు ఆ పోలిక సరి అయినది కాదు. ఆమె అన్నట్టు వాయుపుత్రతో జీవితం నిజంగానే ఆహ్లాదకరంగా వుంటుంది.

యశ్వంత్ సామీప్యం లేకపోతే!

* * *

పై సంఘటన జరిగిన అరగంట తరువాత ఆమెకు డైరెక్టర్ నుంచి ఫోన్ వచ్చింది- అర్జంటుగా రమ్మని.

ఆమె తయారై వెళ్ళేసరికి అతడు గదిలో ఒక్కడే వున్నాడు.

"రండి. మీ కోసమే చూస్తున్నాను" అన్నాడు చేయిసాచి.

అతడికి షేక్‌హాండిచ్చి ఆమె ఎదుటి కుర్చీలో కూర్చుంది. "ఫ్లయింగ్ సాసర్ గురించీ, ప్రపంచం ప్రస్తుతం ఎదుర్కొంటున్న సమస్య గురించీ రెండు మూడు మాటలు మాట్లాడి, ఈ సంక్షోభాన్ని ఎదుర్కోవడానికి ఒక టీమ్‌ని అంతరిక్షంలోకి పంపాలనుకుంటున్నాం. దీనిపై మీ అభిప్రాయం ఏమిటి?" అని అడిగాడు.

ఆమె చాలా మామూలుగా, "దీనివల్ల అంత ఉపయోగం వుంటుందని అనుకోను కానీ ప్రయత్నం చేయటంలో తప్పేముంది?" అన్నది.

"కరెక్టు, మేమూ అలాగే అనుకున్నాం. మిస్ అనూహ్యా వెళ్ళే ఐదారుగురిలో ఆ బృందంలో మీరు ఒకరిగా వెళ్ళటానికి మీకేమైనా అభ్యంతరం వుందా?"

అకస్మాత్తుగా ఊహించని రీతిలో వచ్చిన ఈ ప్రశ్నకి ఆమె తబ్బిబ్బయింది. చప్పున తలెత్తి అప్రయత్నంగా "నేనా" అంది. ఆమె అలా అనటాన్ని అతడు మరోలా అర్థం చేసుకుని, "టీమ్‌లో ఒక బయోకెమిస్టు వుండటం కూడా అవసరమే అని నిపుణులు భావించారు. మీకు అభ్యంతరమైతే బలవంతం ఏమీలేదు" అన్నాడు.

ఆమె వెంటనే సమాధానం చెప్పలేదు. ఆలోచనలో పడింది. ఒక బృందంలో కలిసి దిశాంతరాల్లోకి ప్రయాణం అంటే చాలా థ్రిల్లింగ్‌గా వుంది. ప్రపంచపు అన్ని

దేశాల్నుంచీ ఎన్నుకున్న బృందంలో తనూ వుండటం ఎంతో గర్వించదగ్గ విషయం. కానీ అది త్రాసులో ఒకవైపు మాత్రమే.

రెండోవైపు చాలా సమస్యలున్నాయి.

ప్రపంచంలో చాలామంది బయోకెమిస్టులు వున్నారు. కానీ తననే ఎందుకు ఎన్నుకున్నారు? తాను స్త్రీ కాబట్టి ... తాను 'మిస్' కాబట్టి... తాను ఒకసారి వివాహమూ, విడాకులూ పొంది, జీవితపు రెండో భాగంలో వుంది కాబట్టి.

అనూహ్య తెలివైంది. ఒకటికి ఒకటి కలిపి ఆలోచించగలదు.

ఈ ప్రయాణం కొన్ని దశాబ్దాలపాటు జరుగుతుంది కాబట్టి అంతరిక్ష యానంలో రెండోతరం ప్రయాణీకుల్ని తయారుచేయటమే వీళ్ల ఉద్దేశ్యమైనా తను ఆశ్చర్యపోదు. ఎక్కువమంది సభ్యుల్ని పంపటం ఎలానూ సాధ్యంకాదు కాబట్టి నిశ్చయంగా ఒక జంట అయినా కనీసం వుండేట్టు చూసి వుంటారు. ఇప్పుడు తను వెళ్ళను అంటే మరో బయోకెమిస్టుని అడుగుతాను.

ఆమెకి వెంటనే వాయుపుత్ర గుర్తొచ్చాడు. టీమ్‌లో తను వెళ్తూందని అతడికి తెలిస్తే.... ఆ షాక్ తట్టుకోగలడా?... పార్క్‌లో రోజు అంతా ఎదురు చూసినవాడు జీవితాంతం తనకోసం ఎదురుచూస్తూ వుంటాడా? అలా వుండి పోతాడా?

యశ్వంత్‌తో తన జీవితం అయిపోయింది.

వాయుపుత్రతో జీవితం పంచుకోవాలనుకుంది కానీ, ఇప్పుడు విధి మరో కోణంలోకి తనని తోసివేస్తోంది. వెళ్ళటం అంటూ వస్తే టీమ్‌లో తను ఎవర్నో ఒకర్ని ఎన్నుకోవాలి. కంపేనియన్‌గా వుండాలి! వీళ్ళు దీన్ని పైకి చెప్పరు. కాని ఆ విషయం తనకు తెలుసని వీళ్ళకు తెలుసు. వీళ్లు ఇరవై ఒకటో శతాబ్దం మనుష్యులు. సెంటిమెంటు కన్నా మెటీరియలిజం ముఖ్యం వీళ్ళకి.

తను వెళ్ళనని అనొచ్చు. కారణం కూడా అడగరు. కానీ భయపడిందని ప్రసారం చేస్తారు. ప్రపంచాన్ని రక్షించే అవకాశం వచ్చినప్పుడు తప్పించుకుందని అనుకుంటారు. పార్టీల కెళ్ళినపుడు అటు తిరిగి నవ్వుకుంటారు. పైకి అందరూ మామూలుగా వుంటారు. ఎవరూ బయటపడరు.

ఇలాటి మనుష్యుల్ని రక్షించడం కోసం తను వెళ్ళాలి.

ఆమె అలా తటపటాయిస్తున్న తరుణంలో ఆమెతో డైరెక్టర్ అన్నాడు. "తొందరేమీ లేదు అనూహ్యా! మీరు ఆలోచించి చెప్పండి. రేపటివరకూ టైం వుంది."

ఆమెకి అదే మంచిదనిపించింది.

కొంచెం టైం కావాలి.

దానికన్నా ముఖ్యంగా.....

వాయుపుత్రని సంప్రదించాలి.

ఆ సాయంత్రం వాయుపుత్రని కలుసుకుంది.

* * *

"నిజమా" అడిగాడు నిఖిల్. అతడి మొహం వాడిపోయింది.

అతడు ఆ వార్తకి ఎలా స్పందిస్తాడా అన్నట్టు చూస్తూ "అవును. నిజం" అన్నది శ్రీజ. చాలాసేపు నిశ్శబ్దం. అతడు అంత మౌనంగా దాన్ని స్వీకరించడం ఆమె భరించలేక–"ఈ వార్త చెప్పగానే నువ్విలా నిశ్శబ్దంగా వుండిపోతావను కోలేదు" అంది నిష్ఠూరంగా.

"మరి."

"ఎగ్జయిట్‌మెంటుతో ఏదైనా చేస్తావనుకున్నాను. తండ్రివి కాబోతున్నాని తెలియగానే కనీసం ఏదైనా వెంటనే మాట్లాడతావనుకున్నాను."

అతడు నెమ్మదిగా తలెత్తి "నేనేం మాట్లాడాలో తెలియటం లేదు" అన్నాడు.

ఆమె కోపంతో "తెలియటంలేదా? ఇంత మంచి వార్త చెప్పినపుడు ఏం చెయ్యాలో కూడా తెలియటం లేదా?" అని అంది. అతడి మౌనం ఆమెని భయ పెట్టింది. రవ్వంత అనుమానం కూడా వచ్చింది. "నిఖిల్! నువ్వు తండ్రివి కాబోతున్నావన్న వార్త నీకు సంతోషంగా లేదూ?" అని మళ్ళీ అడిగింది తీవ్రంగా.

"మామూలు పరిస్థితుల్లో అయితే ఎగిరి గంతేసేవాణ్ణి శ్రీజా" ఎటో చూస్తూ అన్నాడు అతడు. "మన వివాహం వెంటనే జరిగేలా చూసి వుండేవాడిని. నా ఈ నిర్లిప్తత చూసి నీకు అనుమానం కూడా కలుగుతూ వుండి వుండవచ్చు. ఈ వ్యవహారాన్నంతా దాటవేయటానికి నేను ఆలోచిస్తున్నానా అనికూడా అనిపిస్తూ వుండవచ్చు. కాని జరిగింది ఏమిటో నీకు చెప్పాలి. నువ్వు గర్భవతివి అయ్యావన్న విషయం కనీసం ఒక్కరోజు ముందు తెలిసివుంటే నేను వారికి నా ఒప్పందం తెలిపి వుండేవాడిని కాదు. నేను వెళ్ళనని నిరాకరించి వుండే వాడిని–"

"ఒప్పందం ఏమిటి? నిరాకరించటం ఏమిటి?... ఎవరికి?"

"స్పేస్ రిసెర్చ్ ఇన్‌స్టిట్యూట్ వారికి"

"వెళ్ళను అంటున్నావ్? ఎక్కడికి?"

"అంతరిక్షంలోకి–"

"ఓహ్ అంతేకదా– ఆ వెళ్ళటం కొత్తేముంది? వెళ్ళిరా– వచ్చేకే వివాహ విషయం ప్రకటిద్దాం" అందామె మామూలు అంతరిక్ష ప్రయాణాల్ని తల్చుకుంటూ.

"నేను వెళ్తున్నది గ్రహాంతరాలు దాటి గాలక్సీ నడిభాగంలోకి శ్రీజా! తిరిగి వచ్చే ప్రసక్తి లేదు."

గ్రహాంతరాలు దాటి గాలక్సీలోకి... గాలక్సీలోకి... గాలక్సీలోకి....

ఆమె నిరత్తురాలైంది. ఆ మాటలు ఆమెకి విద్యుద్ఘాతాల్లా తగిలాయి. గ్రహాంతర యాత్రకి ఒక టీం వెళ్తూందని తెలుసుకానీ, అందులో నిఖిల్ కూడా వుంటాడని ఆమె కలలో కూడా వూహించలేదు. ఆ యాత్ర పర్యవసానం ఎలా వుంటుందో ఆమె ఆలోచించగలదు. తిరిగి భూమ్మిదకు వచ్చే ఛాన్సు నూటికి ఒక పాలు మాత్రమే. అదీ ఎన్నో దశాబ్దాల తర్వాత.

ఆమెకి ఏం మాట్లాడాలో తోచలేదు.

అతడు ఆమెవైపే చూస్తూ వుండిపోయాడు.

* * *

వాయుపుత్ర బలవంతంగా నవ్వటానికి ప్రయత్నం చేశాడు. కానీ అందులో జీవంలేదు. అతడు అలా వుండటం ఆమె ఎప్పుడూ చూడలేదు. సరదాగా నవ్విస్తో, కవ్విస్తో వుండేవాడు. ఇతడికి 'బాధ' అనేది లేదా అన్నట్టు మాట్లాడేవాడు. అటువంటివాడు ఈ వార్త వినగానే స్థబ్దుడైపోయాడు. మొహంలో కదిలే బాధని బయటకు కనిపించనివ్వకుండా వుండటానికి చాలా ప్రయత్నం చేస్తున్నట్టు ఆమె గ్రహించింది. అతడు సర్దుకోవటానికి కొద్ది క్షణాలు పట్టింది.

"ఇప్పుడయినా నేనింకా నా నిర్ణయం చెప్పలేదు. నేను కాదంటే ఇంకెవర్నయినా పంపిస్తారు. నాకో రోజు టైమ్ కావాలని అడిగాను." ఆమె అతడివైపు చూసింది. అతడు వద్దంటాడేమో అన్నట్టు ఆశగా.

"ఇంకా ఎవరెవరు వెళ్తున్నారట?"

"నేను కనుక్కోలేదు. బహుశ దేశానికి ఒక్కొక్కరిని పంపుతారేమో అనుకుంటున్నాను."

"మనం దేశం తరఫున నువ్వు?"

"తెలీదు. వారు చెప్పిందేమిటంటే– టీమ్‌లో ఒక బయోకెమిస్టు వుండాలని అనుకున్నారట."

ఆమె సమాధానం చెపుతోందేగానీ, అతడి ప్రశ్నా విధానం ఆమెకి అసంతృప్తిగా వుంది. తనీ వార్త చెప్పగానే "వెళ్ళొద్దు" అని వెంటనే అనేస్తాడనుకుంది. అతడీ విధంగా ప్రశ్నలు అడుగుతూ అసలు విషయం చెప్పకపోవటం నిరాశ కలిగించింది. అందులోనూ వాయుపుత్ర ఇటువంటి విషయాల్లో మనసులో భావాల్ని దాచుకోడు. "మొత్తం ప్రపంచం నాశనమైపోనీ, మనుష్యజాతి నశించిపోనీ, బ్రతికినంతకాలం ఇద్దరమూ కలిసే బ్రతకాలి. ఐ కేర్ ఎపిన్‌ఫర్ దిస్ వరల్డ్" అంటాడనుకొంది. అతడి రియాక్షన్ గమ్మత్తుగా వుంది.

"నేను నీ సలహా తీసుకుందామనే ఒకరోజు టైమ్ అడిగాను. చెప్పు ఏం చేద్దాం?" అతడివైపు ఆత్రంగానూ, ఆందోళనగానూ చూస్తూ అంది అనూహ్య.

అతడో క్షణం కళ్ళు మూసుకుని, ఏదో ఆలోచనల్లోంచి విచ్చుకున్నట్టు నెమ్మదిగా "నీవు వెళ్ళు అనూహ్య" అన్నాడు.

* * *

"నాకు వెళ్ళాలనిలేదు" అన్నాడు నిఖిల్ .... "ఒకప్పుడు నేను చాలా నీతిపాఠాలు వల్లించాను శ్రీజా! యుద్ధంలో సైనికుడు భార్యా పిల్లల్ని వదిలేసి మరణాన్ని ఆహ్వానిస్తూ యుద్ధరంగానికి వెళ్ళటం లేదా అని వారించాను. కానీ థియరీకి ప్రాక్టికాలిటీకి ఎంత తేడా వుందో ఇప్పుడు అర్థమవుతూంది. ప్రేమని మనసులో శాశ్వతంగా వుంచుకుని, నన్ను మర్చిపోయి నేను వెళ్ళిపోయాక ఇంకెవర్నైనా పెళ్ళిచేసుకోమనీ సలహా ఇద్దామనుకున్నాను. ఈ రోజుల్లో శారీరక సంబంధాలకేముంది? చాలా మామూలే గదా అనుకున్నాను. కానీ నా రూపు నీలో రూపుదిద్దుకోబోతుందని తెలిసి ఇక నిన్ను వదిలి పెట్టలేను."

ఆమె అతడి చేతిమీద చెయ్యివేసింది. ఆమె కూడా ఇంకా ఆ షాక్ నుంచి తేరుకోలేదు. తమ వివాహం జరగకుండా పోవటానికి ఒక్క కారణమైనా వుంటుందని ఆమె కలలో కూడా అనుకోలేదు. అటువంటిది బయటనుంచి వచ్చిపడిన ఈ ప్రమాదం ఆమె ఆశల్ని. భవిష్యత్ కోరికల్ని నిలువునా కూల్చేసింది.

అయితే ఆ పరిస్థితుల్లో కూడా ఆమె తమ విచక్షణా జ్ఞానాన్ని కోల్పోలేదు. తను చెప్పాలనుకున్నది హృదయంనుంచి మాటల రూపంలోకి రావటానికి ముందే, బాధ కన్నీటి రూపంలో కనుల్లోంచి వచ్చింది. అది అతడికి కనపడకుండా వుంచడం కోసం మొహం పక్కకి తిప్పుకుని స్వరాన్ని మామూలుగా వుండటానికి ప్రయత్నం చేస్తూ "నువ్వెళ్ళు నిఖిల్"... అంది.

* * *

"ఏమిటి నువ్వంటున్నది?" అంది అనూహ్య విస్తుబోతూ.

వాయుపుత్ర ఈ కొద్ది సమయంలోనూ తేరుకున్నాడు. తన వాదనకి కావాల్సిన మానసిక స్థయిర్యం సమకూర్చుకున్నాడు. "నేను ఆలోచించే చెపుతున్నాను అనూహ్యా. నా గురించి నువ్వు ఆగిపోనవసరం లేదు. అలా అని నా ప్రేమను శంకించవద్దు కూడా! పైకి ఆడుతూ పాడుతూ అన్నీ తేలిగ్గా తీసుకునేలా కనిపించే ఈ వాయుపుత్ర నిన్ను చాలా సిన్సియర్‌గా ప్రేమిస్తున్నాడని తెలుసుకుంటే చాలు. ఆ భావంతో నువ్వెళ్ళితే- ఆఫ్టాల్ జీవితాంతం నేనిక్కడ బ్రతికెయ్యగలను."

అతడంత తేలిగ్గా ఈ సమస్యని యిలా పరిష్కరిస్తాడని ఆమె అనుకోలేదు. వెళ్ళొద్దు అంటాడనుకుంది.

"నువ్వేం ఆలోచిస్తున్నావో నాకు తెలుసు అనూహ్యా! ఇంతకాలం యిన్ని ప్రేమ పాఠాలు పలికినవాడు ఇప్పుడు యిలా ప్లేటు మారుస్తున్నాడేమిటి అనుకుంటున్నావు కదూ."

ఆమె సమాధానం ఇవ్వలేదు. అతడు దగ్గిరగా వచ్చి రెండు భూజాలమీద చేతులు వేశాడు. ఆమె అప్రయత్నంగా అతడికి దగ్గిరగా వెళ్ళింది. అతడు ఆమె మొహంలోకి చూస్తూ "ప్రపంచంలో ఎవరికీ దొరకని అవకాశం నీకు దొరికింది. మానవజాతి తరఫున రాయబారం వెళ్తున్న ప్రథమ మహిళవి నువ్వు. అంత గొప్ప అవకాశాన్ని నా స్వార్థంకోసం బలిపెట్టలేను. నీ శరీరం నా చేతులమధ్య బంధింపబడటం కన్నా నీ కీర్తి దిగంతాల పరిధి దాటి విస్తరించటం నాకు సంతోషాన్నిస్తుంది. నా ప్రేమకోసం నీ కీర్తిని బలిపెట్టలేను-" అన్నాడు.

"కానీ నాకే ఈ ప్రయాణం యిష్టం లేకపోతే?"

"నీకింకా ఏమైనా వేరే ఇతర కారణాలుంటే ప్రయాణం మానుకో, కానీ కేవలం మన గురించే అయితే వద్దు."

ఆమె సమాధానం చెప్పలేదు.

"నా వాదన నీకు అర్థమవుతూందా? లేక తప్పుగా అర్థం చేసుకున్నావా?"

ఆమె దానికికూడా సమాధానం చెప్పలేదు. అసలామె దాని గురించి ఆలోచించటమే లేదు. విధి గురించి ఆలోచిస్తూంది. ఈ 'ఫేట్' అన్నది ఎంత చిత్రమైనది! ముందునుంచీ తనని వెంటాడుతూనే వున్నది! ముందు యశ్వంత్‌ని కలిపి విడగొట్టింది. తరువాత వాయుపుత్రని కలిపింది. ఇప్పుడు శూన్యంలోకి పంపిస్తూంది.

ఉండవలసినంత బాధ లేకపోవటమే విషాదంగా వుంది.

* * *

"నాకు ఆత్మహత్య చేసుకోవాలన్నంత బాధగా వుంది" కళ్ళనిండా నీళ్ళతో నవ్వుతూ అంది శ్రీజ.

"కానీ ఆ మాట బయటికి చెప్తే అది చాలా మెలో డ్రమటిక్‌గా వుంటుంది. పూర్వకాలం వీరపత్నులు భర్తల్ని నవ్వుతూ యుద్ధానికి పంపేవారట. అలా పంపాలని వుంది నాకు. కానీ ఈ కళ్ళున్నవి చూశావూ, ఇవి మనిషికి దేముడిచ్చిన శాపాలు. మనసుని అద్దంలా పట్టించేస్తూ వుంటాయి. ప్రాక్టికాలిటీ – మెటీరియలిజం గొప్పవనీ, అలా బ్రతకడం గొప్పఅనీ అనుకుంటాం గానీ వాటికన్నా సెంటిమెంటుతో బ్రతకటమే గొప్ప నిఖిల్! ఆగు, నన్ను చెప్పనీ, మళ్ళీ యింత అవుట్‌లెట్ నాకు రాకపోవచ్చు. మనం వివాహ చేసుకుందాం రేపే. ఆలస్యం వద్దు. తరువాత నువ్వు వెళ్ళిరా! నీ కోసం నేను వేచి వుంటాను. నువ్వు తిరిగి వస్తావని నా మనసు చెపుతోంది. కానీ నీ వొచ్చేసరికి నీ కొడుకుని నీకు చూపిస్తే, ఎత్తుకోవటానికి బదులు షేక్‌హాండివ్వవలసిన వయసులో వుంటాడు వాడు. అప్పటికి ముప్పై ఏళ్ళు వస్తాయి వాడికి. నేను చెపుతున్నదంతా నవ్వులాటగా వుందా నిఖిల్ నీకు? నాకు మాత్రం... నాకుమాత్రం....." అంటూ ఆమె భోరున ఏడ్చేసింది.

ఆమెని చేతుల మధ్యకు తీసుకున్నాడు అతడు. ఉపశమించాల్సిన దుఃఖానికి ఓదార్పు నిశ్శబ్దమే.

పురుషుడికి దేవుడు చేతుల్నిచ్చింది కేవలం ప్రేమ ప్రదర్శించటానికి కాదు. దానికన్నా ముఖ్యంగా... ఓదార్చటానికి.

* * *

తన అంగీకారాన్ని తెలుపుతూ అనూహ్య సంతకం పెట్టి పత్రాన్ని డైరెక్టర్ కిచ్చింది.

"కంగ్రాచ్యులేషన్స్" అన్నాడు ఆయన. "రేపటినుంచీ మీకిక అభినందనలూ– హడావుడి..."

ఆమె ముందుకు వంగి "ట్రెయినింగ్ ఎప్పటినుంచీ" అని అడిగింది.

"ఇంకో నాలుగు రోజుల్లో ప్రారంభం అవుతుంది. రాష్యా నుంచి ఇంకో పత్రం రావాల్సి వుంటుంది."

"అన్నట్టు అడగటం మర్చిపోయాను. టీంలో ఎవరెవరు వున్నారు?"

"ఒకటి– టీమ్ కమాండర్ యశ్వంత్. ఆస్ట్రోఫిజిసిస్టు. రెండు నిఖిల్ అని..." ఆయన చెప్పుకుపోతున్నాడు.

ఆమె వినటంలేదు. మొదటి పేరుతోనే ఆమె కర్ణేంద్రియాలు పనిచేయటం మానేశాయి!

యశ్వంత్.... యశ్వంత్....

రాకెట్‌లోంచి శూన్యంలోకి దూకితే ఆ ప్రచండ వేగంతో పయనిస్తూనే మనిషి ఎలా తనచుట్టూ తను రొటేట్ అవుతాడో ఆ పేరు వినగానే ఆమె మనసు ఫీలింగ్‌కి లోనయింది. శరీరంలో సత్తువనంతా ఎవరో లాగేసినట్టు ముందు టేబిల్‌మీదికి చేతులు ఆన్చి బలవంతంగా తనని తాను నిగ్రహించుకోవలసి వచ్చింది. శరీర కంపనాన్ని అయితే ఆపగలిగింది కానీ– మనసు సంచలనాన్ని ఎలా ఆపగలదు.

ఇంటికెలా వచ్చి చేరిందో ఆమెకే తెలియదు. ఐదు నిముషాలు పట్టింది సర్దుకోవటానికి. అప్పుడు గుర్తొచ్చింది ఆమెకు తను యశ్వంత్‌కి రాసిన ఉత్తరం సంగతి....

ఆ ఉత్తరం.....

తన ఫీలింగ్స్... తను వాయుపుత్రని ప్రేమించిన విషయం... యశ్వంత్ ఆలోచన్లు తనని ఎలా బాధపెడుతున్నాయో వివరించిన వైనం... తన మానసిక సంఘర్షణ...

ఇప్పుడు జీవితాంతం తామిద్దరూ ఒకే అంతరిక్ష వాహనంలో ఏళ్ళతరబడి ప్రయాణం చేయాలి. అంతలో ఆమెకు అనుమానం వచ్చింది. ఆ ఉత్తరంమీద అడ్రస్ రాసిందా? అవును నిజమే. ఇప్పుడు అనుమానం బలపడుతోంది..... అడ్రస్ రాసిందా?

రాయకపోయివుంటే బావుణ్ణు అనుకుంది. ఎందుకా కోర్కె?

ఎలాగూ అతనూ, తనూ కలిసి ప్రయాణం చేస్తున్నారు కాబట్టి వాయుపుత్ర విషయం అతనికి తెలియకపోతే బావుణ్ణు అని భావిస్తుందా తను? ఇంత హీనంగా ఆలోచిస్తుందా? వాయుపుత్ర తమతో రావడంలేదని తెలిసి ఇక యశ్వంతే గతి అనుకుంటోందా?

ఛీ...ఛీ... ఆమె తల విదిలించింది... ప్రతి మనిషి మనసులోనూ చీకటి వుంటుందని తెలుసు. కానీ ఇంత దారుణంగా తన మనసు ఆలోచిస్తుందని ఇప్పుడే తెలిసింది. ఒక నిర్ణయానికి వచ్చినట్టు లేచింది. తనకి యశ్వంత్ వద్దు. వాయుపుత్ర వద్దు. సకల మానవాళి కోసం తనో విధి నిర్వహణ కోసం వెళుతోంది అంతే...

* * *

రెండు వందల అడుగులపైనా ఎత్తున్న ఆ నౌకని యశ్వంత్ తలెత్తి చూశాడు. చాలా రికార్డు టైంలో దాన్ని తయారుచేసారు శాస్త్రజ్ఞులు. వేరే ఇంధనం అవసరంలేదు. సౌరశక్తిమీద నడుస్తుంది. శక్తిని తనలో దాచుకుంటుంది. కానీ ఒకే ఒక ప్రమాదం వుంది. ఏదైనా ఒక గ్రహంకానీ, నక్షత్రంకానీ తన ఆకర్షణ శక్తితో ఈ వాహనాన్ని లోబర్చుకుంటే ఆ పీడన శక్తి నుంచి బయటకు రావడానికి వీలైనంత శక్తి ఈ వాహనానికి వుంది కాని, పొరపాటున అంతకన్నా ఎక్కువ గురుత్వాకర్షణ శక్తికి లోనైతే యిక వారి ప్రయాణానికి అదే ఆఖరు.

యశ్వంత్ మిగతా వివరాలు పరిశీలించాడు. ఎంత కుదుపుకి తట్టుకుంటుంది? ఎంత వత్తిడి భరించగలుగుతుంది? రేడియేషన్ కంట్రోల్ వగైరా వివరాలు...

అంతరిక్షనౌకలో యశ్వంత్‌తోపాటు ప్రయాణం చేయబోయే మిగతావారు ఒకరికొకరు పరిచయం చేయబడ్డారు. యశ్వంత్ కళ్ళు అనూహ్యకోసం వెతకసాగాయి. అతడి మనసంతా టెన్షన్‌తో నిండి వుంది. ఇన్నేళ్ళ తర్వాత ఆమెను చూడబోతున్నాడనే ఆనందం...

దూరంగా అలికిడి వినిపించడంతో తలతిప్పాడు అతను. ఆక్సిలరీ ప్రఫల్లర్ సిస్టం యూనిట్ పక్కనుంచి నెమ్మదిగా నడిచి వస్తోంది అనూహ్య.

ఆమె దగ్గిరగా వచ్చింది.

యశ్వంత్ ఆమె వైపే చూస్తున్నాడు.

ఆమె తలెత్తింది.

ఇద్దరి చూపులూ కలుసుకున్నాయ్.

అక్కడున్న డైరెక్టర్‌కి ఇద్దరి పూర్వసంబంధం తెలీదు.

"ఈమె అనూహ్య... బయోకెమిస్ట్రీలో..." అంటూ పరిచయం చేయబోయాడు.

"నాకు తెలుసు" క్లుప్తంగా అన్నాడు యశ్వంత్. ఇంతలో ఎవరో పిలిస్తే డైరెక్టర్ అక్కణ్ణుంచి వెళ్ళిపోయాడు.

"బాగున్నావా అనూహ్య..." ఆప్యాయంగా అడిగాడు.

అనూహ్య నవ్వటానికి ప్రయత్నించింది. తను వ్రాసిన ఉత్తరం యశ్వంత్‌కి అందలేదని అర్థమైంది. ఈ వాస్తవం రిలీఫ్‌గా వుందా? రిలీఫ్‌గా వుందన్న భావం బాధపెడుతూంది.

"విధే మనని తిరిగి కలపదల్చుకున్నట్లుంది. ఈ ప్రయాణం నీకు సంతోషాన్నివ్వటం లేదూ?" అన్నాడు.

ఆమె తలూపింది- సంతోషమే అన్నట్టు.

అతడు దగ్గిరగా వచ్చాడు. ఆమె తలూపటం అతనిలో ఉత్సాహాన్ని పెంచింది.

"ఈ ప్రయాణమా? 'నాతో' కలిసి ప్రయాణమా?" అల్లరిగా అతడి పెదవులు నవ్వుతో విచ్చుకున్నాయి. ఎప్పుడోగానీ అతడు అలా నవ్వడు. ఎప్పుడూ సీరియస్‌గా వుండే అతడు అలా అరుదుగా నవ్వినప్పుడు మనోహరంగా వుంటుంది.

ఆమెకెందుకో ఆ సమయంలో వాయుపుత్ర గుర్తొచ్చాడు.

11

వాయుపుత్ర చాలా సేపటివరకూ ఆ వార్తని జీర్ణించుకోలేక పోయాడు. అనూహ్యతో జీవితాంతం కలిసి వుండే అదృష్టం కేవలం ఒక స్థానంలో తప్పిపోయింది.

వాయుపుత్ర నెంబరు రెండోది. అంతరిక్షయాన ప్రయాణీకుల లిస్టు ఎన్నెస్సారై తయారు చేసింది. నికోలవస్కీ తరువాత పేరు వాయుపుత్రది.

ఆఖరి నిముషంలో- మొదటి వరుస ప్రయాణీకులలో ఎవరికైనా ఏదైనా ఆటంకం వస్తే- వెంటనే రెండో నెంబరువాళ్ళని పంపటంకోసం వారిక్కూడా ట్రెయినింగ్ ఇవ్వబడుతుంది. ఆ విధంగా వాయుపుత్రకి కూడా ట్రెయినింగ్‌కి రమ్మని ఆహ్వానం వచ్చింది. కానీ రెండో స్థానంలో రిజర్వ్‌డ్‌గా.

అతడు ఆశలు వదిలేసుకున్నాడు. అనూహ్య ఇక కనపడదు. గ్రహాంతరాలకు వెళ్ళి మనుష్యజాతికోసం ఒక విశేషమైన పనిచేసే బాధ్యత స్వీకరించమని ఆమెని ప్రోత్సహించాడే గానీ, మనసులో మాత్రం చాలా వ్యధ ననుభవిస్తున్నాడు అతడు. ఇక శాశ్వతంగా ఆమెని విడిచి వుండక తప్పదు అని అనుకున్నాడు. కానీ- మానవ ప్రయత్నంగా నికోలవస్కీ బలహీనతలు ఏమిటా అని అతడు రెండురోజులు పరిశీలించాడు.

కంప్యూటర్ టెక్నాలజీలో నిష్ణాతుడైన ఆ రష్యన్‌కి జ్యోతిష్యం అంటే ఎడతెగని నమ్మకం వుందని తెలిసింది. ఆ మాత్రం చాలు వాయుపుత్రకి.

* * *

అనూహ్యకి ఇంట్లో సభ్యుల్ని కన్విన్స్ చేయటం చాలా కష్టమైంది. అన్నా వదినలు, పాప... ఈ వార్తపట్ల చాలా దిగులుచెందారు. కానీ క్రమంగా సర్దుకున్నారు.

వార్తాపత్రికలు ఈ వార్తని ప్రముఖంగా ప్రచురించాయి. ఫోటోలు... ఇంటర్వ్యూలు... హడావుడీ...

గాలక్సీ అంతర్భాగంలోకి వెళ్తున్న ఈ టీమ్ తిరిగివచ్చే ఛాన్సులు దాదాపు శూన్యం అని అందరికీ తెలుసు. ఆ భావాన్ని మనసులోనే దాచుకుని అందరూ బెస్టాఫ్‌లక్ చెపుతున్నారు. వచ్చే తరాలకోసం సూర్యుణ్ణి కాపాడే ప్రయత్నంలో ఆత్మార్పణం చేయబోతున్న ఈ టీమ్‌లో ప్రతి ఒక్కరికీ ప్రపంచం మొత్తం చేతులెత్తి అభినందించింది. నాల్గయిదు రోజులపాటు సన్మానాలూ- అభినందన సభలూ....

ఆ తరువాత ఈ సభ్యులందరూ ట్రెయినింగ్‌కి పంపబడ్డారు.

ఆరు వారాలపాటూ రకరకాల పరీక్షలూ... శారీరక, మానసిక వత్తిడులు...

గాలక్సీలో- అంతరిక్షంలో-శూన్యంలో ఎన్ని రకాల ప్రమాదాలు ఎదుర్కొనవలసి వస్తుందో - అన్ని రకాల్ని ఊహించి- ఇక్కడ వీరికి ఆ రకంగా శిక్షణ యివ్వబడుతూంది.

ప్రయాణానికి ఇంకో రెండు వారాలుంది.

"రేపట్నుంచీ మీ టీమ్‌లో కొత్త మెంబరు రాబోతున్నాడు" అన్నాడు డైరెక్టర్ యశ్వంత్‌తో.

"ఎవరు?"

"వాయుపుత్ర"

యశ్వంత్ విస్మయంతో "అదేమిటి?" అన్నాడు.

"నిక్కోలవస్కీకి ఆరోగ్యం బాగోలేదు. ఆఖరి నిముషంలో విరమించు కున్నాడు" అని నవ్వాడు. "....కానీ అసలు కారణం అదికాదు. అతడికి జ్యోతిష్యం మీద నమ్మకం ఎక్కువ. ఈ రకంగా ప్రయాణం చేస్తే ఇంకో రెండు నెలల్లో చనిపోతావని ఎవరో చెప్పార్ట."

యశ్వంత్‌కి ఈ వార్త సంతోషాన్నే కలుగజేసింది. వాయుపుత్ర చాలా తెలివైనవాడని, ఉత్సాహవంతమైన యువకుడు అని అతడికి తెలుసు. అటువంటివాడు తమ టీమ్‌లో వుండటం తనకెంతో మానసిక స్థయిరాన్ని ఇస్తుంది.

అతడికి తెలియనిదల్లా ఒకటే.

తన 'మాజీ' భార్యకు అతడు ప్రియుడని !

* * *

ఆఖరి నిముషంలో జరిగిన ఈ మార్పు షాక్‌లా తగిలింది అనూహ్యకి.

ఆమె అప్పుడప్పుడే కొద్దికొద్దిగా సర్దుకుంటూంది. అలా అని యశ్వంత్‌తో భవిష్యత్ జీవితాన్ని పంచుకోవాలని కూడా ఆమె అనుకోలేదు. కాలం- విధి- ఎలా నిర్ణయిస్తే అలా జరుగుతుందన్న నిర్ణయానికి వచ్చింది. ఇప్పుడామె హృదయంలో ప్రేమకన్నా కర్తవ్య నిర్వహణాభావం ఎక్కువ చోటు చేసుకుంది. అటువంటి సమయంలో, యశ్వంత్‌తో పాటు వాయుపుత్ర కూడా వాహనంలో వస్తున్నాడన్న వార్త తెలిసింది.

తన ఫీలింగ్స్‌ని కూడా ఎవరికీ చెప్పుకోలేని స్థితి ఆమెది.

యశ్వంత్ సామీప్యంలో తను వాయుపుత్రతో కనీసం మాట్లాడను కూడా లేదు. కానీ అతను ఊరుకోడు. తన ప్రేమనీ సామీప్యాన్ని ప్రదర్శించే విధానంలో ఎవరు దగ్గిరున్నారన్న విషయాన్ని కూడా పట్టించుకోడు. అది యశ్వంత్‌కి తెలుస్తే....

తెలుస్తే....

ఏం తప్పేం వుంది?

కాదు, అదికాదు. తన సందిగ్ధం. యశ్వంత్ లాటి వ్యక్తి మనసు తన ప్రవర్తన వల్లగానీ, తన స్వార్థంకోసం గానీ బాధ పడటం తను సహించలేదు. అతడు తనని ఎంతగా ప్రేమిస్తున్నాడో తెలుసు.

వివాహ జీవితం గడిపినన్నాళ్ళూ తన మూర్ఖత్వంవల్ల అతడిని బాధపెట్టింది. విడిపోయాం అనుకున్నారు ఇప్పుడు తన ఉనికితో అతడిని జీవితాంతం బాధపెట్టే హక్కు తనకి లేదు.

ప్రయాణం ప్రారంభమయ్యేవరకూ ఆమె ఆ విషయమే ఆలోచిస్తూంది.

అదృష్టవశాత్తు యశ్వంత్‌గానీ, వాయుపుత్ర గానీ ఆమెతో ఎక్కువ మాట్లాడే ప్రయత్నం ఆ శిక్షణాకాలంలో చేయలేదు. ప్రపంచపు అతి సుదీర్ఘయాత్ర నిర్వహించే కార్యక్రమంలో తలమునకలయ్యేటంతగా వారు నిమగ్నమై వున్నారు.

* * *

నిఖిల్‌తో శ్రీజ వివాహం సంచలనం రేకెత్తించింది.

ఇంకో రెండు రోజుల్లో ప్రయాణం వుండగా జరిగిన ఈ వివాహం ప్రతివారికీ చర్చనీయాంశం అయింది. శ్రీజ వ్యక్తిత్వానికి అందరూ జోహార్లర్పించారు. ప్రేమంటే అలా వుండాలన్నారు.

ఈ వివాహంపట్ల ఎవరైనా అసంతృప్తిగా వుంటే అది నిఖిల్ ఒక్కడే. తనకోసం భవిష్యత్తుని ఆమె నాశనం చేసుకుంటూందని అతడు భావించాడు. అతడు ఇక తన జీవితంలో ఏనాడూ తన కొడుకునిగానీ కూతుర్నిగానీ చూసుకునే అవకాశం దాదాపు లేదన్న భావం అతడి మనసు కలచివేస్తూంది. కానీ అతను ఎక్కడా బయటపడలేదు. తన పన్లన్నీ నిర్వర్తిస్తూనే వున్నాడు.

పది గంటల పన్నెండు నిముషాలకి వాహనం బయల్దేరేట్టూ ముహూర్తం నిర్ణయించబడింది. ప్రపంచపు నలుమూలల్నుంచీ ఫోటోగ్రాఫర్లు, విలేఖర్లూ వచ్చారు. ప్రపంచవ్యాప్తంగా టీ.వీ. కవరేజి ఏర్పాటు చేయబడింది. రాకెట్‌లా- విస్ఫోటనంవల్ల కాకుండా, సౌరశక్తివల్ల నడిచే వాహనం కాబట్టి, రిమోట్ కంట్రోల్ సిస్టమ్స్ లేవు. సోలార్ ఎనర్జీని అందుకునే అద్దాల్లాంటి పరికరాల్లో ఎగరటానికి సిద్ధంగా వున్న తూనీగలా వుంది- "సుహృద్భావ్-"

ప్రొద్దున్నించే జనం అక్కడికి వందల సంఖ్యలో చేరుకున్నారు. వివిధ దేశాల రాయబారులు, ప్రముఖులు, శాస్త్రజ్ఞులు- అభినందనలు- ప్రార్థనలు- కన్నీటి వీడ్కోళ్ళు-

శ్రీజ ఒక్కతే అక్కడ ఒంటరిగా వుంది. నాలుగు నెలలు నిండి అయిదో నెల ప్రవేశిస్తూ వుంది. ఆమె తల్లిదండ్రులు వున్నారుగానీ, ఆమెని మాట్లాడించే ప్రయత్నం ఏమీ చేయలేదు. కూతురు చర్య వారికి స్టుపిడిటీగా కనిపించింది.

పదిగంటలు కావస్తూంది. అందరికన్నా ముందు యశ్వంత్ వాహనంలో ప్రవేశించాడు. తరువాత వాయుపుత్ర, తరువాత అనూహ్య.

నిఖిల్ శ్రీజ దగ్గిరగా వచ్చాడు. కళ్ళనిండా నీళ్ళతో ఆమె అతడివైపు చూసింది. అతడామెని దగ్గరికి తీసుకుని నుదుటిమీద ముద్దు పెట్టుకున్నాడు.

"వెళ్ళొస్తాను"

ఆమె అస్పష్టంగా తలూపింది.

అతడిచూపు ఆమె కడుపుమీద క్షణకాలం నిలిచింది.

"అదృష్టం బావుండి- కార్యం సాధించుకుని తిరిగివస్తే- అప్పటికి నువ్వు పాతికేళ్ళ కూతురితోనో, కొడుకుతోనో స్వాగతం చెపుతావుకదూ" నవ్వటానికి ప్రయత్నం చేశాడు.

ఇంటర్ పెర్సనల్ కాలర్ శబ్దం చేసింది.

"వెళ్ళొస్తాను"

ఆమె తలూపింది.

అతడు వాహనంవైపు నడిచాడు.

జయజయధ్వానాలతో యుద్ధానికి పంపే సైనికుడికి హారతి నిచ్చినట్టు వేలాది జనం.

అతడు చివరగా వాహనంలోకి ప్రవేశించాడు.

స్పేస్ సూట్స్ లేవు.

ఆ వాహనం భూమి వాతావరణం దాటటానికే ఐదురోజులు పడుతుంది. కానీ కాంతివేగం అందుకోవటానికి ఆ తరువాత పదిహేనురోజులు అద్భుతమైన ఆక్సిలరేషన్.

శ్రీజ చూస్తూ వుంది.

వాహనం పైకి లేచింది.

పది అడుగుల పొడవు- పది అడుగుల వెడల్పు వున్న టీ.వీ. స్క్రీన్ మీద లోపలి వ్యక్తులు కనబడుతున్నారు. రాకెట్‌లో లాగా హడావుడి ఏమీలేదు. జరగబోయే ప్రమాదాలన్నీ భవిష్యత్తులో ఏమైనా వుండొచ్చేమో కానీ బయల్దేరేటప్పుడు ఏమీ వుండవు. అంత నెమ్మదిగా కదిలింది వాహనం.

వాహనం మబ్బుల వెనక్కు వెళ్ళిపోయింది.

ఆమె అలా చూస్తూనే వుంది.

లక్షల కోట్ల మైళ్ళ దూరంలో వున్న గ్రహాంతర జీవులకు భూమ్మీద ప్రాణుల్ని రక్షించమంటూ సందేశం తీసుకువెళ్తూన్న టీమ్...

.....ప్రయాణం ప్రారంభమైంది.

(మొదటి భాగం సమాప్తం)

అంతరిక్ష విహారంలో అడ్డంతగిలే యక్షప్రశ్నల నివృత్తికై కొంతసేపు....

ఖగోళ శాస్త్రానికి సంబంధించిన ప్రశ్నలకు యండమూరి జవాబులు

ప్రశ్న : స్పేస్ సూట్ అంటే ఏమిటి? అది ఏ విధంగా నిర్మింపబడుతుంది. (రాజా, విజయవాడ)

జవాబు : శూన్యంలో మనిషి ప్రవేశించాలంటే శరీరంచుట్టూ ఒక కృత్రిమమైనపొర చాలా అవసరం! ఆక్సిజన్ అందజేయటానికీ, రక్తం, శూన్యపు వత్తిడికి సలసలా మరిగిపోకుండా వుండటానికి ఈ పొర (సూట్) ఉపయోగపడుతుంది. మెడ వెనుకనుంచి వచ్చే ఒక గొట్టం నీటిని అందజేస్తుంది. అలాగే టాయిలెట్ పరికరాలు కూడా ఈ సూట్‌లోనే అమర్చబడి వుంటాయి. ఈ సూట్‌లో ఎప్పుడూ చల్లని నీరు ప్రవహిస్తూ శీతలం కలుగజేస్తుంది. రేడియేషన్ నుంచీ మైక్రోమెటీరాయిడ్స్ నుంచీ రక్షించటానికి, రేడియో సంబంధం ద్వారా మాట్లాడటానికి వీలుగా ఏర్పాట్లు వుంటాయి. అల్యూమినియమ్, టెఫ్లాన్, నైలాన్ దారాలతో ఈ సూట్ అల్లటం జరుగుతుంది. 1965 మార్చిలో అలెక్సీలెనోవ్ అనే వ్యక్తి మొట్టమొదటిసారిగా శూన్యంలో ఈ సూట్ ధరించి నడక సాగించాడు. 1986 వరకూ కొద్ది మార్పులతోనే ఈ సూట్ నిర్మాణం కొనసాగుతూంది. 'చీకట్లో సూర్యుడు' మరో యాభై సంవత్సరాల తరువాత జరిగే చరిత్ర. అప్పటికి ఈ 'స్పేస్ సూట్లు' అవసరం లేకుండానే- మనిషి శూన్యంలో అడుగు పెట్టగలడన్నది శాస్త్రీయ పరిజ్ఞానంగల ఎవరి వూహకైనా తోస్తుంది. ఆ రోజు వచ్చేసరికి రాకెట్లలో కూడా మనిషి తన యింట్లోలాగే నడుస్తాడని శాస్త్రజ్ఞుల అంచనా! ఆ థియరీయే నవలలో ఉపయోగింపబడింది.

ప్రశ్న : భూమికి ఒక నక్షత్రం ఎంత దూరంలో వుందో ఎలా కనుక్కుంటారు? (జయవిజయ, పటాన్‌చెర్వు)

జవాబు : మీ ఇంట్లో ఒక మూల నిలబడి, డైనింగ్ టేబుల్‌మీద అన్నంగిన్నెకీ, కూరగిన్నెకీ మధ్య ఎంతదూరం వుందో చూడండి. గదిలో మరో మూలకి వెళ్ళి చూస్తే, ఆ దూరంలో వ్యత్యాసం కనబడుతుంది. మీరు నడిచిన దూరంబట్టి, కూరగిన్నె స్థానంలో మార్పు ఆధారంగా మీరు దానికి ఎంతదూరంలో వున్నారో గ్రహించవచ్చు. అలాగే భూమి తనువున్న స్థానానికి ఆర్నెల్ల కాలంలో కొన్ని కోట్ల మైళ్ళదూరం ప్రయాణం చేస్తుంది. నక్షత్రం కనబడే స్థానపు మార్పునిబట్టి దాని దూరాన్ని ఆ విధంగా లెక్క కట్టవచ్చు. ఈ రోజు నాటికి మనకి సుమారు అయిదు వేల నక్షత్రాల దూరాలు తెలుసు. చీకట్లో సూర్యుడు కథాకాలం నాటికి 60,000 నక్షత్రాల దూరం తెలుస్తుంది.

ప్రశ్న : 5వ జనరేషన్ కంప్యూటర్‌లోనే, మాటల్ని అర్థంచేసుకోగల శక్తి, తిరిగి– మాట్లాడగలిగే శక్తి వున్న కంప్యూటర్‌లు వస్తాయని వ్రాసివున్న పేపర్ కటింగ్‌ని మీకు పంపుతున్నాను. చీకట్లో సూర్యుడు నవలలో 8వ జనరేషన్ కంప్యూటర్ కూడా ఇంకా 'బటన్స్' వాడటమేమిటి? భవిష్యత్తుకాలంలోకి అంతటా దూసుకెళ్ళినప్పుడు ఇంకా 'భూతకాలం' వాసనలు కనపడటం న్యాయమా? ఈ శాస్త్రంలో ఎక్స్‌పర్ట్స్ సలహాలు తీసుకొని వ్రాస్తే ఇంకా బావుండేది?

(జొన్నలగడ్డ అనంతజ్యోతి. భరత్‌నగర్‌కాలని-18)

జవాబు : మనకు తెలిసిన విషయం మరొకచోట వేరేలా కనపడగానే మరీ అంత ఉద్వేగపడిపోనవసరం లేదు అనంతజ్యోతిగారూ, రచయిత ఎవరి సలహాలు తీసుకొని వ్రాస్తున్నాడో మనకి అనవసరంగానీ, 'మాట్లాడే' కంప్యూటర్ల గురించి క్రితం సంచికలోనే ప్రస్తావించాడు కదా. ఇక మీ ప్రశ్న ఎలా వుంటుందంటే, కార్లు వచ్చాయి కదా సైకిళ్ళు దేనికి? 'సైకిళ్ళు భూతకాలం వాసనలు కదా' అన్నట్లు వుంది. మాట్లాడే కంప్యూటర్లు వస్తే బటన్స్ నొక్కే కంప్యూటర్లు పరిశోధనా శాలలోంచి తొలగిపోవు.

ప్రశ్న : మీకు అన్ని విషయములు తెలుసన్నది నాకు అనుమానమే. కావున తెలుసుకుని వ్రాయండి.

ఎ) కలియుగం ప్రారంభం ఎప్పుడు జరిగింది? తారీఖులతో సహా తెలియజేయండి.

బి) గాలక్సీకీ భూమికి దూరం ఎంత? (డా॥ ఆనందరావు, మంథని)

జవాబు : అన్ని విషయాలూ తెలిసినవారు ఈ భూమ్మీద ఎవరూ లేరు. ఆర్థర్ క్లార్క్‌కి, అసిమోవ్‌కీ కూడా తెలియదు. మీరడిగిన పదకొండు ప్రశ్నలకీ సమాధానం నవలలోనే వుంది. మరొక సారి చదవండి.

ఎ) కలియుగం అన్నదేదీ సైన్సులో లేదు. అది ప్రారంభమయ్యేనాటికీ తారీఖులూ, పంచాంగాలూ లేవు.

బి) భూమికూడా గాలక్సీలో భాగమే కాబట్టి దూరం ప్రసక్తి లేదు.

ప్రశ్న : ప్రపంచంలో అందరికన్నా గొప్ప నెంబర్ వన్ సైంటిస్ట్ ఎవరు? (నిరంజన్‌రెడ్డి, కరీంనగర్)

జవాబు : అసిమోవ్ మాటల్లో చెప్పాలంటే 'నెంబర్ టు' ఎవరు అన్నది మీ ప్రశ్న అయితే సమాధానం చాలా కష్టమై వుండేది. ఆ స్థానంకోసం చాలామంది నిలబడతారు. ఐన్‌స్టీన్, లూయిపాశ్చర్, డార్విన్, గెలీలియో, ఆర్కిమెడీస్, వగైరా వగైరా. వీళ్ళలో ఎవరు రెండోస్థానం ఆక్రమిస్తారో చెప్పటం చాలా కష్టం. ఆయా రంగాల్లో వీరి కృషి అపూర్వం. అనూహ్యం. కాగా నెంబర్ వన్ ఎవరూ అంటే అవును- అతడే... ఐజాక్ న్యూటన్! సంఖ్యాశాస్త్రంలో కాలిక్యులస్ కనుక్కుని, కాంతిని విభజించటం ద్వారా ఫిజిక్స్‌కి సేవచేసి, వేగం తాలూకు సూత్రాలు కనుక్కుని ఆస్ట్రానమీకి సాయం చేసాడు. ఈ రంగాల్లో ఏదో ఒకటి చాలు అతడిని రెండో స్థానంలో నిలబెట్టటానికి. మూడు కలిస్తే మొదటి స్థానమే! వ్యక్తిగతంగా అతడు గొప్పవాడు కాదు. మాట్లాడటం సరిగ్గా చేతకాదు. నమ్మినదాన్ని నల్గురి ఎదుట అయినాసరే- చరిత్ర సృష్టించిన నెంబర్ వన్ సైంటిస్ట్ అతడు.

ప్రశ్న : చంద్రుడిమీద మనుష్యులు నివసించే రోజు తొందర్లో వస్తుందా? (ఆనందజ్యోతి, విశాఖపట్నం)

జవాబు : రాకపోవచ్చు, దానివల్ల మనిషికి ఏ ఉపయోగమూ (ఇప్పట్లో) లేదు కాబట్టి! అంతరిక్ష నగరాల్లో (స్పేస్‌సిటీ) నివసించే రోజు మాత్రం తొందర్లోనే వస్తుంది.

ప్రశ్న : సీరియల్ నవలలో స్టార్‌వార్స్‌ని గురించి ప్రస్తావించటం జరిగింది. అణుబాంబు కన్నా దీనికి ఎక్కువ ఖర్చవుతుందా? అణుబాంబు కన్నా స్టార్‌వార్స్ వల్ల ఉపయోగం వుందా?

(పిన్నమనేని మందాకిని, గోదావరిఖని)

జవాబు : మీ ప్రశ్న నాకు సరిగ్గా అర్థంకాలేదు. 'ఉపయోగం వుందా?' – అంటే ఎవరికి? యుద్ధదాహం వున్న దేశానికి, అణుబాంబుకన్నా స్టార్‌వార్‌ని తయారు చేసుకోవటంలో ఎక్కువ ఉపయోగం వుందా? అన్నది మీ ప్రశ్న అయితే వుంది! అణుబాంబువల్ల కేవలం ఒక ప్రదేశాన్ని నాశనం చెయ్యవచ్చు. స్టార్‌వార్స్‌తో కొన్ని వందల ప్రదేశాల్ని ఏకకాలంలో నాశనం చేయవచ్చు. (రక్షించుకోవచ్చునని కూడా అంటాడు ప్రెసిడెంట్ రీగన్) పోతే ఒక దేశం పూర్తిగా స్టార్‌వార్‌కి తయారవ్వాలంటే 2,400 కోట్ల రూపాయలు ఖర్చవుతుంది. ఇది వెయ్యి అణుబాంబులు తయారు చెయ్యటానికన్నా ఎక్కువ ఖర్చు. (క్రింద ప్రశ్న కూడా మీరు చదవండి.)

ప్రశ్న : భూమి ఎలా అంతమవుతుంది? (రాజశేఖర్, అడ్డతీగెల)

జవాబు : ప్రస్తుతం భూమి ఈ రకమైన షేపుకి వచ్చి అయిదుకోట్ల సంవత్సరాలయింది. రకరకాల వాయు సముదాయం, క్రమక్రమంగా గట్టిపడి లోహాలు, నీళ్ళు, గాలి, మనుష్యులు, జీవులు ఈ రకం పరిణామం చెందింది. సూర్యుడున్నంతవరకూ భూమి ఇలాగే వుంటుంది. (యుద్ధాలవల్ల మానవజాతి అంతరించవచ్చు అది వేరే సంగతి). 1930 వరకూ శాస్త్రజ్ఞులు సూర్యుడు క్రమంగా చల్లబడతాడని, జల ప్రళయం వస్తుందని భావించేవారు. కానీ 1930లో సూర్యుడు, బూడిదవబోయే ముందు ఎర్రరాక్షసుడుగా వెలిగి, వేడి వెదజల్లుతాడని శాస్త్రజ్ఞులు కనుక్కొన్నారు. అందువల్ల ఆ సమయం వచ్చేసరికి భూమిమీద లోహాలన్నీ కరిగి ఒక అగ్నిగోళంగా మారిపోతుంది. ఆ తరువాత క్రమంగా చల్లబడి, ఘనీభవించిన వాయు సముదాయం అవుతుంది. ఇది జరగటానికి ఎనిమిదికోట్ల సంవత్సరాలు పడుతుంది. ఇది నాణేనికి ఒకవైపు. ఇక మనుష్య జాతి గురించి అయితే, వాయు కాలుష్యంవల్ల, వాతావరణలో మార్పు వల్ల ఈ లోపులోనే, మరో వెయ్యి సంవత్సరాల్లో అది అంతరించిపోవచ్చు.

ప్రశ్న : ఇతర గ్రహాలమీద జీవకోటి వుందా? ఒకవేళ వున్నా ఆ సూక్ష్మ - ఏకకణ జీవులకోసం కుజుడి వరకూ వెళ్ళటం మనకి లాభదాయకమేనా? అంత ఖర్చు అవసరమా? (నర్మదారాణి, రాజమండ్రి)

జవాబు : ఇతర గ్రహాలమీద జీవరాసి వుందనే (కనీసం కుజుడిమీద) మనవారు భావిస్తున్నారు. ఇది మీ మొదటి ప్రశ్నకు సమాధానం. ఇక, రెండో ప్రశ్న.... భూమ్మీద జీవాలు ప్రొటీన్స్, అమినో ఆసిడ్స్ మొదలైన వాటితో నిర్మింపబడ్డాయి కదా. కుజుడిమీద జీవరాసి,అది మీరన్నట్టు ఎంత సూక్ష్మజీవులైనా సరే, వేరే విధంగా నిర్మింపబడి వుండవచ్చు. అదే నిజమైతే 'ప్రాణం' అనేదానికి వేరే అర్థం మనకి దొరుకుతుంది. భూమ్మీద మొట్టమొదటి జీవరాసి ఎలా ఉద్భవించింది అన్న ప్రశ్నకు కూడా ఇది సమాధానం చెపుతుంది. మరణం లేకపోవటం అన్నదేదైనా వుంటే ఆ రహస్యం భూమ్మీద దొరకదు. వేరే గ్రహాలమీదున్న జీవుల వల్లే తెలియాలి. మన అంతరిక్ష నౌకలు తీసిన ఫోటోల వల్ల, కుజుడిమీద జీవరాసి లేదని తేలింది. కానీ ఏ ఇతర గ్రహం వాళ్ళయినా మనని అంత దూరం నుంచి తీస్తే, మన భూమ్మీద కూడా జీవరాసి లేనట్టే ఆ ఫోటోలు వస్తాయి కాబట్టి నిర్ధారణంగా తేలేవరకూ మన శాస్త్రజ్ఞులు ఇంకా కుజుడిమీద జీవరాసి వుందనే నమ్మకంతోనే అంతరిక్ష పరిశోధనలు జరుపుతున్నారు.

ప్రశ్న : ఈ విశ్వం ఎలా పుట్టింది? విశ్వం తరువాత ఏముంది? మనిషి పయనిస్తూ పోతే ఎక్కడకు చేరతాడు? (వేదాంతశర్మ, కేసముద్రం)

జవాబు : మీ పేరు, ఊరి పేరు చూస్తూంటే కేవలం మమ్మల్ని ఏడిపించటానికే ఈ ప్రశ్నలు అడిగినట్టు తోస్తోంది. అయినా సమాధానాలు చాలామందికి ఉపయోగపడవచ్చు. పుక్కిటి పురాణాల మీద నమ్మకం వదిలేసుకోగలిగితే మీరు దీన్ని చదవండి. విశ్వం ఎలా పుట్టింది అన్నది మీ మొదటి ప్రశ్న. చాలా మంది చాలా రకాలుగా చెప్పారు. అందులో మేము నమ్మిన సిద్ధాంతం ఇది : $0 = +1 -1$ కదా! కొన్ని కోట్ల టుది పవర్ ఆఫ్ కోట్ల సంవత్సరాల వెనుక, శూన్యం నుంచి పాజిటివ్, నెగిటివ్ శక్తులు విడివడి, చెరోవైపుకి సర్దుకున్నాయి. అలా పుట్టిన మొట్టమొదటి అణువు, సముదాయమై తద్వారా నక్షత్రాలు, వగైరా, వగైరా... ఇక మీ

ప్రశ్న .... విశ్వం తర్వాత ఏముంది?.....అని! పై థియరీ మీరు వప్పుకున్న పక్షంలో నెగిటివ్ విశ్వం వుంటుంది.

ఇక మీ చివరి ప్రశ్న. మీరూ మీ కుటుంబమూ ఒక రాకెట్ ఎక్కి మీ కేసముద్రం నుంచి బయలుదేరి కాంతివేగంతో పయనిస్తే చంద్రుణ్ణి చేరుకోవటానికి 1.3 సెకన్లు, సూర్యుణ్ణి చేరుకోవటానికి 8 నిముషాలు, మన గాలక్సీ దాటటానికి లక్ష సంవత్సరాలు; విశ్వం దాటటానికి వందకోట్ల సంవత్సరాలు పడుతుంది. విశ్వం వృత్తాకారంలో వుందన్న ఐన్‌స్టీన్ థియరీ నిజమైతే అప్పుడు మీరు తిరిగి కేసముద్రం చేరుకుంటారు. కాంతివేగంతో వెళతారు కాబట్టి మీ వయసులో కూడా మార్పు వుండదు అని ఫిక్షన్ రచయితలు అంటారు.

ప్రశ్న : 'మాయాస్' అంటే ఏమిటి? ఎగిరే గాలిపళ్ళేలు వున్నాయా? (యం. గంగాధరరావు, ఇరగవరం పోస్టు; కృష్ణశ్రీ, తెనాలి; టి. నర్సింగరావు, ఖమ్మం; ఎన్. రాజకుమార్‌రెడ్డి, తిరుపతి; శ్రీ శ్రీశైలం, బోయినపల్లిగేట్; శ్రీనివాసులు, పెబ్బియర్)

జవాబు : ఇతర గ్రహాలనుంచి వచ్చే జీవులకు 'మాయాస్' అని పేరు పెట్టారు మనవాళ్ళు. వీళ్ళు మన భూమికి ఎగిరే పళ్ళేల్లో వస్తారని అంచనా. నిజానికి ఎగిరే పళ్ళేలు అనేవి ఏమీలేవు. అద్భుత రసాన్ని పోషించే కొందరు అడ్వెంచరిస్టులు రకరకాల ఫోటోలని సృష్టించి, అటువంటి గాలి పళ్ళేల్ని (ఫ్లయింగ్ సాసర్స్) చూశామని ప్రకటిస్తూ వుంటారు. ఇంతవరకూ ఏ గ్రహంనుంచీ అటువంటి వాహనాలు మన భూమివైపు వచ్చినట్టు శాస్త్రపూరితమైన దాఖలాలు లేవు. ఊహాగానాలు తప్ప, భవిష్యత్తులో అలాటి ఫ్లయింగ్ సాసర్స్ భూమిమీదకు రావచ్చు. ఆ ఊహ ఆధారంగానే ఈ ఫిక్షన్ నవలని వ్రాసాను.

ప్రశ్న : వెన్నెల్లో ఆడపిల్లలాంటి అపురూపమైన నవలా చిత్రికను వదలి అంతరిక్ష నవలలు ఎందుకో? బహుశా ఆహా ఏమి యండమూరి పరిజ్ఞానం అనుకోవడానికా?

మాతోనే వుండండి. మా మధ్య నిలబడి వ్రాయండి. అది మరణమృదంగాలైనా వినసొంపుగా వుంటాయి. స్ఫూర్తిని ఇస్తాయి.

(పి.ఆర్.బాంధవి, విశాఖ)

జవాబు : నిజమే. భూమ్మీదే వుండాలనుకునే పాఠకులకు విస్తృతమైన ఖగోళ జ్ఞానావశ్యకత లేదు.

ప్రశ్న : "ఫ్లయింగ్ సాసర్స్' వున్నాయంటూ గతంలో కొన్ని పత్రికలు రాశాయి. అవి కొన్ని ప్రాంతాలలో కనిపించాయి కూడా. వాటిని పట్టుకోవడానికి అన్ని దేశాలు ప్రయత్నించి వాటివేగానికి అందుకోలేక విఫలమయ్యాయి. ఫ్లయింగ్ సాసర్స్ వున్నాయా? ప్రపంచ పటంలోని దేశాలు కాకుండా మరో గోళం (?) పై ప్రజలున్నారా? ప్రపంచంలోని ఏ దేశస్తులూ వాటిని ట్రేస్ చేయలేదంటే, ఆ ఫ్లయింగ్ సాసర్స్‌ను తయారుచేసిన వాళ్ళు మనకన్నా బ్రిలియంట్స్ అని అనుకోవాలా? (విజేంద్రనాథ్ ప్రసాద్, ఆదోని)

జవాబు : ఈ విషయాలన్నీ మీ రెక్కడ చదివారు? అదిగో పులి అంటే ఇదిగో తోక అని వ్రాసే వ్యాసాలు చదివి నిర్ణయానికి రాకండి. ఇంతవరకూ ఏ గ్రహాంతర జీవీ భూమి గోచర పరిధిలోనికి రాలేదు. U.F.O. (Unidetified Flying Objects) అనబడేవి అన్నీ ఎగిరే గాలిపళ్ళేలు కావు.

ప్రశ్న : నా ప్రశ్న చూసి మీరు నవ్వుకోకండి. భూమి గిర్రున తిరుగుతూంది కదా! చార్మినార్ మీద నుంచి శూన్యంలోకి గెంతి ఆరు గంటల తరువాత క్రిందపడితే అరేబియా సముద్రంలో పడతామా? ఈ ప్రశ్న నన్ను చిన్నప్పటినుంచీ వేధిస్తుంది. ఎవర్నైనా అడగాలంటే నవ్వుతారేమో నని సిగ్గు. (ఎమ్. అనంతబాబు, గడ్డిఅన్నారం)

జవాబు : "శూన్యంలోకి గెంతి" అనుకుండా"గాలిలోకి గెంతి" అని మీరు అడిగివుంటే నవ్వుకోవచ్చేమో గానీ, ప్రస్తుతం మీ అనుమానంలో తప్పేమీ లేదు. వేగంగా ప్రయాణం చేస్తున్న రైల్వే కంపార్టుమెంటులో గెంతినా, నిల్చున్నచోటే పడతాము కదా. భూమికూడా అంతే. దానితో పాటే వాతావరణం పయనిస్తుంది. కాబట్టి వేగం లెక్కలోకి రాదు. చార్మినార్ మీదనుంచి గెంతితే చార్మినార్ కిందే పడతారు. కానీ మీరు "శూన్యంలోకి గెంతి" అన్నారు. అప్పుడు తప్పకుండా భూవేగాన్ని లెక్కలోకి తీసుకోవాలి. సూర్యుడు నవలలో ఎక్కడో ఒకచోట ప్లానెటరీ

ప్రోబ్స్ ప్రసక్తి వస్తుంది చదవండి. భూమినుంచి అంతరిక్ష నౌకలు పైకి వెళ్ళాక, మరే ఆకర్షణ శక్తికి లోనుగాకపోతే తిరిగి బయల్దేరిన చోటుకే వస్తాయి. కానీ అప్పటికి భూమి అక్కడ వుండదు. అందుకని శూన్యంలోకి అవి దూసుకుపోతాయి. కాబట్టి చార్మినార్ మీదనుంచి శూన్యంలోకి గెంతి ఆరు గంటల తరువాత మీరు క్రిందికి వస్తే ప్లాట్‌ఫాంలో ప్రయాణికుడిని వదలి వెళ్ళిపోయినట్టు మిమ్మల్ని వదిలేసి భూమి వెళ్ళిపోతుంది. ఆరు గంటలు కాకుండా, ఆరు నిముషాల తరువాత అయితే అరేబియాలో వుంటారు.

ప్రశ్న : మనిషి పుట్టుకమీద గ్రహాల ప్రభావం వుంటుందా? జ్యోతిషశాస్త్రానికి ఖగోళశాస్త్రానికి సంబంధం వుందా? (వి. దక్షిణామూర్తి, నాజర్ పేట; టి.వి. సత్యనారాయణ, సిర్పూర్ కాగజ్‌నగర్; కె. చక్రవర్తి, పొద్దుటూరు: యు. ఉరుకుందు, ఎమ్మిగనూరు)

జవాబు : ఎండాకాలం రాత్రిపూట డాబామీదనో, పెరట్లోనో పడుకునే అలవాటు చాలామందికుంటుంది. ఓ అమావాస్య నాడు అలా పడుకుని ఆకాశంలో నక్షత్రాల గుంపులని చూడండి. రకరకాల ఆకారాలు కనిపిస్తాయి. రాత్రిపూట ఆకాశం చాలా ఆసక్తిని కలిగించే అపురూపమయిన దృశ్యం. ఈనాడే కాదు. యుగాల క్రితం నాడు కూడా.

ఈనాడు మనకు టెలివిజన్లు, వీడియోలు వున్నాయి. వీటికి ముందు సినిమా, అంతకుపూర్వం రేడియో, అదీ తెలియనప్పుడు పుస్తకాలు... ఇలా ఆలోచించుకుంటూ వెనక్కుపోతే ఒకానొక కాలంలో మనిషి తిండి కోసం ఏదో వేటాడి, తిన్న తర్వాత చేసేదేంలేక చీకటి పడుతుండగానే ఏ చెట్టు నీడనో పడుకునేవాడు. ఎదురుగా ఆకాశంలో నక్షత్రాలు గుంపులు గుంపులుగా! ఓ పక్క ఒక గుంపు అంతకుముందు రోజు తను చంపి తిన్న జంతువులా కనుపిస్తే, మరొకటి వేటకు వెళుతున్న మనిషిలా, ఇంకొకటి తను చూసి భయపడ్డ ఎలుగుబంటిలా, ఇంకో పక్క తను చూసి మనసుపడ్డ యువతిలా కనిపించేవి.

సంవత్సరాల కొద్దీ ఆ విధంగా ఆకాశంలో చూసి చూసి, కృషిచేసి మానవుడు కనుక్కున్న వాస్తవం ఏమిటంటే, ఈ నక్షత్రాల దశ ఫలానా

దిశలోకి మారినప్పుడు వర్షం పడుతుంది. ఆ తర్వాత కొంతకాలానికది మరో దిశకు ప్రయాణించి వెళుతుంది. అప్పుడు విపరీతమైన చలి పుడుతుంది. దానికోసం మనం ముందుగానే జాగ్రత్త పడాలి. ఇలా ఆనాటి మానవుడికి ఆకాశమే ఒక పెద్ద క్యాలెండరు అయింది. అందరికీ అందుబాటులో వుండే తారీఖులేని క్యాలెండరది. ఆ విధంగా ఆకాశాన్ని చదివి మనిషి విజ్ఞానాన్ని పెంపొందించుకున్నాడు. తన తర్వాత తరాల వాళ్ళకు అతడు బోధించిన విద్య అదే. సూర్య, చంద్ర నక్షత్ర గమనాన్ని బట్టి : ఏ కాలం వేటాడాలి? ఏ కాలంలో విత్తులు నాటాలి వగైరా విషయాలు. ఈ విషయాలు మర్చిపోకుండా వుండేందుకు అతడు ఏదో బొమ్మరూపంలోనో, మరో ఆకారంలోనో చిత్రీకరించి గుర్తుగా పెట్టుకొనేవాడు.

తర్వాత కొద్దికాలానికి మానవుడు మరో విషయం గమనించాడు. ఆకాశంలో నక్షత్రాలలా కనిపించే గ్రహాలు కొన్ని వున్నాయి. వాటికీ, నక్షత్రాలకు వుండే తేడా ఏమిటంటే నక్షత్రాలు కదలవు. అవి కదులుతాయి. ఇవ్వాళ ఒక నక్షత్ర మండలంలో వున్న గ్రహం కొద్ది నెలల్లో మరో గుంపులోకి చేరుతోంది. ఇలాంటి నక్షత్రాలు అయిదున్నాయి. (అప్పట్లో వాళ్ళకు తెలిసింది అయిదు గ్రహాలే). ఆకాశంలో తిరిగే సూర్యుడు, చంద్రుడూ మనిషిమీద ప్రభావం చూపిస్తున్నాయి. మరి ఈ గ్రహాలకున్న శక్తి ఏమిటి? అవి మనిషి జీవితం మీద ఎలాంటి ప్రభావాన్ని చూపిస్తాయి? మానవుడి ఈ ఆలోచనకు పర్యవసానంగానే జ్యోతిష్య శాస్త్రానికి రూపకల్పన జరిగింది.

ఆపదలో వున్న మనిషి ధైర్యం కోల్పోతాడు. పక్కనే వున్న జ్యోతిష్కుడు అతడికి ధైర్యం చెప్పి డబ్బు తీసుకుంటాడు. అదే ఈ శాస్త్రంయొక్క 'ఉపయోగం'. ఈనాడు ఏ దిన, వార, మాసపత్రిక తీసినా అందులో వారఫలాల శీర్షిక ఒకటుంటుంది. విజ్ఞాన శాస్త్రవేత్తల కంటే పదిరెట్లు జ్యోతిష్య శాస్త్రజ్ఞులున్నారు. ఆ విషయాన్ని మూర్ఖంగా నమ్మే ప్రజలు కోట్ల కొద్దీవున్నారు. విద్యాధికులు, శాస్త్రజ్ఞులు, డాక్టర్లు కూడా ఏ పత్రికైనా కనుపిస్తే ముందుగా వారఫలాలను చూసుకుంటారు. వీటిలో

ఎంత నిజం వుంది? ఒకే రాశికి చెందిన లక్షలమందికి భవిష్యత్తు ఒకే రకంగా వుండటం నమ్మతగ్గదేనా అని తార్కికంగా ఆలోచించలేరు. ఈ జ్యోతిష్యశాస్త్రం ప్రకారం ఒక సమయంలో ఏ నక్షత్ర సముదాయంలో ఏ గ్రహాలు చేరతాయో దాని ప్రభావం మనిషి మీదా, అతడి భవిష్యత్తు మీద వుంటుందని భావించి, కొన్నివేల సంవత్సరాల క్రితం గ్రహాల స్థితిగతుల మీదే చక్రవర్తుల అదృష్టం, రాజవంశాల భవిష్యత్తు నిర్ణయించేవారు. ఉదాహరణకు 'శుక్రగ్రహం మేషరాశిలో వున్నప్పుడు ఇలా జరిగింది. తిరిగి అదే విధమైన గ్రహ చలనం కలగబోతోంది. కాబట్టి అలాటి సంఘటనే జరుగుతుంది' అని జ్యోతిష్కుడు చెప్పడం రివాజయింది. వాళ్ళు చెప్పినట్లు జరగకపోతే వాళ్ళ ప్రతిష్టకు భంగకరం కావడం కాకుండా ఒక్కోసారి ప్రాణహాని కూడా జరిగేది. అందువల్ల వాళ్ళు ముందుజాగ్రత్తగా కొన్ని అనుమానాలని వ్యక్తంచేస్తూ, భవిష్యత్తు గురించి అస్పష్టమైన వివరణ ఇచ్చేవారు. ఆ తర్వాత సమయానుకూలంగా దాన్ని విశ్లేషించడం జరిగేది. మనుష్యుల మూర్ఖత్వం, బలహీనతల మీదా తెలివైనవాడు ఆడుకునే అలవాటు అప్పటి నుంచే మొదలయింది. గ్రహాల స్థితిగతులు మనిషి అదృష్టాన్ని, భవిష్యత్తుని నిజంగా శాసించగలవా? ఒకే సమయంలో పుట్టిన వాళ్ళందరి భవిష్యత్తూ ఒకేరకంగా వుంటున్నదా? ఒక విమాన ప్రమాదంలో చనిపోయిన మూడువందల మంది భవిష్యత్తూ ఒకేరకంగా నిర్ణయించబడిందా? అంతవరకూ ఎందుకు? ఈ శాస్త్రం పూర్తి అబద్ధం అని చెప్పడానికి కవలల గురించి తెలుసుకుంటే చాలు. మన కథల్లో కవలలంటే వాళ్ళకు ఒకేసారి కడుపునొప్పి రావడం, ఒకేసారి జబ్బు చేయడం., ఒకేవిధమైన విజయాల్ని అపజయాల్ని ఎదుర్కోవడం, ఒకేసారి చనిపోవడం లాంటివి. వీటిని మనం ఎంతో ఆసక్తికరంగా చదువుతాం. ఆశ్చర్యపోతాం. వెంటనే జ్యోతిష్యశాస్రం మీద అపారమైన గౌరవాన్ని పెంపొందించుకుంటాం. అయితే ప్రపంచంలో పుడుతున్న వేలాది కవలల్లో ఒక శాతం గురించే మనం చదివేది. పరిశీలనల్లో తేలిన విషయం ఏమిటంటే కొంతమంది కవలల్లో ఒకరు చిన్నతనంలోనే ఏ

జబ్బో చేసి లేదా ప్రమాదానికి గురై మరణిస్తారు. మరొకరు వృద్ధాప్యం వరకు జీవిస్తారు. చాలావరకు ఇద్దరి జీవనగతులు వేరే మార్గాలలోనే నడుస్తాయి. వీటి గురించి మనం చదవం కాబట్టి మనకు తెలియదు. మరి ఒకే సమయంలో పుట్టిన ఇద్దరి భవిష్యత్తు రెండు రకాలుగా ఎలా చెదిరిపోతుంది? జవాబు లేని ప్రశ్న ఇది.

ఇక పత్రికల్లో వచ్చే వారఫలాన్ని చూడండి. ఏ ఇద్దరు జ్యోతిష్కులూ ఒకే రకమైన ఫలాన్ని చూపించరు. వారిచ్చే వివరణలు కూడా అస్థిరంగా, అస్పష్టంగా వుంటాయి. ఉదాహరణకు 'ఈ వారంలో దూరప్రయాణం చేసే అవకాశం వుంది' అంటారు. ఏమిటి దీని అర్థం? ప్రయాణం అంటే మరొక ఊరికా లేక హైదరాబాద్ ఆ చివరనుంచి సికింద్రాబాదు ఈ చివరి వరకు కూడా దూరప్రయాణం కిందకే లెక్కవస్తుందా? అవకాశం వుంది' అనేకంటే వెళతారు వెళ్ళరు అనే ఖచ్చితమైన అభిప్రాయం ఎందుకు వెలిబుచ్చలేరు? అదీ ఒక శాస్త్రమే అయినప్పుడు ఏ రెండు వారఫలాలకైనా సమన్వయం కుదరదెందుకు? సంజయ్‌గాంధీ చనిపోయినప్పుడు ఆ విషయాన్ని సంవత్సరం క్రితమే నేను చెప్పగలిగాను అన్నాడో జ్యోతిష్కుడు. పత్రికా ప్రకటన లిచ్చాడు. అలాగే సంజయ్ చనిపోకముందు వారంరోజుల క్రితమే అతడు ఇరవై సంవత్సరాలపాటు అధికారంలో వుంటాడని జ్యోతిష్యం చెప్పాడు మరొకడు.

ఒకనాడు కేవలం అయిదు గ్రహాలే మనిషి కంటికి కనిపించేవి. వాటి గమనాన్ననుసరించి భవిష్యత్తు లెక్కకట్టేవాడు. గెలీలియో టెలిస్కోపు కనుకున్న కొదికాలంలోనే మరో రెండుగ్రహాల ఉనికి మానవుడికి తెలిసింది. అప్పుడవి నవగ్రహాలయ్యాయి. మనకు తెలియని పదోగ్రహం కూడా వుందని నిరూపించారు శాస్త్రజ్ఞులు ఇలా ఒకో కొత్త గ్రహాన్ని కనుక్కోగానే జ్యోతిష్కులు కూడా చాలా కన్వీనియంట్‌గా తమ శాస్త్రాన్ని మార్చుకుంటూ వచ్చారు. మరి కొంత కాలానికి ఎనిమిది గ్రహాలే అనవచ్చు శాస్త్రజ్ఞులు. ఈ విశాల విశ్వంలో గాలక్సీలోనే మనం శోధించాల్సింది ఎంతో వుంది. వాటి ఉనికి కూడా తెలియకుండానే భవిష్యత్తుల్ని నిర్ణయం చేసుకోవడమంత అవివేకం మరొకటుండదు.

అంతెందుకు మనుష్యులను పరిచయం చెయ్యకుండా కేవలం జన్మ నక్షత్రం, వివరాలు ఇచ్చి జ్యోతిష్కుణ్ణి భవిష్యత్తు చెప్పమనండి. నూటికి తొంభై తొమ్మిదివంతులు తప్పే అవుతుంది. కొద్దిమంది తెలివిగలవాళ్ళు అనేకమంది బలహీనతలను కేష్ చేసుకునే వ్యాపారమిది. అనాదిగా జరుగుతున్న విద్యావంతుల్లో, విజ్ఞానశాస్త్రవేత్తల్లో చివరకు డాక్టర్లలో కూడా ఈ మూర్ఖత్వం ఎంత ప్రబలిపోయిందంటే ఈ రోజున బ్రహ్మాండమైన ముహూర్తంలో వివాహం చేసుకుని, ప్రతి నిముషం కొట్లాడుకునే దంపతులు కూడా సుముహూర్తం, జన్మనక్షత్రం, తిథి నిర్ణయించుకుని నెప్పులు రాకుండానే సిజేరియన్ ఆపరేషన్ ద్వారా నిర్ణీత సమయంలో బిడ్డల్ని ప్రసవించేంతవరకూ.

ఖగోళ శాస్త్రం ఒక సైన్సు. జ్యోతిష్యం గ్రహాల చలనంతో లెక్కకట్టే భవిష్యత్తు .... ఒక సూడో సైన్సు, కేవలం ఒక నమ్మకం! చేతి వేళ్ళ ముడతలకి అనువుగా ఏర్పడిన గీతల ఆధారంగా ఒక శాస్త్రం (హస్త సాముద్రికం), ఇంట్లో ధారాళంగా గాలి రావటం కోసం ఏ విధంగా ఇల్లు కట్టుకోవాలి అన్నది ఆధారంగా ఒక శాస్త్రం (వాస్తు) ఏర్పడ్డాయి. చాలామందికి అవి జీవనాధారం కలిగించాయి.

ప్రశ్న : సైంటిఫిక్ ఫిక్షన్‌కీ, సూడో సైంటిఫిక్ ఫిక్షన్‌కీ తేడా ఏమిటి?

(కె. నిరంజన్‌రెడ్డి, నిజామాబాద్)

జవాబు : నిరూపణ ఐన శాస్త్రీయ సిద్ధాంతాలపైన, తర్కానికి విలువనిస్తూ ఊహించి వ్రాసింది సైంటిఫిక్ ఫిక్షన్. అశాస్త్రీయమైన, నిరూపించబడిన విషయాలకి వ్యతిరేకంగా (Against Already Prooved) వ్రాస్తే అది సూడో.... ఉదాహరణకి, అంతరిక్ష నౌక సూర్యుడి "మీద" దిగింది అని వ్రాస్తే అది అశాస్త్రీయం. మరే శక్తి ఆధారమూ లేకుండానే, కేవలం సూర్యుడి ఆధారంగా అంతరిక్ష నౌక వేగం సెకనుకి రెట్టింపు అవుతూ వెళ్ళింది అని వ్రాస్తే అది ఫిక్షన్.

ప్రశ్న : "పల్సర్" అంటే ఏమిటి? (ఓంకార్ శంకర్, కరీంనగర్; ఉషశ్రీ. దేవరకొండ; ఇంకా ఎంతోమంది పాఠకులు)

జవాబు : అనుకోని విధంగా 1967లో గమ్మత్తయిన విషయాన్ని మన శాస్త్రజ్ఞులు కనుక్కున్నారు. ఆకాశం మీదనుంచి భూమివైపు రేడియో ఎమిషన్స్

ప్రతీ 1.33 సెకనుకీ ఒకసారి వస్తున్నాయని! దీన్ని బహిర్గతపరిచే నక్షత్రాలకి (?) పల్సర్ అని పేరు పెట్టారు. కొన్ని విశాలమైన తోటల్లో గిర్రున తిరుగుతూ నీటిని నాలుగువైపులకీ వెదజల్లి గడ్డిని తడిపే పరికరాల్లా ఈ పల్సర్ వేగంగా తిరుగుతూ ఎలక్ట్రాన్స్‌ని వెదజల్లితే, భూమివైపు పయనించేవి, ఈ రేడియో తరంగాల్ని సృష్టించాయని ధృవీకరించారు. సూర్యుడికన్నా కోట్ల కోట్ల రెట్లు శక్తివంతమైన న్యూట్రాన్స్ స్టార్సే ఈ విధంగా 'మినిక్కు' 'మినిక్కు' మంటూ పల్సర్‌ని విడుదల చేస్తున్నాయని శాస్త్రజ్ఞుల అంచనా. అదే నిజమైతే, ఈ చిన్న దీపావళి భూచక్రాల్లాంటి నక్షత్రాల్ని ఇప్పట్లో మనం మనకున్న పరికరాల ద్వారా గుర్తించలేము. మన శాస్త్రీయ విజ్ఞానం ఇంకా పెరగాలి.

ప్రశ్న : న్యూట్రాన్ స్టార్ అంటే ఏమిటి? దీనిని మనం చూడగలమా? (దుర్గాప్రసాద్, గొల్లవానితిప్ప; జి. రవీందర్, పటాన్‌చెర్వు; జి. రంగారావు, అల్లీపూర్; ఆర్. వెంకట్రావు, విశాఖపట్నం; యస్. కె. జకీర్, రామవరం)

జవాబు : పూరీలువత్తే గోధుమపిండిని రెండు చేతుల్తోను గట్టిగా నొక్కుతూ పోతే టెన్నీస్‌బాల్ సైజునుంచి టేబుల్ టెన్నీసు బంతి సైజుకి తగ్గించటం అసాధ్యం కాదు. అవునా. దీనికి కారణం, అణువుల మధ్య దూరాన్ని తగ్గించటం. ఈ ప్రపంచంలో అణువులు దూరంగా వున్న పదార్థం హైడ్రోజన్. అదేవిధంగా సాంద్రత (డెన్సిటీ) అధికంగా గలది ఓసియం అనే పదార్థం, సాధారణంగా మనం చూసే అన్ని పదార్థాల్లోనూ, అంగుళం మేర వస్తువులో25,000,000 అణువులు (సారీ.... పరమాణువులు అనాలేమో) వుంటాయి. కానీ అణువు అంటే ఏమిటి? ఒక న్యూక్లియస్ చుట్టూ వున్న శూన్యసాంద్రతే కదా! (అర్థమవుతూ వుందా? మరింత కన్‌ఫ్యూజన్ ఎక్కువ అవుతుందా?) ఒక అణువులో లక్షోవంతు మాత్రమే న్యూక్లియస్ వుంటుంది. అంటే అణువును అంత లోపలికి కుదించవచ్చున్నమాట. దీన్ని అటామిక్ న్యూక్లియస్ అంటారు. మొత్తం భూమిని రెండు చేతుల్లోను గట్టిగా నొక్కేసి, అటామిక్ న్యూక్లియస్‌గా కుదిస్తే అది క్రికెట్ బంతి అంత అవుతుంది. నిజం! దానిమీదే ఇన్ని కోట్లమంది బ్రతుకుతున్నారు. ప్రస్తుతం నక్షత్రాల

అంతర్భాగంలో అదే జరుగుతుంది. వాటి కడుపులో వేడికి అణు విచ్ఛేదనం జరిగి, న్యూట్రాన్స్ అన్నీ పైన చెప్పిన విధంగా కుదించుకుపోయి ముద్దలా తయారవుతున్నాయి. వీటినే న్యూట్రాన్స్ స్టార్స్ అంటారు. సూర్యుడిమీద అంత వత్తిడి లేదు కాబట్టి అతడింకా అలాగే వున్నాడు. అతనేగానీ న్యూట్రాన్ స్టార్‌గా కుదించుకుపోతే, ఇప్పుడున్న సైజులో 1,000,000,000, 000,000 వంతు మాత్రమే వుంటాడు. అతడి బరువు మాత్రం మారదు. టెన్నీస్ బంతి సైజులో వున్నా, టేబుల్ టెన్నీస్ సైజులో వున్నా గోధుమ పిండిముద్ద బరువు మారదు కదా. మనకు సుదూరతీరాలలో వున్న న్యూట్రాన్ స్టార్ ఇలాటి కుదించుకుపోయిన ముద్దలే. అందుకు వాటినుంచి ఒక అంగుళం ముక్క కత్తిరించి బరువు తూస్తే అది 25,000,000,000,000 టన్నుల బరువుంటుంది. ఇది అభూత కల్పనలా తోచినా, యదార్థం. ఇవే పల్సర్స్ అంటే.

ప్రశ్న : బ్లాక్‌హోల్ గురించి మరోసారి అర్థం అయ్యేలా చెప్పండి?

(ఎస్. పద్మావతి, తిరుపతి)

జవాబు : పిండి వడియాలు మీకు తెలుసుగా! గోలీకాయంత పిండి వడియాన్ని వేడి వేడి నూనెలోవేస్తే గులాబీ పువ్వంత పెద్దగా విచ్చు (Expand) కుంటుంది. ఇది వేడివల్ల జరుగుతుంది. అలాగే ఏదైనా పదార్థాన్ని ఫ్రిజ్‌లో పెడితే సంకోచం చెందుతుంది. దీనికి కారణం అణువుల మధ్య వుండే ఆకర్షణ శక్తి. భూమి, సూర్యుడు, నక్షత్రాలు... వీటి కేంద్రంలో వున్న ఆకర్షణ శక్తివల్లే అణువులన్నీ ఆ కేంద్రాన్ని గోళాకారంలో అంటిపెట్టుకుని వున్నాయి. ఈ ఆకర్షణ శక్తేగాని లేకపోయి వుంటే భూమి మొత్తం అణువులుగా విడిపోయి శూన్యంలో కలిసిపోయి వుండేది. ఇది ఒక పాయింటు.

ఈ గోళాల పైభాగపు వత్తిడికి, అంతర్భాగంలో విపరీతమైన వేడి జనిస్తుంది. ఆ వేడి గోళాన్ని వ్యాకోచింపజేస్తుంది. ఒకవైపు ఆకర్షణశక్తి గోళాన్ని సంకోచింపజేస్తూంటే, మరోవైపు వేడి వ్యాకోచింపజేస్తుంది. ఈ రెండింటికీ నిరంతర ఘర్షణ కోట్ల కోట్ల సంవత్సరాల్నుంచీ జరుగుతూనే వుంటుంది. ఏదో ఒక స్టేజి దగ్గిర ఈ రెండు శక్తులూ రాజీకి వస్తాయి. ఇది రెండో పాయింటు.

కొంతకాలానికి, నక్షత్రపు అంతర్భాగంలో వేడి చల్లారిపోయిందనుకోండి. వెంటనే ఆకర్షణ శక్తి విజృంభించి దాన్ని లోపలికి కుదించుకుంటుంది. ఆ స్టేజీగానీ భూమికి వస్తే అది పెద్ద ఫుట్‌బాల్ సైజులోకి దిగిపోతుంది. అలా కుదించుకుపోయిన గోళాన్ని న్యూట్రాన్ స్టార్స్ అంటారని ఇంతకుముందే చెప్పటం జరిగింది. ఆకారం చిన్నదయ్యేకొద్దీ గురుత్వాకర్షణశక్తి పెరుగుతుంది. భూమి టెన్నిస్ బంతి సైజులోకి కుదించుకుపోయి, న్యూట్రాన్ స్టార్‌గా మారిందనుకోండి. (మారదు. అయినా అనుకోండి) అప్పుడు 20 పౌండ్ల మీ బాబు ఆ బంతిమీద 4200,000,000,000 పౌండ్ల బరువుంటాడు. మీరు నమ్మినా నమ్మకపోయినా ఇది నిజం.

మరోరకంగా చెప్పాలంటే, తన చుట్టూ వున్న వస్తువుల్ని కేంద్రం ఇంత దృఢంగా తనవైపు లాక్కొంటుందన్నమాట?!!'వస్తువులు' అంటే ఏమిటి? అణు సముదాయమేగా! ఈ బలానికి అవి విడిపోయి కేంద్రంవైపు వేగంగా ప్రయాణం చేస్తాయి దాంతో ఆ బంతి మరింత కుదించుకు పోతుంది. ఈ శక్తి ఎంత బలమైనదంటే,తనునుంచి వెలుతుర్ని కూడా బయటకు పోనివ్వక తనవైపు లాక్కుంటుంది. అందువల్ల అది చీకటిగా (బ్లాక్‌హోల్) ఉంటుంది. పొరపాటున ఎవరన్నా దీనిలో ప్రవేశిస్తే ఇక అలా లోపలికి ప్రయాణం చేస్తూనే వుంటారు. దీన్నే బ్లాక్‌హోల్ అంటారు.

ఒక బంతి లోపలి భాగానికి అయస్కాంతం అమర్చి అందులో ఒక ఇనుపగోళీని వదలండి. అది అయస్కాంతాన్ని చేరే లోపులో బంతిని గిర్రున తిప్పితే ఆ ఇనుపగోళీ శూన్యంలో అలా ప్రయాణం చేస్తూనే వుంటుంది. దాని కళ్ళకి అయస్కాంతం అంగుళం దూరంలో కనబడుతూనే వుంటుంది. ఎంత ప్రయాణం చేసినా అది దాన్ని చేరుకోదు. బ్లాక్‌హోల్‌కి జారిపోతే, అలా ప్రయాణం సాగిపోతూనే వుంటుంది. అంతరిక్షంలో ఇలాంటి బ్లాక్‌హోల్స్ ఉనికి కనుక్కోవటం కోసం ఆస్ట్రానమర్స్ ప్రయత్నం చేస్తున్నారు. మీ ప్రశ్నకి ఇంతకన్నా సులభరీతిలో సమాధానాలు చెప్పటం తెలుగులో అసాధ్యమనుకుంటాను పద్మావతిగారూ. పోతే ఇలాటి ఉదాహరణలు చదివి విజ్ఞులు నవ్వుకోవద్దని మనవి.

ప్రశ్న : మీరొక ప్రశ్నకి సమాధానం ఇస్తూ సూర్యుడి కడుపులో వేడికి, అది కొంతకాలానికి ఎర్రటి మేఘంగా మారి (రెడ్ జెయింట్) ఆకాశమంతా వ్యాపిస్తుందని వ్రాశారు. మరొక ప్రశ్నకు సమాధానం ఇస్తూ, నక్షత్రం కడుపులో వేడి చల్లారగానే అది కుదించుకుపోయి, న్యూట్రాన్ స్టార్‌గా మారుతుంది అన్నారు. రెంటిలో ఏది నిజం?

(ఎస్. రవీంద్రబాబు, హైద్రాబాద్)

జవాబు : రెండూ నిజమే. సూర్యుడు నక్షత్రం కాదు కనుక. ఇకపోతే, "కడుపులో వేడి, గొంతులో వేవిళ్ళు" అన్న పదాలు ఆస్ట్రానమీలో ఉపయోగించటానికి బాగోవు కనుక గ్రహాంతర్భాగం అని వాడతాను- మీ కభ్యంతరం లేకపోతే. ఇక విషయానికి వద్దాం. మీరు చదివే పుస్తకం, చదివే మీ కళ్ళు, మీరు పీల్చే గాలీ, త్రాగే ద్రవాలు, జీవాలు అన్నీ పరమాణువుల్తో నిర్మింపబడినవని మీకు తెలుసు! అణువు అంటే ప్రోటాన్లు, ఎలక్ట్రాన్లు.... అంతే. ఇనుమునుంచి ఆక్సిజన్ వరకూ ఏ పదార్థమైనా వీటివల్ల మాత్రమే నిర్మింపబడుతుంది. రకరకాల మిశ్రమాల్తో రకరకాల వస్తువులు తయారవుతాయే తప్ప విడగొడితే పై మూడే మిగుల్తాయి. ఉదాహరణకు వెయ్యి టన్నుల ఉదజని కాలి కాలి, 993 టన్నుల హీలియంగా మారుతుంది. 993 టన్నుల హీలియం 991.5 టన్నుల ఇనుముగా మారుతుంది. నక్షత్రాల అంతర్భాగంలో నిరంతరం జరిగే చర్య ఇదే! ఇనుము ఇంకా వేడెక్కితే ఏమవుతుంది? ఒకో సమయంలో నక్షత్రాల అంతర్భాగంలో 9,000,000 డిగ్రీల సెంటీగ్రేడు (నీరు వంద డిగ్రీల దగ్గర ఆవిరవుతుంది. దీన్నిబట్టి వేడి తీవ్రతని ఊహించండి) వేడి వుంటుంది. ఆ వేడికి లోపలున్న ఇనుము న్యూట్రినోస్‌ని వెదజల్లుతుంది. ఈ న్యూట్రినోస్ కాంతికన్నా వేగంగా నక్షత్రాల్నుంచి విడివడి శూన్యంలోకి కలిసిపోతాయి. ఆ తరువాత నక్షత్రం వేడి తగ్గిపోయి, కుదించుకుపోయి నోవా, సూపర్ నోవా, న్యూట్రాన్ స్టార్, బ్లాక్‌హోల్‌గా పరిణామం చెందుతాయి.

ఈ లోపులో నక్షత్రాల్నుంచి బయటకొచ్చిన న్యూట్రినోస్, శూన్యంలో ప్రయాణం చేసి, చేసి, శూన్యంలో వున్న వాయువుల్తో కలిసి రకరకాల అణువులుగా పరిణామం చెందుతాయి. ఇలా తయారైన వాటిని,

"రెండో స్థాయి నక్షత్రాలు" అంటారు. వీటిలో ఉదజని, హీలియం, ఇనుము కాకుండా, ఇంకా చాలా పదార్థాలు వుంటాయి. ఆ కారణంగానే భూమిమీద యురేనియం, బంగారం లాటివి వున్నాయి. సూర్యుడు ఈ విధమైన 'రెండో స్థాయి నక్షత్రమే' తప్ప పూర్తి నక్షత్రం కాదు. కాబట్టి దాని తరువాతి పరిణామం రెడ్ జెయింట్ (ఎర్రమేఘం) అనటమే తప్ప, న్యూట్రాన్ స్టార్ అవదు. ఏదైనా గొప్ప ప్రభావానికి లోనవుతే ఆ రెడ్ జెయింట్ కూడా కుదించుకుపోవటానికి వీలున్నది. కానీ అది ఇప్పట్లో కాదు. 1,00,000 మిలియన్ సంవత్సరాల తరువాత.

ప్రశ్న : చాలా ఇంగ్లీషు సినిమాల్లో, స్టార్‌ట్రెక్ అనే టీ.వీ. సీరియల్‌లో కూడా... మనుష్యులు ఒక నక్షత్రం నుంచి మరొక నక్షత్రానికి వెళ్తూ వుంటారు. కానీ ఒక నక్షత్రానికి మరో నక్షత్రానికి మధ్య చాలా దూరం కదా. వాళ్ళు ఎలా వెళ్తారు? (టి. శ్రీనివాస్, గుంటూరు)

జవాబు : చాలా చిన్న సమాధానం. "రచయిత వూహించిన అంతరిక్ష వాహనంలో వెళ్తారు." పోతే మీ ప్రశ్న కొంచెం మార్చి ఇలా అడగండి. "ఒక గాలక్సీకి మరొక గాలక్సీ మధ్య దూరం కొన్ని లక్షల కాంతి సంవత్సరాలు కదా? ఒక అంతరిక్ష వాహనంలో మనిషి కాంతివేగంలో (186,000 × 60 × 60 × 24 × 365 మైళ్ళు వేగంతో) వెళ్ళినా కూడా ఒక నక్షత్రం నుంచి మరో నక్షత్రగ్రహం చేరుకోవటానికి లక్ష సంవత్సరాలు పడుతుంది కదా? మరి అంతకాలం రాకెట్ లోపలి మనుష్యులు ఎలా బ్రతికి వుంటారు?"– అని! నిజమే. ఎటువంటి పరిస్థితుల్లో కూడా అంతకన్నా తొందరగా వెళ్ళటం ప్రస్తుతం మనకు తెలిసిన సాంకేతికపరమైన తర్కం ద్వారా సాధ్యంకాదు. కానీ ఇక్కడ నేను ఉపయోగించిన "ప్రస్తుతం మనకు తెలిసిన" అన్న పదాల్ని మీరు మరొక్కసారి చదవండి. ఈ మాత్రం సందు దొరికితే రచయితలు ఈ రంధ్రంలోంచి ఊహా ప్రపంచంలోకి చొచ్చుకుపోతారు. ఆసిమోవ్ దీన్నే హైబర్ స్పేస్ అన్నాడు. వేగము, దూరము, కాలము అనే మూడు నిరోధకాలను (Restrictions) దాటటానికి రచయితలు హైపర్–స్పేస్ అనే పదాన్ని కనిపెట్టారు. ఇది ఏమిటో ఒక ఉదాహరణ ద్వారా చెప్తే మీకు బాగా అర్థం అవుతుందనుకుంటాను. ఒక కాగితం

తీసుకొని దాని రెండు చివర్ల రెండు చుక్కలు పెట్టి ఒక చుక్క దగ్గిర ఒక చీమని వదలండి. అది రెండో చుక్క దగ్గిరకు చేరటానికి మూడు నిముషాలు పట్టిందనుకోండి. అదే పేపర్ని యు (U) ఆకారంలో మధ్యకి మడవండి. రెండు చుక్కల మధ్య దూరం అంగుళం దూరంలోకి వచ్చేస్తుంది. ఇప్పుడా చీమ సదరు ఊహాజనిత రేఖపై కేవలం ఒక సెకనుతో ఒక చుక్కనుంచి మరొక చుక్కని చేరుకోగలదు! అవునా.... దీన్నే హైపర్ స్పేస్ అంటారు. ఇప్పటివరకూ మనకు తెలిసినవి మూడు డైమెన్లే! అందువల్ల మీరన్నట్లు ఒక నక్షత్రపు గాలక్సీ నుంచి మరొక గాలక్సీ చేరుకోవటానికి నిజానికి రాకెట్‌లోనే వంద తరాలు గడిచి పోవాలి. కానీ ఎప్పుడైతే పై ఉదాహరణ తీసుకున్నామో అప్పుడు ఏదైనా సాధ్యమే? "హైపర్" అంటే అతీతము. ఈ 'అతీతము' అన్న పదం మనకి కొత్తకాదు. ఇరవై నాలుగేళ్ళకే ద్రాక్షతోటల్ని ప్లీమత్ కారుల్నీ సంపాదించగలిగే మానవాతీత హీరోలు సాహిత్యంలో వచ్చారు. ఇరవై నాలుగ్గంటల్లో చేతబడి చేసి చంపగల హైపర్– సూపర్ విలన్లు ఆ తరువాత సాహితీ ప్రాంగణంలో పీట వేసుకున్నారు. అద్భుత రసమంటే రచయితలకీ, పాఠకులకీ ఎప్పుడూ ఇష్టమే. పోతే, ఈ ప్రపంచంలో అన్నిటికన్నా అద్భుతమైనది– "సైన్సు". అందులో ముఖ్యంగా 'ఆస్ట్రోనమీ?'

ప్రశ్న : చాలామంది రచయితలు "ఫోర్త్ డైమెన్షన్‌లో...." అని ఉపయోగిస్తారు. నాలుగో డైమన్షన్‌లో అంటే ఏమిటి? 3–డి సినిమాకి దీనికి ఏదైనా సంబంధం వుందా? (శ్రీమతి సుగుణకుమారి, హైదరాబాద్)

జవాబు : మీకు మీ శ్రీవారికి మధ్య ఎప్పుడయినా ఈ రకమైన సంభాషణ జరిగిందా?

"నా పెన్ ఎక్కడ పెట్టావ్?"

"గూట్లో వుంది చూడండి."

"కనపడటం లేదు. కాస్త వచ్చి చూడు"

"పై అరలో వుంటుంది. కాస్త చూసుకోండి. చెయ్యి ఖాళీ లేదు"

"పై అరంటే ఎక్కడ? కాస్త సరిగ్గా చెప్పకూడదూ. ఆఫీసుకి టైమ్ అయిపోతోంది"

"కుడివైపు, వెనుక మూల"

మీరు మీ వారికి పెన్ను ఎక్కడుందో చెప్పాలంటే దాని తాలూకు మూడు డైమెన్షన్లు చెప్పాలి. ఇదే మీ బాబు గచ్చుమీద ఇంకు వలకబోశాడనుకోండి. అదెక్కడో చెప్పటానికి మీరు రెండు డైమెన్షన్లు చెప్తే చాలు. ఎత్తు చెప్పనవసరంలేదు. దీన్ని టు-డైమెన్షన్లు అంటారు. సినిమా తెరమీద మనకి బొమ్మలు ఈ విధంగా టు-డైమెన్షన్‌లో కనపడతాయి. అలా కాకుండా సినిమాలో వస్తువుల మధ్యదూరం కూడా చూడాలంటే 3-డిలో చూడవలసి వుంటుంది. ఇక ఫోర్త్ డైమెన్షన్ అంటే ఏంటో తెలుసుకుందాం.

మీ భర్త.... భూమి, వాతావరణం, గాలక్సీల ఆకర్షణ ప్రభావం ఏమీ లేకుండా గదిలో నిలబడి "నా పెన్ను ఎక్కడ పెట్టావ్" అని అడిగారనుకోండి. పై అరలో కుడివైపు...వెనుక మూల ... అని మీరు సమాధానం ఇచ్చే లోపులో ఆయన మీకు దాదాపు పదివేల మైళ్ళదూరంలో వుంటారు. భూమి తనచుట్టూ తాను తిరుగుతూ వుంది. అదీగాక వేగంగా సూర్యుడిచుట్టూ తిరుగుతూంది. పైగా సూర్యుడు గాలక్సీ చుట్టూ సెకనుకి 250 కి.మీ. వేగంతో తిరుగుతున్నాడు. వీటన్నిటికంటే ముఖ్యంగా మన గాలక్సీ మొత్తం శూన్యంలో వేగంగా కొట్టుకుపోతోంది. ఇవన్నీ కలుపుకుంటే, మీరు పెట్టిన పెన్ను చోటుని "మీ శ్రీవారి పరంగా" చెప్పాలంటే ఫలానా టైమ్‌లో అది ఫలానా ప్రదేశంలో వుంటుంది అని చెప్పాలి. గది స్థిరంగా, మనుష్యులు భూమ్మీద స్థిరంగా వుంటారు. కాబట్టి 3-డి చాలు. శూన్యంలో వస్తువుల ఉనికి చెప్పాలంటే సమయంకూడా దానికి కలుపుకోవాలి. దీన్నే ఫోర్త్ డైమెన్షన్ అంటారు. మీ శ్రీవారు మిమ్మల్ని "నేన్నిన్ను ఫోర్త్ డైమెన్షన్‌లో కూడా ప్రేమిస్తున్నాను సుగుణా" అంటే మీరు ఆయన్ని వెంటనే అనుమానించవలసిన పరిస్థితి వచ్చిందన్నమాట. ఐన్‌స్టీన్ మాటల్లో చెప్పాలంటే నవలల్లోలా ఆ ప్రేమ సెకనులో లక్షవ వంతు మాత్రమే!!!

ప్రశ్న : నేను ఎన్. ఆర్. ఎమ్. స్కూల్లో తొమ్మిదో క్లాస్ చదువుతున్నాను. చీకట్లో సూర్యుడు చాలా చోట్ల అర్థం కాకపోయినా విడవకుండా చదువుతున్నాను.

చాలాకాలం నుంచీ నాకో అనుమానం వుంది. వేడి వేరు- వెలుతురు వేరా? కాక రెండూ ఒకటేనా? రెండూ వేరయితే, వెలుతురు కూడా ఒక శక్తేనా? అంటే వేడితో రైలు ఇంజను నడిపినట్టు వెలుతురుతో కూడా నడప వచ్చా? వెలుతురు కూడా శక్తే అని మా టీచరు చెప్పారు. వేడి లేకుండా వెలుతురు వుంటుందా? నాకు ఎలా అడగాలో చేతకావడంలేదు. వెలుతురు కూడా శక్తే అయితే, దానితోకూడా పనులు చేయించుకోవచ్చు కదా. నా ప్రశ్న తప్పయితే నవ్వుకోకండి. (సురేష్‌కుమార్...?)

జవాబు : ఇందులో నవ్వుకోవటానికి ఏమీలేదు తమ్ముడూ! తొమ్మిదో క్లాసు చదివే చాలామందికి ఈ ప్రశ్నకి సమాధానం తెలిసి వుండక పోవచ్చు. వెలుతురు కూడా శక్తి స్వరూపమే! అయితే దీని మాస్ దాదాపు "జీరో". ఒక వస్తువుని (ఉదాహరణకి నువ్వు చెప్పినట్టు- రైలింజన్) కదల్చటానికి శక్తి కావాలి. అంతేకాదు, ఆ శక్తి అంతా ఒకచోట కేంద్రీకృతం కావాలి. నువ్వొక బ్యాటరీ లైటు వెలిగించావనుకో! దాని కాంతికిరణం సెకనులో 186, 282 మైళ్ళు వెళ్ళిపోతుంది. ఇటువంటి పరిస్థితుల్లో దాన్ని ఒకేచోట కేంద్రీకృతం చేయటం ఎలా? అలా అని, వెలుతురికి శక్తి లేదని కూడా అనలేం. ఒక సన్నటి దారానికి ఒక నిలుపుపాటి రాడ్ వేలాడకట్టి దానిమీదకు కాంతిని ఫోకస్‌చేస్తే, శూన్యస్థితిలో ఆ రాడ్ వెంట్రుకవాసి కదులుతుందని దాదాపు 80 సంవత్సరాల క్రితమే మన వాళ్ళు కనుక్కున్నారు. "శూన్యస్థితి" అని ఎందుకు అనవలసి వచ్చిందంటే- అందులో గాలి వుంటే ఆ గాలిని మళ్ళీ కదపటానికి మళ్ళీ శక్తి కావాలి కదా! వెలుతురికి అంత శక్తిలేదు. దీన్నిబట్టి వూహించు.... వెలుతురు ఎంత సూక్ష్మాతి సూక్ష్మమైన శక్తిని వెదజల్లుతుందో! (కానీ వెదజల్లుతుంది)

రెండవ భాగం

భూమినుంచి బయల్దేరిన కొద్దిక్షణాల్లో 'సుహృద్భావ' మేఘాలుదాటి ఆకాశంలోకి దూసుకుపోతోంది.

దాదాపు రెండువందల అడుగుల పొడవున్న ఆ నౌక చిన్నసైజు స్కైస్క్రాపర్‌లా వుంది. నౌక క్రిందిభాగం అంతా శక్తిని నిల్వచేసే స్టోరేజి టాంకులు, మధ్యభాగంలో కంట్రోలురూం. పక్కగా యశ్వంత్‌కి, అనూహ్యకి లాబొరేటరీలు, డాక్టర్‌కోసం ఓ క్లినిక్. ఇవి కాకుండా అయిదుగురికీ అయిదు విడి గదులున్నాయి. వాళ్ళ జీవిత శేషభాగం అంతా ఎలాంటి లోటు లేకుండా అన్ని రకాలుగా సదుపాయాలు చేయబడ్డాయి, ప్రపంచ శ్రేయస్సు కోసం జీవితాలను త్యాగం చేయడానికి సిద్ధపడ్డ వాళ్ళకు ఎలాంటి లోటు కనిపించనివ్వకూడదని సైంటిస్టులు పడ్డ శ్రమ ఫలితం ఆ వాహనం! టిన్డ్‌ఫుడ్స్, ట్యూబ్‌ఫుడ్స్ స్థానంలో కంప్రెస్‌డ్‌ఫుడ్స్ వచ్చాయి. ఓ అంగుళం చదరంముక్క వేడిచేస్తే ఆ అయిదుగురికీ ఓ రోజుకి సరిపడే అన్నం తయారవుతుంది. అలా దాదాపు వందసంవత్సరాలకు పైగా వాళ్ళకు సరిపోయేటట్లు సంపూర్ణంగా ఆహార నిల్వలు ఉన్నాయి. నోటికి కావలసిన రుచి విషయంలో కూడా వాళ్ళకే విధమైన లోటులేదు.

వాహనానికి రెండువైపులా రెక్కలుగా విస్తరించుకున్న సోలార్ సెల్ ప్లేట్స్ వాళ్ళు సూర్యుడి దరిదాపుల్లో వున్నంతకాలం సూర్యశక్తిని గ్రహించుకుని నిల్వచేస్తాయి. ఆ కొద్ది రోజులూ వాహనం స్పీడు గంటకు పన్నెండు వేల మైళ్ళకు కుదించబడింది. ఈ తర్వాత, రోజు రోజుకీ అది రెట్టింపై కాంతివేగానికి(?) చేరుకుంటుంది.

శూన్యంలో ఏ పదార్థమైనా కాంతివేగానికి చేరుకోవడం అసాధ్యమని ఇరవయ్యో శతాబ్దపు ప్రజల నమ్మకం. శూన్యంలో 'జీరో మాస్' అంటే పూర్తిగా అంతర్ధానమైన ధూళి కణాలుగా ప్రయాణిస్తే కాంతివేగం సాధ్యపడుతుందని తేలడంతో అలాంటి పదార్థాన్ని తయారుచేసే కార్యక్రమంలో అప్పటివరకూ వున్నారంతా. అయితే కాంతివేగాన్ని కూడా మించే శక్తినిచ్చే క్వార్డ్‌జ్ వేరే గ్రహంనుంచి వచ్చిన గాలి పళ్ళెంలో దొరకడంతో దాన్ని అన్ని రకాలుగా వినియోగించాడు యశ్వంత్. కేవలం రెండు వారాల్లో అతడు చేసిన పరిశోధన ప్రపంచ ప్రసిద్ధులైన సైంటిస్టులందరినీ ఆశ్చర్యంలో ముంచెత్తింది.

NEWS – Ship (నేచురల్ ఎన్విరాన్‌మెంట్ విత్ ఇన్‌స్పేస్-షిప్) ప్రభావంతో వాళ్ళు ప్రయాణం మొదలుపెట్టిన క్షణంనించీ యింట్లో వున్నట్లే వుండవచ్చుగాని వాహనం అంతరిక్షం చేరేదాకా జాగ్రత్తగా సోఫాల్లో కూర్చున్నారు. అందరూ కంట్రోలు రూంలోనే వున్నారు. అయిదుగురి అంతరంగాల్లో రకరకాల భావాలు.

యశ్వంత్ కమాండర్‌గా కంట్రోలింగు పానెల్ దగ్గర కూర్చుని ఆలోచనలో పడిపోయాడు. క్రితం సారి చంద్రుడి మీద జారిపోయినప్పటి ప్రయాణం తననెలాంటి ప్రమాదంలో పడేసిందో అతడింకా మర్చిపోలేదు. మృత్యువు చివరి అంచువరకూ ప్రయాణంచేసి వచ్చిన వ్యక్తి కాబట్టి అతడికి చావంటే భయం లేదు, కాని గుండె లోతుల్లో ఏదో తెలియని ఉద్వేగం.

నిఖిల్ మనసు పరిపరివిధాల పోతుంది. యాభై సంవత్సరాల భవిష్యత్ జీవితాన్ని మానవాళికోసం త్యాగం చేసిన త్యాగమూర్తిలా ప్రపంచం అంతా తనను కొనియాడుతోంది. ఓ చిన్న అబార్షన్‌తో భవిష్యత్తుని ఆనందమయం చేసుకోగలిగే స్థితిలో వుండికూడా తనకోసం జీవితాన్ని త్యాగం చేసిన శ్రీజ గొప్పతనాన్ని గుర్తించ గలిగిందెంతమంది? ఆమె రూపు అతడి కంటి రెప్పలమాటున ప్రతిష్టించుకుపోయి కదలనంటోంది. కాంతి వేగంగా పయనించే మనసు అతడి కర్తవ్య నిర్వహణకి సహకరించే మార్గంలోకి మళ్ళడం లేదు. శ్రీజ గురించి, పుట్టబోయే బిడ్డ గురించి ఆలోచిస్తున్నాడతను.

అనూహ్య మనసు అల్లకల్లోలంగా వుంది. అంతరిక్షంలో మానసిక, శారీరక వత్తిడులను తట్టుకోవడానికి ఆరువారాల ట్రైనింగు యిచ్చారామెకు. కాని ఆమె సమస్య మనిషి యిచ్చే ట్రైనింగుకి అతీతమయింది. మొదటిసారిగా అంతరిక్షంలోకి ప్రయాణిస్తున్న ఉత్సాహం, ఆరాటం, ఆనందం- తన పరిస్థితి ప్రతిక్షణం గుర్తుచేస్తున్న ఆ యిద్దరి రూపాలచాటున మరుగుపడి పోతున్నాయి. కళ్ళు మూసుకుని కూర్చుని మనసుని అదుపులోకి తెచ్చుకుని, ఆత్మస్థయిర్యాన్ని పెంచుకునే ప్రయత్నంలో వుంది.

ఆ నలుగురినీ గమనిస్తూ వాళ్ళ వాళ్ళ మనోభావాలను తెలుసుకునే ప్రయత్నంలో వున్నాడు ఫిలిప్స్. ఆ బృందంలో అందరికన్నా పెద్దవాడతడు. యాభై సంవత్సరాల వయసుంటుంది. కాని యింకా పెద్దవాడిలా కనిపిస్తున్నాడు. వృత్తిరీత్యా డాక్టర్. ప్రవృత్తులను పరిశీలించడం అతడి హాబీ.

తన ఎదుటకూర్చున్న ఆ నలుగురి మనసుల్లో ఈ క్షణంలో కదలాడుతున్న ఆలోచనల గురించి ఆలోచిస్తున్నాడతను.

అయిన వాళ్ళందరికీ దూరమయి తిరిగి వాళ్ళను చూస్తామో లేదోనన్న సందిగ్ధం- వాళ్ళ మనసులని ఎలాంటి ఉద్వేగాలకు లోనుచేస్తోందో అతడికి తెలుసు. భారం నిండిన హృదయం కన్నీటితో కుదుట పడుతుంది. కాని వారా స్టేజీ దాటిపోయినవాళ్ళే. భావరహితంగా మనసుల్ని అదుపులోకి తెచ్చుకునే ప్రయత్నంలో వున్నారు.

వాయుపుత్ర అన్నాడు– "భూమిమీద రెండువేల కోట్ల జనాభా వున్నారు. వాళ్ళతోపాటూ మన ఆత్మశాంతికోసం ప్రార్థించడానికి మనం కూడా యిప్పటినుంచే మొదలుపెట్టాలా?" ఆ మాటలకు గదిలో టెన్షన్ కొద్దిగా తగ్గింది.

"థాంక్యూ వాయుపుత్రా, బయలుదేరినప్పటినుంచీ మీ అందర్నీ చూస్తూ చాలా అనీజీగా ఫీలవుతున్నాను. ప్రయాణం మొదలుపెట్టి గంటకూడా కాలేదు. ఇప్పటినుంచే బాధని మూటకట్టుకోవడం మొదలుపెడితే ముందు ముందు భారం ఎక్కువయిపోతుంది. ఛియర్ అప్ ఫ్రెండ్స్" అన్నాడు డాక్టర్ ఫిలిప్స్.

"ఈ క్షణం నుంచి నేను నిద్రలో కూడా నవ్వుతూనే వుంటానని, నా పెదాలు సాగిపోయి వికృతంగా తయారయినా మాననని హామీ యిస్తున్నాను. అంతేకాదు నా తోటి వాళ్ళందర్నీ కూడా ఎల్లప్పుడూ నవ్విస్తూ వుండేలా శాయశక్తులా ప్రయత్నిస్తాను. చక్కిలిగింతలు పెడుతూ అయినా సరే" వాయుపుత్ర సీరియస్‌గా అన్న మాటలకు అందరి మొహాల్లోనూ నవ్వులు విరిసాయి.

"మరొక విషయం. మా బ్రహ్మవిద్య వద్దన్నా వినకుండా నాతోపాటు వచ్చేసింది. ఆమె మీ కందరికీ మంచి ఎంటర్‌టెయిన్‌మెంట్ యివ్వగలదని నా నమ్మకం."

"బ్రహ్మవిద్యా? ఎవరు?" ఆశ్చర్యంగా అడిగాడు నిఖిల్.

"నా మొదటి భార్య, నా ప్రాణం" సీరియస్‌గా అన్నాడు వాయుపుత్ర. అనూహ్య చప్పున అతనివైపు చూసింది, ఒక్కసారిగా ఆ గదిలో సస్పెన్స్‌తో కూడిన స్వల్పకాల టెన్షన్.

"అంటే రెండో భార్యని భూమిమీద వదలి వచ్చారేమిటి?"

"లేదు. నేను ఆమెను వెతుక్కుంటూ వస్తున్నాను. ఏ గ్రహంమీద అనుగ్రహిస్తుందో మరి" ఓరకంట అనూహ్యవైపు చూస్తూ అన్నాడు.

"బావుంది. ఆ వాయుపుత్రుడు ఆజన్మ బ్రహ్మచారి. ఈ వాయుపుత్రుడికి యిద్దరు భార్యలు. ఇద్దరిమధ్యా ఇక అంతరిక్షంలో సమరం మొదలన్నమాట."

"అవును. అదీ మన మంచికే" అన్నాడు వాయుపుత్ర.

"అదెలా?"

"ఆ యుద్ధం చూపించి మాయాస్‌ని కూడా భయపెట్టవచ్చు. వాళ్ళిద్దరినీ వాళ్ళ గ్రహంమీద వదిలేస్తామని బెదిరిస్తే మన జోలికి రారిక."

"మీరు ఆడవాళ్ళని అలా గేలిచేయడం భావ్యంగా లేదు" అంది అనూహ్య కలగజేసుకుంటూ.

"సారీ. నేను స్త్రీ శక్తిని వెక్కిరించడంలేదు. భార్యల శక్తిని.... అందునా ఒకే భర్తని భరించే యిద్దరు భార్యల గొప్పతనాన్ని వివరిస్తున్నానంతే."

"ఆ టాపిక్ వదిలెయ్యండి. అనూహ్యగారూ ఇలా రండి" పిలిచాడు నిఖిల్.

"ఇప్పుడేగా అనుకున్నాం, ఒక కుటుంబ సభ్యులమని. ఒకే వయసు వాళ్ళం మనలో మన్నన లెందుకు? అనూహ్య అని పిలువు" అంది అనూహ్య.

"సరే అనూహ్య, ఈ బృందంలో నువ్వొక్కదానివే అంతరిక్షంలోకి మొదటిసారిగా ప్రయాణం చేస్తున్నదానివి. భూమిమీద మనకు యిచ్చిన శిక్షణ వేరు. అంతరిక్షంలోఎలాంటి వాతావరణం వుంటుందో– కృత్రిమంగా తయారుచేసి యిచ్చిన శిక్షణ అది. ఇప్పుడు అసలైన ప్రయాణం ప్రారంభమయింది. నీ శిక్షణలో అనుభవంలోకి రాని విశేషాలు యిప్పుడు చూపిస్తాను" అంటూ లేచాడు. NEWS వల్ల ఒక గదిలో వున్నట్టుగానే వుంది. కనీసం విమానపు కుదుపు కూడా లేదు. నిఖిల్‌కి ఆ వాహనం తాలూకు ప్రతి భాగము తెలుసు.

"సుహృద్భావ్ చంద్రుడి కక్ష్యలోకి ప్రవేశించటానికి అరగంట వుంది. చాలా నెమ్మదిగా ప్రయాణం చేస్తున్నట్లుగా అనిపిస్తోంది. కాని వేగం ఏ మాత్రం తగ్గలేదు. కాకపోతే యిక మనం కుర్చీల్లోంచి లేచి నడవడం మొదలుపెట్టొచ్చు" నిఖిల్ ఒక పక్కకు వెళ్తూ అన్నాడు.

అనూహ్య అతడి దగ్గరగా వెళ్ళింది. నిఖిల్ వాహనానికి వున్న మెటల్ కిటికీ తెరను పక్కకు కదిలించాడు. దానికి స్పేస్‌ఫ్యూయర్ బిగించబడి వుంది. ఓ కిటికీలోంచి బయటకు చూస్తున్న అనుభూతి కలిగిస్తుందది. అందులో కనిపిస్తున్న దృశ్యాల్ని చూసి అప్రతిభురాలై నిలబడి పోయిందామె. భూతద్దంలో చూసినట్టు వుంది.

ఎదురుగా భూమి దిగంతాలకు వ్యాపిస్తున్నట్టుగా కనబడింది. బ్రహ్మాండం అంటే యిదేనేమోననే భావం కలుగుతుంది. ఆమె శరీరం ఉద్వేగంతో అప్రయత్నంగా వణికింది.

"కిటికీలోంచి చెయ్యిపెడితే అందుతుందేమో నన్నట్లుగా అనిపిస్తోంది గాని మనం దాదాపు కొన్నివేల మైళ్ళ దూరంలో వున్నాం. ఇంకా దూరం పెరిగేకొద్దీ రకరకాల రూపాల్లో కనిపిస్తుంది. చూస్తూవుండు". నీలం రంగుల్లో సముద్రాలు, ముదురు గోధుమ, జేగురు రంగుల్లో భూభాగాలు స్పష్టంగా కనిపిస్తున్నాయి, ఓ పెద్దగ్లోబుని చూస్తున్నట్లుగా అనిపిస్తోంది. యుద్ధప్రభావానికి కూడా తట్టుకొని నిలబడ్డ గ్రేట్‌వాల్ ఆఫ్ చైనా, సహారా ఎడారి స్పష్టంగా కనిపిస్తున్నాయి.

"మన వాహనానికి ఎనిమిది కెమెరాలు బిగించబడ్డాయి, మనం స్క్రీన్‌మీద ఏ భాగాన్ని చూడాలనుకున్నా చూడొచ్చు" అంటూ నాలుగడుగుల చదరపు స్క్రీన్ చూపించాడు నిఖిల్.

"తెరమీద క్లోజప్‌లో భూమి వివరంగా కనిపిస్తోంది గాని యిలా ఈ కిటికీలోంచి చూస్తుంటేనే సహజంగా చూస్తున్న అనుభూతి కలుగుతోంది" అంది అనూహ్య.

"బీ కాషియస్, అలీన్‌బెల్ట్ ఎ హెడ్" అన్న అక్షరాలు కంప్యూటర్ స్క్రీన్ మీద కనిపించాయి.

"వెళ్ళి కూర్చుందాం. ఈ ప్రాంతమంతా చాలా శక్తివంతమైన రేడియేషన్ వుంటుంది. వాహనానికి ఏ విధమైన ప్రమాదం లేదుగాని అటూ ఇటూ వూగవచ్చు" అంటూ వాయుపుత్ర వెళ్ళి కూర్చున్నాడు.

రెండు వైపుల నుంచీ లాగుతున్న అయస్కాంత శక్తిలో ఇరుక్కుపోయినట్లున్న అనూహ్య వెంటనే కదలలేకపోయింది. అంతలోనే వాహనం ఒక పక్కకు వొరగడం, అది గమనించగానే యశ్వంత్ ఆమెను పట్టుకోవడం జరిగిపోయాయి. ఆ జర్కుకు వెనక్కు వెళ్ళాల్సిన ఆమె, ముందుకు పడిపోయింది. భయంతో కళ్ళు మూసుకుని తెరిచేసరికి ఎదురుగా యశ్వంత్ ముఖం దగ్గిరగా వుంది. తను అతడి వొడిలో పడివున్న సంగతి గమనించగానే సిగ్గుతో మరోసారి కళ్ళు మూసుకుందామె. పదిహేను సంవత్సరాల క్రితం...

గాఢనిద్రలో అతడుండగా అతి మృదువుగా అతడి బుగ్గల్ని నిమిరేది. నిద్రలోనే అతడామెను దగ్గరగా తీసుకుంటే అతడి ఊపిరిలో ఊపిరై అలా ఆ ముఖంలోకి చూస్తుండిపోయేది. ఆ స్పర్శ యిచ్చిన ఆనందం జీవితంలో మరేది యివ్వలేదామెకు. నిద్రపోతే ఆ స్పర్శలోని అనుభూతిని అనుభవించడం తగ్గిపోతుందనే భయంతో అలాగే రాత్రంతా జాగారం చేసేది. ఆ తరువాత...

యశ్వంత్ మృదువుగా ఆమెను లేపాడు. మరోమాట మాట్లాడకుండా లేచి తన గదిలోకి వెళ్ళిపోయింది అనూహ్య. వాయుపుత్ర వెనుకనుంచి తమనే చూస్తున్నాడని ఆమెకి తెలుసు.

* * *

గాజు ఫలకంమీద కీటకాలు అటూ ఇటూ తిరుగుతున్నాయి. అనూహ్య చూపులు వాటిమీదే వున్నాయిగాని మనసు మాత్రం సహకరించడం లేదు.

"ఈ ప్రయోగాలు మనుష్యులమీద కూడా చేస్తే బావుంటుందేమో. స్పెసిమన్‌గా వుండమంటే నేను సిద్ధం" వెనుకనించి దగ్గిరగా వినిపించిన వాయుపుత్ర స్వరం ఆమెని ఉలిక్కిపడేలా చేసింది.

"సారీ అనూహ్య. ఆ రోజు నా ప్రేమను నువ్వు సందేహించావన్న నా అనుమానం నిజమే ననుకుంటాను. నిన్ను వెళ్ళమని చెప్పగలిగానే కాని ఆ తర్వాత నా హృదయంగాడు నన్ను కాల్చుకు తిన్నాడనుకో, పాపం వాడిని బ్రతికించడం కోసం ఎంత అవస్థపడ్డానో తెలుసా?"

"అంటే?" అనుమానంగా అడిగింది అనూహ్య.

"ఈ ప్రయాణంలో రావలసిన వాడి ప్రయాణం ఆపి, ఆ స్థానంలో నేను రావడానికి అడ్డదారులే తొక్కాను. కానీ దానికి సిగ్గుపడటంలేదు అనూహ్య" వున్నట్లుండి అతడి స్వరం మార్దవంగా మారిపోయింది. "నువ్వులేని ఆ లోకంలో బ్రతకడం నాకు అసాధ్యమనిపించింది. శ్మశాన వైరాగ్యంలా జీవితంమీదే నైరాశ్యం ఏర్పడింది. నా గురించి నువ్వేమనుకుంటున్నాసరే పెడత్రోవనే ఎన్నుకున్నాను. నికోలవస్కీలోని బలహీనతను క్యాష్ చేసుకోవడానికి 'నాది' అనుకున్న ఆస్థి అంతా ఖర్చుపెట్టాను. అఫ్‌కోర్స్ ఇక నాకు ఆస్థితో పనేముంటుంది. నాకు కావలసింది నీ సాన్నిహిత్యం. జీవితం చివరి అంచుదాకా నీ చేయిపట్టుకుని అంతరిక్ష మార్గాల్లోకి దూసుకుపోవడం కన్నా సాఫల్యం ఏముంది చెప్పు."

"వాయూ" ఆమె కంఠం వొణికింది ప్రేమతో, సందిగ్ధంతో.

"అనూ" అతడామె దగ్గరగా వచ్చి భుజాలమీద చేతులువేసి బలంగా దగ్గరకు లాక్కున్నాడు. అనూహ్య శరీరం జలదరించింది. ఆమె శరీరం మీద యశ్వంత్ వదలిన స్పర్శ తాలూకు అనుభూతి వాయుపుత్ర చెయ్యి తగలగానే వికర్షిస్తున్నట్లు ఆమె ఒక అడుగు వెనక్కు వేసింది.

"ఏం నామీద యింకా కోపం పోలేదా?"

"అబ్బే అదేం కాదు. ఎందుకో నా మనసు మనసులో వుండటంలేదు. మన కర్తవ్యం ప్రతిక్షణం నన్ను కలవరపెడుతోంది. ఇలాంటి ప్రలోభాలన్నింటికీ దూరంగా వుండమని హెచ్చరిస్తున్నట్లనిపిస్తోంది."

"అనూ, ఏదీ నా కళ్ళలోకి చూస్తూ ఆ మాట మరోసారి చెప్పు అన్నాడు." ఆమె ధైర్యంగా తలెత్తి చూసింది. మనసు దిటవు చేసుకుని కళ్ళల్లో ఏ భావం కనిపించకూడదనే నిర్ణయంతో చూసింది.

"అనూహ్యా" అతడి చేతులు ఆమెచుట్టూ బిగుసుకున్నాయి. "ఎంత మధనపడ్డానో నీకెట్లా తెలియచెప్పను? ఏ కారణంతో నిన్ను ఈ టీమ్‌లో పంపుతున్నారో తెలియనంత అమాయకుడిని కాను. వీళ్ళలో ఎవరికి నువ్వు భాగస్వామివి అవుతావో అన్న ఆలోచన నన్ను పిచ్చివాడిగా చేస్తూంటే భరించలేకపోయాను. నేను గాక మరో మగవాడి చెయ్యి నీ మీద ఊహు ఇందాక యశ్వంత్ చేతులు నీ భుజాల్ని పట్టుకుంటే, నా వంటిమీద తేళ్లు, జెర్రులు ప్రాకుతున్నట్లు బాధ. అతడంటే నాకెంతో గౌరవం. అతడిముందు సరసాలాడటానికి సందేహిస్తాను. కానీ, నీ విషయంలో అతడి ఉనికిని భరించలేను. నన్ను అర్థం చేసుకోగలవు కదూ. నేను తెలివితేటల్లో అతడి కాలిగోటికి గూడా సరిపోను. కానీ నువ్వు నన్ను వదలి పెట్టటానికి అది కారణం కాకూడదు–"

యశ్వంత్ ప్రసక్తి రాగానే అనూహ్య మెల్లిగా తన చేతుల్లోంచి బయటపడటం గమనించలేదతడు. ఆ క్షణంలో ఆమె ముఖం చూస్తుంటే బహుశా ఆమెలో ఘర్షణ అతడికి కొంతయినా అర్థం అయ్యేది.

"నీకు యశ్వంత్ అంటే చాలా గౌరవం అనుకుంటాను." ఆమె స్వరం నూతిలోంచి వచ్చినట్టు వుంది.

"అవును, ఒట్టి గౌరవం మాత్రమేకాదు. భక్తికూడా. ఆ మృత్యువు చివరి అంచువరకు వెళ్ళి కాపాడుకున్నది అందుకోసమే. అతడు లేకపోతే మన ఈ ప్రయాణమే లేదు. అంటే మానవజాతికి మనుగడ లేకుండా పోతుందన్నమాట. ఆ విజ్ఞాన ఖని నాకు దేవుడిలా కనిపిస్తాడు."

చెప్పెయ్యాలి. చెప్పెయ్యాలి, అనుకుంది ఆమె. ఇక ఈ ముసుగులో గుద్దులాట తను భరించలేదు. "నా పరిస్థితి…" అంటూ అనూహ్య అనబోయేంతలో ఇంటర్‌కమ్ మోగింది.

"అందరూ డైనింగ్ హాల్లోకి రండి, భోజనం టైమైంది" నిఖిల్ స్వరం వినిపించింది.

"పద పద. అంతరిక్షంలో 'కూర్చుని' తినే మొదటి డిన్నర్. సారీ ఇక్కడ లంచ్ డిన్నర్ అనే భేదాలుండవనుకుంటాను. మొదటి పార్టీ చేసుకుందాం పద.' ' హుషారుగా కదిలాడు వాయుపుత్ర. నిస్తేజంగా వెంట నడిచింది అనూహ్య.

మిగతా ముగ్గురూ వీళ్ళకోసమే ఎదురు చూస్తున్నారు. యశ్వంత్ చూపులో రవ్వంత బాధ తొంగి చూస్తున్నట్లనింపించిదామెకు. వెళ్ళి యశ్వంత్ ప్రక్కన ఖాళీగా వున్న కుర్చీలో కూర్చుంది. "అనూహ్యా...భోజనం తర్వాత నా గదిలోకి వస్తే మా బ్రహ్మవిద్యను పరిచయం చేస్తాను. నీకు మంచి కంపెనీ."

అనూహ్య మాట్లాడలేదు. రెండువైపులా వాయుపుత్ర, యశ్వంత్ మాట్లాడుతుంటే తనలో చెలరేగుతున్న సంఘర్షణవాళ్ళకు తెలియకుండా వుండేందుకు శతవిధాల ప్రయత్నిస్తోంది. ఆమె ముఖంలో భావాన్ని గమంనిచింది ఒక్కడే. డాక్టర్ ఫిలిప్స్!.

* * *

ఆ తరువాత అరగంటకి అనూహ్య వాయుపుత్ర గదివైపు నడిచింది. ఆమె అడుగు పెట్టగానే ఒక తియ్యటిస్వరం. "రండి. స్వాగతం సుస్వాగతం" అని వినిసించింది. అనూహ్య అదిరిపడింది. వాయుపుత్ర నిజంగానే ఎవర్నయినా పట్టుకొచ్చాడా? అని ఆమె గదంతా కలయచూసింది. ఎవరూ కనిపించలేదు.

"హలో" స్లీపింగ్ బ్యాగ్‌లోంచి తల బైటపెట్టి అల్లరిగా పలకరించాడు వాయుపుత్ర.

"పరిచయం చెయ్యండి, ఆవిడ అయోమయంగా చూస్తున్నారు"- మళ్ళీ వినిపించిందా స్వరం. అనూహ్య అటువైపు తిరిగి చూసింది.

ఎదురుగా ఓ కంప్యూటర్ వుంది.

"హలో నా పేరే బ్రహ్మవిద్య. మీ అందరి సేవకూ సిద్ధంగా వుంటాను" అంది స్త్రీ స్వరంలో.

"మానవ మాత్రులెవరూ చెయ్యలేని పనులు అన్నీ చేయగలదు. నీతో ఆటలాడుతుంది. పోట్లాడుతుంది. కథలు చెబుతుంది. పాటలు పాడుతుంది. ఇకపోతే ఓ విజ్ఞాన సర్వస్వం. నీ పరిశోధనలో కూడా ఉపయోగించుకోవచ్చు."

"బావుంది. చాలా పెద్ద బుర్రేనన్నమాట"

"ఆ, చాలా పెద్దది. బరువు అయిదువందల కిలోలు!" జవాబిచ్చింది బ్రహ్మవిద్య. "అది కేవలం మెదడు బరువు మాత్రమే. మొత్తం రెండువేల కిలోలు బరువు."

"నమ్మలేను. నాకంటె చిన్నగా కనిపిస్తున్నావు."

"చూడ్డానికి అయిదడుగుల ఎత్తు, రెండడుగుల వెడల్పేగాని ఈ వాయుపుత్ర ఎంత ఫీడ్ చేశాడో చెప్పలేను. రాత్రీ పగలు విశ్రాంతి తీసుకోకుండా ఒకటే ఫీడింగ్. చచ్చాననుకో."

"అయితే మీరు సృష్టించిన దానికి మీరు తండ్రి అవుతారు గాని భర్త ఎలా అవుతారు?" వాయుపుత్రని అడిగింది అనూహ్య.

"నేను సృష్టించానని ఎవరన్నారు? కంప్యూటర్ ఇరవయ్యోశతాబ్దంలోనే పుట్టింది. నేను మెరుగులు దిద్ది విద్యలు నేర్పించానంతే. మాట్లాడటం– అనేది ఈ మధ్య నేర్చిన విద్యన్నమాట"

"అవును. ముదితల్ నేర్వగలేని విద్యగలదే ముద్దారనేర్పించినన్ అన్నారు గదండీ" అంది బ్రహ్మవిద్య.

"నువ్వు కాసేపు నోరు మూసుకుంటావా? మేము మాట్లాడుకోవలసింది చాలా వుంది" వాయుపుత్ర కసురుకున్నాడు.

"నువ్వు నా నోరు ముయ్యడం తప్ప నా అంతట నేను మూసుకునే అవకాశం లేకుండా చేశావు గదా."

"తప్పయిపోయింది. తర్వాత కార్యక్రమంగా అదే చేస్తాలే" పక్కమీదనుంచి లేచి, బటన్ ఆఫ్ చేశాడు వాయుపుత్ర.

"హమ్మయ్య ఇక మనం మాట్లాడుకోవచ్చు" అంటూ వచ్చి అనూహ్య ఎదురుగా కూర్చున్నాడు.

తలుపుమీద టక్ టక్ మన్న శబ్దం.

"ఎవరది?"

"నేను డాక్టర్ ఫిలిప్స్‌ని"

"కమిన్" అన్నాడు ముఖం గంటు పెట్టుకుని.

"ఎవరిదో కొత్త స్వరం వినిపించింది. ఎవరది?" అటూ యిటూ చూస్తూ అడిగాడు ఫిలిప్స్.

"ఊ.. ఊ... ఊ శబ్దం చేసింది బ్రహ్మవిద్య" వాయుపుత్ర మళ్ళీ బటన్ నొక్కాడు.

"హల్లో డాక్టర్ ఫిలిప్స్. నేను బ్రహ్మవిద్యను. రండి, రండి. సుస్వాగతం."

ఫిలిప్స్ ఆశ్చర్యంతో నోరు తెరిచాడు.

"ఇంత స్పష్టంగా మాట్లాడే కంప్యూటర్ని అందులోనూ స్త్రీ స్వరంతో యింత స్పష్టంగా మాట్లాడే కంప్యూటర్ని చూడడం యిదే మొదలు. చాలా బావుంది."

"ఇప్పుడు చూస్తున్నారుగా! ఈ సృష్టి మీ వాయుపుత్రది."

"పేరు బ్రహ్మవిద్య. నీకు తెలిసిన విద్యలేమిటి?"

"అన్నీ తెలుసు. మీ గురించి చెప్పనా? 2054 జనవరి పదవతేదిన ఉదయం గ్రీన్‌విచ్ టైం పదిగంటల యిరవై నిముషాల పదిహేను సెకండ్లకు ఫ్రాంక్‌ఫర్ట్‌లో పుట్టారు. పుట్టినప్పుడు మీ బరువు కేవలం నాలుగు పౌండ్లు. పదిరోజులపాటు ఆక్సిజన్‌లో పెట్టాల్సిన అవసరం వచ్చింది..."

"చాలా బావుంది. కంప్యూటర్ వివరాలిస్తుందని తెలుసుగాని మాట్లాడుతుందని నాకు తెలియదు."

" చెప్పానుగా వాయుపుత్ర క్రియేషన్ అని! ఎదుటి వాళ్ళ స్వరాన్ని వినగానే, దాన్ని అర్థం చేసుకుని సమాధానాన్ని తిరిగి మాటల రూపంలో చెప్పగలిగే విధానం కనిపెట్టిందీయనే."

అనూహ్య చప్పున "కానీ నేను మాట్లాడకుండానే స్వాగతం పలికావు" అంది.

"వాయుపుత్రకి సంబంధించినంత వరకూ నువ్వు ప్రత్యేకం అనూహ్యా" అంది కంప్యూటర్. ఆ గదిలో చప్పునచాలా ఇబ్బందికరమైన నిశ్శబ్దం ఏర్పడింది.

దాన్ని ఛేదిస్తూ "చాలా గొప్ప విశేషం యిది. కంగ్రాచ్యులేషన్స్ వాయుపుత్రా!కాని డాక్టర్‌గా మీకు సలహా యివ్వాలి. కనీసం ఆరుగంటలపాటు విశ్రాంతి తీసుకొమ్మని చెప్పాను. ప్రస్తుతం ఆ పని చెయ్యండి ఇద్దరూ" అన్నాడు ఫిలిప్స్.

అనూహ్య లేచి తన గదిలోకి వెళ్ళిపోయింది. ఆమె కెందుకో సిగ్గుగా అనిపించింది.

2

పదిరోజులు గడిచాయి. అంతరిక్షంలోకి వాళ్ళు పంపిన సంకేతాలకు ఎలాంటి ప్రత్యుత్తరం రాలేదు. సౌరకుటుంబం అంచుకి వాళ్ళ ప్రయాణం ప్రారంభమైంది. బైలుదేరినప్పటికంటే వాహనం స్పీడ్ ఆరు రెట్లయింది. త్వరలో కాంతివేగాన్ని చేరుకుంటుంది.

నా

'శ్రీజా,

దిగంతాలకు మా యాత్ర ప్రారంభం కాబోతోంది. 'ఇక మా గురించి ఎలాంటి వివరమూ నీకు తెలిసే అవకాశం లేదు' అనుకునేదానికన్నా 'నీ గురించి ఏ విషయమూ తెలుసుకునే అవకాశం లేదు' అనుకోవడం చాలా బాధ కలిగిస్తోంది. "ఓ చిరునవ్వుకోసం రక్తాన్నంతా పిండి యివ్వగల" నన్నావు. నీ గురించి ఓ వార్తకోసం ప్రాణం అయినా యివ్వగలను. కాని అది కూడా అసంభవమిక.

అందుకే శ్రీజా,

పెళ్ళయి పట్టుమని పదిహేనురోజులు కాకుండానే ఏ భర్తా అడగనిదీ అడగకూడనిదీ నిన్నడుగుతున్నాను. ఇప్పటికయినా మించిపోయింది లేదు. అయిదో నెలలో అబార్షన్ ఈ రోజుల్లో సమస్య కాదు. ఆ తర్వాత నీకు నచ్చినవాడు దొరికితే పెళ్ళి చేసుకో. తిరిగివస్తానో రానో తెలియని నా కోసం నీ నిండు జీవితాన్ని వ్యర్థం చేసుకోకు. నీకు చేసిన అన్యాయానికి ప్రతిక్షణం కుములుతూ వుంటాను. నన్నీ మనస్తాపం నించి విముక్తిడిని చెయ్యి. నీ నుంచి వార్త అందుకోలేనంత దూరం నేను వెళ్ళక ముందే నీ జవాబు యివ్వగలిగితే నాకు మనశ్శాంతి. నీకు అయిన వాడినో కాదో కూడా తెలియని దౌర్భాగ్యస్థితిలో వున్న - నీ నిఖిల్.'

శ్రీజ కన్నీళ్ళతో ఉత్తరాన్ని తడిపేసింది. కంప్యూటర్ ద్వారా రిలే చేయబడ్డ ఆ ఉత్తరం ఆమెకు అందడానికి నాలుగు గంటలు పట్టింది.

"అతడు చెప్పినదాంట్లో నిజం వుందమ్మా. ఇప్పటికయినా మించిపోయింది లేదు. అలా చెయ్యి." తల్లి వేడుకుంది. ఒక్కగానొక్క కూతురి జీవితం యిలా వృధా అయిపోవడం భరించలేని వ్యధ అయిపోయిందావిడకు.

"క్షమించమ్మా. ఆ విషయం ఇక నా దగ్గర ప్రస్తావించకు. నేను వెళుతున్నాను. సమాధానం వెంటనే ఇవ్వాలి" లేచి వెళ్ళిపోయింది శ్రీజ.

* * *

"బ్రహ్మవిద్యా నా ఉత్తరానికి జవాబు లేదా?" నిఖిల్ బేలగా అడిగాడు.

"ఇది నూట ఒకటోసారి, నువ్వా ప్రశ్న అడగటం. జవాబు వస్తే నా నోరు ఊరుకుంటుందా. నువ్వు వద్దన్నా వినకుండా అరుస్తాను."

"మనం కాంతి వేగం చేరుకోవడానికి యింకా ఎంత సమయం వుంది?"

"సరిగ్గా నాలుగ్గంటల పదిహేడు నిముషాల యాభై సెకండ్లు"

"అంతసేపు నీ దగ్గరే కూర్చుంటాను."

"అలాగే! టైము తెలియకుండా వుండేందుకు బేతాళ కథలో, అరేబియన్ కథలో చెప్పనా!"

"వద్దు. వినే మూడ్‌లో లేను. మనిషికీ కంప్యూటర్‌కీ తేడా ఏమిటో ఇపుడు నాకు అర్థమయింది,"

"ఏమిటది?"

"మనిషే ప్రేమించగలడు, కంప్యూటర్ ఆ పని చేయలేదు..." కసిగా అన్నాడు.

బ్రహ్మవిద్య మాట్లాడలేదు. అది నిజం కాదని కాలం నిరూపించింది త్వరలోనే..

* * *

కళ్ళు తెరవగానే అతడు అడిగిన మొదటి ప్రశ్న.

"బ్రహ్మవిద్యా– సమయం ఇంకా ఎంతుంది?"

"పన్నెండు నిమిషాల పది సెకండ్లు వుంది. వాళ్ళ వాహనం కాంతి వేగాన్ని అందుకుంటే మరిక వార్తలు అందవు."

"నా ఉత్తరం శ్రీజకి అందలేదా? జవాబు దొరకదా నాకిక?" చిన్నపిల్లాడిలా అడిగాడు.

"అవన్నీ నాకు తెలియదు. నా డ్యూటీ నేను సరిగ్గా చేస్తున్నాను"

సమయం అతివేగంగా పరిగెడుతోంది. నిఖిల్ చేతుల్లో చెమటలు పడుతున్నాయి. అక్కడే కూర్చున్నాడు. పది నిముషాలు దాటింది. సెకండ్లలో కౌంట్‌డౌన్ మొదలుపెట్టింది బ్రహ్మవిద్య.

పది... తొమ్మిది....ఎనిమిది... ఆఖరి సెకండ్ అవగానే నిఖిల్ అణచుకున్న దుఃఖాన్ని ఆపుకోలేక ఒక్కసారిగా రోదించాడు. మరో అయిదు నిముషాలు గడిచాయి.

"మేసేజ్ ఫర్ నిఖిల్" బ్రహ్మవిద్య స్వరానికి ఉలిక్కిపడ్డాడు ఎర్రబడ్డ కళ్ళని తుడుచుకుంటూ.

"టైం అయిపోయిందన్నావుగా, జోక్‌చేసే సమయం కాదిది."

"బావుంది. మన టైముకీ, భూమి టైముకీ తేడా పెరిగి పోయింది. ఆ విషయం గురించి నువ్వు నన్నడిగితే అప్పుడే చెప్పేదాన్ని. అవేమీ ఆలోచించకుండా ఏడుస్తూ కూర్చున్నావు. నేనేం చెయ్యను?"

"పొరపాటయిపోయింది మెసేజ్ చదువు ప్లీజ్" రెండు చేతులూ జోడించాడు నిఖిల్.

నిఖిల్,

ఆలోచించే మేధస్సున్న మనిషి పుట్టి *806* తరాలు దాటింది. మొదటి *750* తరాల విషయం వదిలెయ్, ఆ తర్వాత మనిషి ఎన్నో రకాల ఛాలెంజీలను ఎదురుకున్నాడు. అన్నింటినీ దిగ్విజయంగా సాధించగలిగాడు. కలలో కూడా వూహించలేని పనులు చేయగలిగాడు. కారణం అతడుతన నిరాశావాదాన్ని జయించగలగడమే!! ఈ రోజున అసాధ్యమనుకున్న కార్యం సాధించడానికి మీరంతా అంతరిక్షంలోకి దూసుకుపోతున్నారు! కారణం ఏమిటి? ఆశావాదం. ఆ ఆశావాదాన్ని చివరివరకూ వదలకు.

నా జీవితం వృధా అయిపోతుందని ఎందుకనుకుంటావు? ఒక జీవితకాలంలో పూర్తి చేయలేనంత బాధ్యత నా మీదుంది, నీ గురించి ఆలోచించే సమయం గూడా లేనంత బిజీ అయిపోయాను. నేపాంబాంబు ఫలితం భూమినుంచి తొలగనంతవరకు ఇక నాకు పని సమస్యలేదు. విశ్వజననీయమైన ప్రేమ ముందు మనప్రేమ చాలా చిన్నది. 'ఇది నా భాష, ఇది నా జాతి, ఇది నా మతం, ఇది నా దేశం, దేశమును ప్రేమించుమన్నా' అన్నస్థాయినుంచి ఎదిగి, "ఇది నా భూగోళం, ఇది నా ప్రపంచం" అన్నస్థాయిలో మానవజాతి ప్రతినిధిగా వెళ్తున్నావు. నీ బాధ్యత గూడా నువ్వు తెలుసుకోగలిగినప్పుడూ నా గురించి ఆలోచించే సమయం నీకూ వుండకపోవచ్చు. బీ బ్రేవ్ విష్ యు ఆల్ ది బెస్ట్

–శ్రీజ.

అతడు చాలాసేపు అలాగే నిశ్చలంగా కూర్చున్నాడు. అతడి మూడ్ గమనించి కంప్యూటర్ కూడా మాట్లాడలేదు. చాలాసేపతరువాత అక్కడనించి లేస్తూ, ఒక విశ్వరహస్యం తెలుసుకున్న వాడిలా "నిజమే శ్రీజా. నీ మాటలే నాకు ధైర్యం. మరెప్పుడు నిరాశావాదాన్ని దగ్గరకు రానివ్వను" అనుకున్నాడు.

* * *

అంతరిక్ష నౌకలో పగలూ రాత్రీ లేవు. బయటకూడా సూర్యాస్తమయాలూ, సూర్యోదయాల స్టేజిని నౌక ఎప్పుడో దాటిపోయింది. జేగురు రంగు వెలుగులో అది నిరంతరం ప్రయాణం చేస్తూనే వుంది. ప్రతీ పది గంటలకీ ఒకరు చొప్పున వంతులవారీ నిద్రపోతున్నారు. ఆ నిద్రకూడా కేవలం నాలుగు గంటలే. వెంటనే మెలకువ వచ్చేస్తూ వుంటుంది. భూమ్మీద పగలూ రాత్రీ దాదాపు సమానంగా

వుండటం వల్ల మనిషి ఎనిమిది గంటలకి నిద్రకి అలవాటు పడ్డాడు. అంతరిక్షంలో ఆ అవసరం లేకపోయింది. కంట్రోలు దగ్గర ఎప్పుడూ ఇద్దరూ మేల్కొని వుండేలా ఏర్పాటు చేశాడు యశ్వంత్.

అంతరిక్ష నౌకలో ఏయే గదుల్లో ఏయే వస్తువులున్నాయో, ఏ యే ఏర్పాట్లున్నాయో అనూహ్యకి తెలీదు. మందులూ, నీరూ, గాలి, మనిషి జీవితానికి సరిపోయే అన్ని వస్తువులూ వున్నాయని తెలుసు. ఆమె ఏకాగ్రతంతా అంతరిక్షంలో బయాలజీ మీదే.

ఆమె చివరి గదిలోకి వచ్చింది. ఆ గదిలో చాలావరకు నిత్యజీవితానికి ఉపయోగపడే వస్తువులే వున్నాయి. వరి, గోధుమ, మాంసాహారం లాటి విశిష్ట పదార్థాలని వారిక జీవితంలో పూర్తిగా మర్చిపోవలసిందే. అంతులేని ఈ యాత్రలో ఆ పదార్థాలన్నిటికి చోటులేదు. ఆ చిన్న గదిలో అయిదుగురు వ్యక్తులకి- డెబ్భై అయిదు సంవత్సరాలకి సరిపోయే ఆహారం ఎనర్జీ రూపంలో స్టోరు చేయబడి వుంది. రెండు తరాలకి సరిపోయే ఆహారం అది. ఆమె దృష్టి ఒక చిన్న డబ్బామీద పడింది.

పసిపిల్లలకి ఇచ్చే పాల టిన్ అది. శూన్యంలో జన్మించిన నేరానికి పిల్లలకి పసితనంలోనే కృత్రిమ ఆహారం ఇవ్వకుండా- కనీసం బాల్యంలో అయినా "పాలు" అంటే ఎలా వుంటాయో చెప్పడం కోసం దాన్ని వుంచారు. మరో రకంగా చెప్పాలంటే ఆ టిన్ ఆమె కర్తవ్యాన్ని కూడా అన్యాపదేశంగా బోధిస్తూ వుంది.

అంతలో ఆమె దృష్టి ప్రక్కన మరో వస్తువు మీద పడింది.

వాటిని చూసి ఆమె చిగురుటాకులా వణికింది.

తమ పిల్లలు పెద్దవాళ్ళు అవుతుంటే, కాలం సర్పంలా సాగిపోతూ వుంటే, తాము వరుసగా ఒకరి తరువాత ఒకరు మరణిస్తే- తమ శవాలు అనాథప్రేతాల్లా శూన్యంలోకి తోసివేయబడకుండా- భూలోకవాసులు తమకిచ్చిన ఆఖరి బహుమతులు అవి.

అయిదు శవ పేటికలు

3

"**బ్రహ్మావిద్యా!** మనం బయలుదేరి ఎన్నాళ్ళయింది?" అడిగింది అనూహ్య.

అనంతమయిన ఈ ప్రయాణంలో సమయం గడపటానికి చక్కటి నేస్తం అయిపోయింది బ్రహ్మవిద్య. యశ్వంత్‌తో సహా ఎవరికి బోర్ కొట్టినా బ్రహ్మవిద్యతో చేస్ లాంటివి ఆడటం, కబుర్లు చెప్పడం, కథలు వినడం చేస్తుంటారు. కన్ఫ్యూజన్‌లోంచి బయటపడాలనుకున్నప్పుడల్లా అనూహ్య బ్రహ్మవిద్యతో వాదానికి దిగుతుంది.

"ఆరునెలల పదిహేడురోజుల పద్ధెనిమిది గంటల యిరవై నిముషాల పన్నెండు సెకండ్లు."

"ఈ లెక్కన గాలక్సీ అంచు చేరడానికి ఎంతకాలం పడుతుంది?"

"మరో పదిహేను సంవత్సరాలు. అదీ మనం అనుకున్నట్లుగా బయలుదేరినప్పటికంటె వేగం రెట్టింపు అవుతూ వస్తే."

"అది సాధ్యపడుతుందంటావా? అంటే లెక్కప్రకారం మనం కాంతి వేగానికి రెట్టింపు వేగంతో వెళ్ళగలగడం."

"తప్పకుండా. ఒక్కసారి జూపిటర్ గ్రహాన్ని దాటాక ప్రయాణం వేగం పుంజుకుంటుంది. ఎందుకంటే ఇంతవరకు మీరు రోదసీలో వదిలేసిన చెత్తాచెదారం అంతా జూపిటర్ వరకే పరిమితం. ఏ చిన్న దెబ్బ తగిలినా అది వేగాన్ని తగ్గిస్తుంది. అదీ మన వాహనం స్పెషల్‌గా తయారు చేయబట్టి. ఇప్పటికే అరడజనుసార్లు ఏవో వస్తువులు వచ్చి కొట్టుకొన్నాయి నాలుగయిదుచోట్ల మన నౌకకి సొట్టలు పడ్డాయి. సొట్టలంటే ఎన్నో చిన్నవి అనుకోకు. చూశావంటే భయపడతావు."

"నిజంగానే భయం వేస్తోంది. మన ప్రయాణం జయప్రదం అవుతుందన్న నమ్మకం నీకుందా?"

"భయం తర్వాత- ముందు కంట్రోలు రూంలోకి వెళ్ళండి! మనం అస్టరాయిడ్ బెల్ట్‌లోకి ప్రవేశించబోతున్నాం" అంది బ్రహ్మవిద్య. ఆమె కంట్రోలు రూంలోకి పరిగెత్తింది. అప్పటికే యశ్వంత్ బిజీ అయిపోయాడు.

"ఆస్టరాయిడ్ బెల్ట్ అంటే మనం జూపిటర్ గ్రహానికి దగ్గరలోకి వెళుతున్నామన్న మాటేగా?" అడిగింది అనూహ్య.

"అవును. కాని జూపిటర్ దగ్గరకు అనకు. ఈ వలయం దాటడానికే మనకు చాలా రోజులు పడుతుంది. అందులో చాలా ప్రమాదకరమయిన ప్రదేశం ఇది."

"ప్రమాదం అంటే ఏ రకంగా?" అడిగింది అనూహ్య.

"ఇదెలా ఏర్పడిందో ఎవరూ కనిపెట్టలేకపోయారు. బహుశా ఏదైనా గ్రహం పూర్తిగా గ్రహంగా మారకుండానే జూపిటర్ అయస్కాంత శక్తికి బద్ధలయిపోయిందని శాస్త్రజ్ఞుల నమ్మకం. కొన్ని మీటర్ల నుండి కొన్ని వందల కిలోమీటర్లు వెడల్పులో ఇవి జూపిటర్ కిందభాగంలో తిరుగుతుంటాయి. అవి ఢీకొట్టుకుని గ్రహాలమీద కూడా లోతైన గుంటలని ఏర్పరుస్తుంటాయి. కొన్ని భూమివరకు కూడా చేరతాయి. ఇదంతా ఓ పెద్ద పిండిమర అనుకుంటా. ఈ ఉపగ్రహాలే కొట్టుకుని పిండి పిండయి అణువులుగా తిరుగుతుంటాయి. చిన్న వాటితో మనకు భయం లేదు. పెద్దదేదయినా తగిలితే మాత్రం నామరూపాలు లేకుండా దుమ్ముగా మారిపోతాం" అందరూ అప్రమత్తంగా కూర్చున్నారు. అంతవరకు వాళ్ళు దగ్గరగా చూడని ఉపగ్రహాలు స్క్రీన్‌మీద కనిపిస్తున్నాయి. దూరంగా ఎర్రటి రంగు పులుముకున్నట్లుగా జూపిటర్ గ్రహం.

నిముషాలు గంటలవుతున్నాయి. ఫిలిప్స్, అనూహ్య అలాగే నిద్రలోకి జారిపోయారు.

"ఇక ప్రమాదం గడిచినట్టే ననుకుంటాను" అన్నాడు వాయుపుత్ర. అతడంటుం గానే ఎర్రబల్బు వెలిగింది.

"డేంజర్, డేంజర్" కంప్యూటర్ ఎర్రటి అక్షరాల్లో చూపిస్తోంది. యశ్వంత్ కంట్రోలు చేతిలోకి తీసుకున్నాడు. నిఖిల్ అతడి పక్కనే కూర్చుని సహాయం చేస్తున్నాడు.

"అటు చూడండి" వాయుపుత్ర గట్టిగా అన్నాడు. నాలుగైదు ఉపగ్రహాల గుంపు వాహనం మీద దాడిచేయటం స్క్రీన్‌మీద స్పష్టంగా కనిపిస్తోంది. మరొకటి కిందనుంచి పైకి దూసుకువస్తోంది.

చుట్టుముట్టిన చతురంగ బలాలను ఎదుర్కొంటున్న ఏకైక వీరుడిలా సుహృద్భావ్ పైకి కదలి వెళుతోంది.

అందరూ ఊపిరి బిగపట్టి చూస్తున్నారు. యశ్వంత్ రెండు పక్కలనించి వస్తున్న అపాయాన్నెలా తప్పిస్తాడో అర్థంకావటంలేదు. ఇంత కష్టపడి వచ్చి గాలక్సీ మధ్యలోనే నాశనం అయిపోవలసివస్తుందా? ఆ బృందంలో ఎవరికీ చావంటే భయంలేదు. కానీ ఈ పథకం ఫెయిలయితే ఆ వార్త భూమిని చేరడానికే కొన్నేళ్ళు పట్టవచ్చు. ఈ తరువాత మరో బృందాన్ని పంపడం అసాధ్యమైన కార్యం. మొత్తం మానవజాతి భవితవ్యం కొద్ది నిముషాల మీద ఆధారపడి వుంది.

రెండు పక్కలనించి ఉపగ్రహాలు దగ్గరగా వచ్చాయి. అవి వాహనానికి తగిలినా లేదా ఒకదాన్నొకటి ఢీకొట్టుకున్నా ప్రమాదం సుహృద్భావ్‌కే. కొన్ని వందల మైళ్ళ దూరంలో మరో ఆస్టరాయిడ్ అడ్డంగా వుంది. యశ్వంత్ మనసులోనే లెక్కవేశాడు. గుంపు దగ్గరగా వచ్చింది. నౌక ఒక్కసారిగా పైకి లేచి, క్షణంలో అది పై ఉపగ్రహాన్ని కూడా దాటి వెళ్ళిపోయింది. కాని అదే క్షణంలో క్రింద రెండు ఉపగ్రహాలూ ఒకదానికొకటి కొట్టుకోవడం జరిగిపోయింది.

ఆ విస్ఫోటనం వాళ్ళు కలలో కూడా ఊహించనంత భయంకరమైంది. రెండు నాపాం బాంబులు ఢీ కొన్నట్లు వున్న ఆ శక్తికి చుట్టుపక్కల ఉపగ్రహాలన్నీ చెల్లాచెదరైపోయాయి. కొన్ని ముక్కలై అటు ఇటు ఎగరసాగాయి. తెరమీద ఆ దృశ్యం భయంకరంగా వుంది.

"స్పీడు పెంచాలి" అరిచాడు నిఖిల్.

"లాభం లేదు. మనం మేగ్జిమమ్‌లో వెళుతున్నాం. ఇంత కంటే వెళితే జూపిటర్ ఆకర్షణలో పడిపోతాం" యశ్వంత్ అన్నాడు. అందరూ ఊపిరి బిగపట్టారు. ఆ నిశ్శబ్దంలోంచి, "మన స్పీడ్ పెరుగుతుంది" అంది బ్రహ్మవిద్య. యశ్వంత్ ఆశ్చర్యంగా మీటరువైపు చూశాడు. నిజంగానే వేగం బాగా ఎక్కువయింది తగ్గించడానికి అతడు కంప్యూటర్‌కి ఆదేశాలిచ్చాడు కానీ ఫలితం లేకపోయింది.

"కింద ఢీకొట్టుకున్న ఆ రెండు శక్తుల కైనెటిక్ ఎనర్జీ మన వాహనాన్ని పైకి ఎగరగొడుతోంది. దారిలో ఏ అడ్డూ లేకపోతే బయటపడతాం. మనంతట మనం ఏం చెయ్యలేం-"

తెరమీద ఏమీ కనిపించలేదు. వున్నట్లుండి సుహృద్భావ్ పక్కకి వొరిగింది. యశ్వంత్ వేళ్ళు కంప్యూటర్ కీ బోర్డుమీద చకచకా పనిచేస్తున్నాయి. "అందరూ బెల్ట్‌లు తగిలించుకోండి" యశ్వంత్ గట్టిగా అరిచాడు. అంతలోనే ప్రమాదం జరిగిపోయింది.

ఏం తగిలిందో తెలియలేదుగాని ఆ తాకిడికి వాహనం ఒక్కసారిగా కంపించింది. కంట్రోలు వదిలేసి యశ్వంత్ దూరంగా ఎగిరిపడ్డాడు. నిఖిల్ కుర్చీని పట్టుకున్న వాడల్లా కింద కలాగే జారిపోయాడు. కొద్దినిముషాలుపాటు ఆ కంపనం నౌకను కదిలించింది.

కుర్చీల్లో కూర్చున్న ముగ్గురూ నిస్సహాయంగా పడున్న యశ్వంత్‌నీ, నిఖిల్‌నీ చూస్తుండడం తప్ప మరేం చెయ్యలేకపోయారు. కొద్ది నిముషాల తరువాత కంప్యూటర్ 'వాహనం' కంట్రోలును సరిచేసింది. వాయుపుత్ర పరుగున వచ్చి

యశ్వంత్ తలను పైకెత్తాడు. రక్తం ధారగా కారుతోంది. నిఖిల్ పెద్దగా మూలుగుతున్నాడు. అతడి కాలు పానెల్ క్రింద యిరుక్కుపోయింది. ప్రధమ చికిత్సలో డాక్టరు ఫిలిప్స్ బిజీ అయిపోయాడు. ఎంత పెద్ద ప్రమాదం వచ్చినా వాహనాన్ని కంట్రోల్ వదలిపెట్టకూడదు. వాయుపుత్ర వెంటనే కమాండర్ సీటులో కూర్చున్నాడు. రిచర్స్కేలు మీద పది డిగ్రీలు చూపిస్తోంది. అంత అధ్భుతమైన భూకంపంలాంటి ప్రమాదంనించి తప్పించుకోవటం అదృష్టమే. అతడు తెరవైపు చూశాడు. ఆస్టరాయిడ్ బెల్ట్‌దాటి శూన్యంలోకి పరుగెడుతూంది సుహృద్భావ్. పక్కనే రక్తపు మడుగులో యశ్వంత్! యశ్వంత్ తల మీద గట్టిదెబ్బే తగిలింది. డాక్టర్ ఫిలిప్స్ తన రక్తాన్ని ఎక్కించవలసి వచ్చింది. నిఖిల్ కాలు మెలిక పడటంతో అతడు కదలలేని స్థితిలో వున్నాడు.

చాలా రోజులు యశ్వంత్ స్పృహలో లేడు. మొత్తం బాధ్యత అంతా వాయుపుత్ర మీద పడింది. యశ్వంత్, నిఖిల్ సపర్యలు అనూహ్య చూసుకునేది. నిఖిల్‌ని చూస్తుంటే ఆమెకు తన అన్నయ్య గుర్తొచ్చేవాడు. కొంతమందిని చూస్తే ఇలాటి అన్నయ్య వుంటే బావుణ్ణు అనిపిస్తుంది. నిఖిల్ అలాంటివాడే.

మొదటి రెండురోజులు యశ్వంత్ పరిస్థితి ఆందోళనకరంగా వున్నా-క్రమంగా సర్దుకున్నాడు. పదిరోజులపాటు ఆమె కంటిమీద కునుకు లేకుండా సేవ చేసింది. ఆమె జీవితంలో ఆ పదిరోజులే అత్యంత సంతృప్తికరమైన దినాలు.

అప్పుడప్పుడు వాయుపుత్ర వచ్చి చూసేవాడు. అతను వచ్చినప్పుడు యశ్వంత్‌కి అత్యంత సామీప్యంలో వున్నా ఆమె లేచేదికాదు. దాన్ని అతడు గుర్తించాడో లేదో కూడా పట్టించుకునే స్థితిలో లేదామె.

* * *

వాళ్ళిద్దరూ పూర్తిగా కోలుకునే సమయానికి, వారి నౌక బృహస్పతి గ్రహం పక్కగా వెళ్తోంది. అది గ్రహంకాదు, రోదసీలో తేలుతున్న "వాయుసముద్రం". దట్టంగా, గాఢంగా, తెల్లటి మబ్బులు పేరుకున్నట్టుగా, చిక్కగా వుంది. నేల నీరు అన్న సరిహద్దులు లేవు. పర్వతాలు, లోయలు లేవు. కేవలం దట్టమైన వాయు సమూహం. అంతే... ఆ "వాయుగ్రహం" అతి వేగంగా, బొంగరం కంటే వేగంగా, తన చుట్టూ తను తిరుగుతూంటే (భూమి తన చుట్టూ తాను తిరగటానికి 24 గంటలు తీసుకుంటే, దాన్ని 317.9 రెట్లు పెద్దదైన అంగారక గ్రహం కేవలం పదిగంటల్లో ఒక చుట్టు తిరుగుతుంది. దాన్ని బట్టి వేగాన్ని వూహించుకోవచ్చు.)

ఆ దృశ్యాన్ని చూస్తూంటే కళ్ళు చెదురుతున్నాయి. ఆ మేఘగర్భంలో వేడికీ, వెలుతురుకీ రకరకాల రంగులు మారుతున్నాయి. దానిచుట్టూ నక్షత్రాలు, దగ్గిరగా చందమామలూ, వాంగోగ్‌చిత్రం "స్టార్ నైట్"ని గుర్తు తెస్తున్నాయి. ఒక గ్రహాన్ని అంత దగ్గర్నుంచి చూడగలగటం అద్భుతం. జన్మసార్థకం.

"ఆ తెలుపు, అదంతా అమోనియా గ్యాస్ మయం. ఎరుపు రంగు కాలిపోయే వేడి ప్రదేశం! వాతావరణం ఆ ప్రాంతాల్లో కృంగిపోతున్నదన్నమాట. నీలంరంగు చారలన్నీ శూన్యప్రదేశాలు. కనిపిస్తున్న ఎరుపురంగు పాస్ఫరస్, సల్ఫర్ వాయువులు, వాటి మీద సూర్యకిరణాలు పడి అల్ట్రావయొలెట్‌గా పరావర్తనం చెందుతూ రంగురంగుల రూపాలని కలగచేస్తోంది. దాదాపు నాలుగు మిలియన్ల సంవత్సరాల క్రితం మన భూమి యిలాగే వుండేది" అన్నాడు వాయుపుత్ర.

"అదేమిటి?" అడిగింది అనూహ్య. జూపిటర్‌కి దూరంగా ఎర్రటి మచ్చ మెరుస్తోంది.

"అది జూపిటర్‌కు ఒక ఉపగ్రహం. యూరోపా, గావిమాడ్, కాలిస్టో- ఆ మూడు జూపిటర్‌కి చందమామలు- ఒక భర్తకి ముగ్గురు భార్యల్లా- " నవ్వేడు వాయుపుత్ర. ఆమె నవ్వలేదు.

* * *

కెవ్వుకెవ్వుమన్న పసిపాప ఏడుపుతో అలుముకున్న మత్తు కొద్దికొద్దిగా విడిపోయింది శ్రీజకి. కళ్ళు విప్పి చూసింది.

అప్పుడే పుట్టిన పాప! ఆమె మనసంతా మాతృత్వ భావపు ఉద్వేగంతో నిండిపోయింది. పాపవైపు అపురూపంగా చూసుకుంది. ఆమెకు తన భర్త తరంగాల ద్వారా పంపిన ఉత్తరం గుర్తొచ్చింది. (మరచింది ఎప్పుడని?)

"శ్రీజా,

ఈ సందేశం నీకు అందేసరికి నేను తండ్రినై వుంటాను. బాబు పుట్టినా పాప పుట్టినా- 'అనంత' అన్న పేరు ముందు వచ్చేలా పెట్టు. ఈ నిరంతర శూన్యవిశ్వంలో గమ్యం లేకుండా మేము వెళ్తూంటే, తరచూ నాకెందుకో ఆ పేరు గుర్తొస్తుంది. అనంతరాగ, ప్రేమానంత- లాటి పేరేదైనా సరే, నీ ఇష్టానికే వదిలేస్తున్నాను

-నిఖిల్."

ఆమె నిఖిల్‌కోసం ఒక ఉత్తరాన్ని వ్రాసింది. మరుసటిరోజు దాన్ని సైన్స్‌సిటికీ పంపిద్దామనుకొంటూ వుండగా, ఆ సాయంత్రం టీ.వీ.లో వార్త వచ్చింది.

అంతరిక్షనౌక సుహృద్భావ్ ఆస్టరాయిడ్స్ మధ్యలోంచి వెళుతోంది. ఒక విస్ఫోటన ప్రమాదాన్ని కొద్దిలో తప్పించుకుంది. దాని వేగం పెరగటం వల్ల ఇక భూమినుంచి ఆ వాహనానికి ఏ వార్తలూ చేరలేవు...." ఈ చివరి వాక్యం శ్రీజకి కంగారు పెట్టింది. సైన్సు విద్యార్థినీ అవటంవల్ల ఆమె కారణాన్ని ఊహించగలిగింది. కానీ వాస్తవం ఆమెని దుఃఖంలో ముంచెత్తింది. ఇక తన భర్తతో తను మాట్లాడలేదు. దిగంతరాళాల్లో ఎక్కడో, ఏ మూలనుంచో అతడు పంపే చిన్న చిన్న సందేశాల్ని అందుకోగలదంతే.

"అంతరిక్ష నౌక సుఖ ప్రయాణంకోసం ప్రపంచపు నలుమూలలా ప్రార్థనలు జరుపుతున్నారు. మానవజాతి భవిష్యత్తుని నిర్ణయించే ఈ ఖగోళయాత్ర జయప్రద మవ్వాలని పోప్‌పాల్..." ఆమె టీ.వీ. కట్టేసింది.

4

"డాక్టర్ ఫిలిప్స్" పిలిచింది అనూహ్య.

"యస్"

"మీతో కొంచెం మాట్లాడాలి."

"ఏం, ఆరోగ్యం బావుండటం లేదా?" మృదువుగా అడిగాడతడు. "అబ్బే, అదేం లేదు. మనసే బావుండటంలేదు. మీ సలహా కావాలి నాకు."

"కొంతవరకు నీ సమస్య అర్థం చేసుకున్నాను."

"అంతగా బయటపడ్డానా డాక్టర్?"

"నీకంటే వాయుపుత్ర యశ్వంత్‌లే ఎక్కువగా బయటపడ్డారు" నవ్వేడు. "యశ్వంత్? నేను నమ్మను."

"వాయుపుత్ర నీవైపు చూసే ఒక్కచూపులో అతడి మనసు పట్టెయ్యవచ్చు. ఇక యశ్వంత్ అంటావా- మామూలు సమయంలో నిగ్రహించుకునేవాడేమోగాని డెలీరియంలో తనకు తెలియకుండానే మాట్లాడాడు- స్పృహలేకుండా నిన్ను ఎంతగా ప్రేమిస్తున్నదీ..."

అనూహ్య ముఖం మ్లానమయింది.

"సమస్య మీకు తెలిసింది మాత్రమే కాదు డాక్టర్? యశ్వంత్ నా మాజీ భర్త–"

బాంబు పడ్డట్టు ఉలిక్కిపడ్డాడు ఫిలిప్స్! ఆమె ఏదీ దాచుకోలేదు. అంతా వివరించింది.

"డాక్టర్, యశ్వంత్ దగ్గరుంటే అతడికి చాలా ఆత్మీయురాలినని చాలా గర్వంగా ఫీలవుతుంటాను. అలాంటి వ్యక్తిని భర్తగా పొంది దూరం చేసుకున్నాననుకున్నప్పుడల్లా గుండెల్లో ముళ్ళు గుచ్చుకుంటున్నట్లుగా అనిపిస్తుంది. కాని వాయుపుత్రకి నామీదున్న ప్రేమ నేను భరించలేనంత గాఢమైంది. ఒక మనిషి ఒకసారే యిద్దర్ని ప్రేమించడం ఎలా సంభవమో నా కర్థం కావడంలేదు. ఒకే వరలో రెండు కత్తుల్ని ఇమడ్చడానికి చేసే ప్రయత్నంలో నా మీద నాకే అసహ్యం కలుగుతుంది. ఇలాంటి సమస్య ఇంతకుముందు ఎవరికైనా వచ్చిందేమో నాకు తెలీదు.

మరో సమస్య ఏమిటంటే వాళ్ళిద్దరికీ ఒకరంటే ఒకరికి గాఢమైన స్నేహం. ప్రేమ, భక్తి. అదే నా నిర్ణయాన్ని ఒకరివైపు మళ్ళించకుండా అడ్డు పడుతుందనుకుంటాను."

"మీ పరిచయం అయి ఇన్నాళ్ళయినా ఇంతకాలంగా ఒకరి గురించి మరొకరికి తెలియనివ్వకపోవడం పొరపాటు."

"ప్రయత్నం చేశాను డాక్టర్. వీలుకాలేదు. అది నావల్ల కావడం లేదసలు."

"నీ మాటలనుబట్టి యశ్వంత్ పట్ల నీ ప్రేమ రవ్వంత ఎక్కువగా వున్నట్లనిపిస్తోంది. అతడికి భార్యగా వుంటే మిగతా విషయాలన్నీ మర్చి పోగలవు."

"లేదు డాక్టర్. ఆ రకంగానూ ఆలోచించాను. ఎవరికి దగ్గరైనా రెండోవాళ్ళకి అన్యాయం చేసిన ఫీలింగు వస్తుందనుకుంటాను. ఒకప్పుడు ఈ ఇద్దర్నీ గురించి కాదు, నా కర్తవ్యం పట్లే మనసుని కేంద్రీకరించాలనే నిర్ణయానికొచ్చాను. కాని ఈ చిన్న వాహనంలో ఇద్దరిమధ్యా జీవిస్తూ మనసుని అదుపులో పెట్టుకోవటం కష్టంగా వుంది."

"నీ మనోభావాలు వాళ్ళకు తెలియకపోవటం నీలో మరింత ఘర్షణ రేగిస్తోంది అనూహ్యా. కనీసం ఒకరికైనా తెలియపరిస్తే నీ సమస్యకి పరిష్కారం సులభమౌతుంది. ఇప్పటికైనా మించిపోయింది లేదు" అన్నాడు ఒక నిర్ణయానికి

వచ్చినట్టు. ఆమె సాలోచనగా తలూపింది. తన నిర్ణయం ముందు ఎవరికి చెప్పాలి? యశ్వంత్ తట్టుకోగలడేమోగానీ, వాయుపుత్ర తట్టుకోగలడా?

* * *

"బ్రహ్మవిద్యా మన స్పీడ్ కొద్దికొద్దిగా తగ్గుతూ వస్తోంది."

"సోలార్ టాంక్‌ల నించి శక్తి సరిగ్గా సరఫరా అవడంలేదు."

"తప్పు ఎక్కడుందో సరిగ్గా చూసి చెప్పు."

"ఏమో నాకు సరిగ్గా తెలియడంలేదు."

"ప్రయత్నం చెయ్యి. పవర్ టాంకులు ఎనభై అడుగుల ఎత్తువరకు వున్నాయి. అందులో ఎక్కడో సరిగ్గా చెప్పాలి."

"నాలుగో టాంకు పక్కన జాయింటు పానెల్ మార్చాలనుకుంటాను."

"మన దగ్గర స్టాకుంది కదూ?" అడిగాడు. కంప్యూటర్ వెంటనే జవాబు ఇవ్వలేదు.

"ఉంది" అంది కొంచెం సేపయ్యాక.

"ఎందుకంత భయపడుతున్నావ్? అయిదు నిముషాల పని అది."

"అయితే చేసిరా" సైన్సు చరిత్రలో కంప్యూటర్ వెంటనే సమాధానం ఇవ్వలేకపోవటం బహుశ అదే మొదటిసారి.

* * *

వాయుపుత్ర స్పేస్‌సూట్ వేసుకొని తయారయ్యాడు. కంట్రోలు దగ్గర కూర్చుంది అనూహ్య. వాహనాన్ని న్యూట్రల్‌లోకి తీసుకొచ్చాడు యశ్వంత్. శూన్యంలో తన చుట్టూ తాను తిరుగుతూ పైకి కదులుతోంది సుహృద్భావ్. (న్యూట్రల్ అంటే ఒకే వేగంతో ప్రయాణించటం. మనిషి బయట వుండగా వాహన వేగంలో మార్పు రాకూడదు.)

తెరమీద వాయుపుత్ర బయటికి వెళ్ళడం కనిపిస్తోంది. అనూహ్యాకి భయంగా వుంది. స్పేస్‌లో నడిచేవారిని భూమి పైనుండి టీ.వీ. స్క్రీన్‌మీద చూడటం తప్ప ప్రత్యక్షంగా చూడడం, అందులో కంట్రోలు దగ్గర తను మాత్రమే వుండడం భయంగా వుందామెకు.

వాయుపుత్ర శూన్యంలోకి అడుగుపెట్టాడు. వెంటనే వెనుక తలుపు మూసుకుంది. అతడు మెల్లగా క్రిందకు జారుతున్నాడు. ఏ ఆధారమూ లేకుండా

అతడలా జారుతుంటే ఏ క్షణంలో క్రిందకు పడిపోతాడో నన్నట్లు ఊపిరి బిగపట్టి చూస్తోంది అనూహ్య.

"అనూహ్య" అతడి పిలుపు స్పీకర్‌లో వినిపించగానే తృళ్ళిపడింది. "కంప్యూటర్ కనెక్షన్ ఇవ్వు-"

ఆమె ఇచ్చింది. "బ్రహ్మవిద్యా నువ్వు చెప్పిన పానెల్-4 యిదేనా?" అడిగాడు వాయుపుత్ర.

"కాదు. రెండడుగుల కింద వుంటుంది."

వాయుపుత్ర మరికాస్త క్రిందకు జారాడు! ఈసారి నల్లటి అక్షరాల్తో పానెల్ జాయింట్-4 అని ముద్రించిన బాక్స్ కనిపించింది. వాయుపుత్ర సోలార్ టాంక్‌మీద నిలబడి నడుముకు కట్టిన బెల్ట్‌నించి ఇనుస్ట్రుమెంట్ తీశాడు. బాక్స్ కవర్ విప్పడానికి అరనిముషం పట్టింది. వాయుపుత్ర మనసులో ఏదో శంక... తను బాగుచేయాల్సినది యిది కాదేమోనని అనుమానం. అతడు మరికాస్త క్రిందకు జారాడు. పవర్‌బాక్స్-2 వెనుక వాహనం కాస్త దెబ్బతిన్నట్లు కనిపిస్తోంది.

"వాయూ త్వరగా రావాలి. కంప్యూటర్ డేంజర్ సిగ్నల్ చూపిస్తోంది."

వాయుపుత్ర పైకి పాకడం ప్రారంభించాడు. అతడు లోపలికి వచ్చి తలుపు మూసుకోగానే నిశ్చింతగా ఊపిరి వదిలింది అనూహ్య.

వాయుపుత్ర కంట్రోలు రూంలోకి అడుగుపెట్టాడు. వాహనం స్పీడ్ పెరగలేదు. మరింత తగ్గింది.

"బ్రహ్మవిద్యా, ఏమిటిది వాహనం వేగం ఇంకా తగ్గుతోంది?"

"అవును."

"ఫాల్ట్ ఎక్కడుంది?"

"చెప్పానుగా. అదే."

"కొత్తది మార్చానుగా"

"అయినా ఫాల్ట్ అక్కడేనని తెలుస్తోంది."

"నీతో లాభం లేదు. మెషీన్ ననిపించుకుంటున్నావు" విసుక్కున్నాడు వాయుపుత్ర. బ్రహ్మవిద్య మౌనం వహించింది.

యశ్వంత్ నీరసంగా లేచి కూర్చున్నాడు. వాయుపుత్ర విప్పుకొచ్చిన జాయింట్ పరీక్షించాడు. అతడికి ఓపిక లేదు. తల మీద గాయం ఇంకా మానలేదు. "ఇందులో తప్పు ఏం లేదే?" అన్నాడు నిఖిల్. అతడింకా లేచేస్థితిలో లేడు.

"అవును కంప్యూటర్ మళ్ళీ అదే ఫాల్ట్ చూపిస్తోంది."

"మన దగ్గర మరో జాయింట్ బాక్స్ వుందా?"

"లేదు ఒక్కటే, ఇప్పుడే అది మార్చాను."

"తప్పు అక్కడే వుందని కంప్యూటర్ చెప్తూంటే, అది మార్చినా ఇంకా అలాగే వుంటే, ఫాల్ట్ సోలార్ పవర్ బాక్స్‌లోనే వుందని నా అనుమానం సౌరశక్తి నిలవ ఎంతుందో చూడు-"

"పదివేల యూనిట్లు" వాయుపుత్ర వచ్చి చెప్పాడు. చెప్తూ వుండగానే రాబోయే ప్రమాదం అతడు గ్రహించాడు. సౌరశక్తి లీక్ అయిపోయింది.

యశ్వంత్ ముఖం మ్లానమయింది. ఫాల్ట్ ఎక్కడుందో తెలిసింది. కాంతివేగాన్ని మించి వాహనం నడపాలంటే పది గిగోవాట్ల శక్తితో వాహనాన్ని ముందుకు తోస్తూండాలి. అప్పుడే నౌక వేగం పెరుగుతుంది. లేకపోతే నౌక వేగం క్రమ క్రమంగా తగ్గి, మామూలు వేగంతో కొన్నాళ్ళు నడిచి.... ఆ తర్వాత బరువు పెరిగి కృత్రిమ వాతావరణాన్ని కోల్పోతుంది. అప్పుడు లోపల ప్రతిక్షణం కుళ్ళిన కోడిగుడ్లులా కొద్దికొద్దిగా ప్రాణాలు కోల్పోవలసిందే. అంగారక గ్రహం తాలూకు అమ్మోనియా మేఘాలు నౌకని తనలోకి లాగేసుకుంటాయి.

"మొన్నటి యాక్సిడెంట్‌లో సోలార్ పవర్ బాక్స్ దెబ్బతిని వుండాలి. అదే కారణం అనుకుంటాను" యశ్వంత్ వివరించాడు. ఎవరూ మాట్లాడలేదు.

ఆ నిశ్శబ్దాన్ని చీలుస్తూ "నేను వెళతాను. మరోసారి చెక్ చేస్తాను. చెప్పండి ఏం చేయాలి" అన్నాడు వాయుపుత్ర.

"పవర్ బాక్సంటే చాలా ప్రమాదం వాయుపుత్రా. ఏ చిన్న పొరపాటు జరిగినా నువ్వు ఊహించలేనంత పెద్ద షాక్ కొడుతుంది."

ఆ విషయం అతడికి తెలుసు. కానీ ఇది అతడి పని. కంప్యూటర్‌కి సంబంధించిన ఇటువంటి రిపేర్ల కోసమే తను ఈ నౌకలో పంపబడ్డాడు. తిని, తాగి, రొమాన్స్ చెయ్యటం కోసం కాదు. "ఫర్వాలేదు. ప్రయత్నం చెయ్యకుండా ఓటమిని వొప్పుకోను. మీరు గైడ్ చెయ్యండి" అన్నాడు. యశ్వంత్ అతడివైపు చూశాడు- ఇద్దరి చూపులు కలుసుకున్నాయి.

ఒకప్పుడు తనను మృత్యుద్వారం నించి కాపాడిన వ్యక్తిని అంత ప్రమాదంలోకి పంపటమా? తన అసహాయతకి యశ్వంత్‌కి దుఃఖం వస్తోంది. వాయుపుత్ర అతడి సందేహాన్ని అర్థం చేసుకున్నాడు. "ఈ నౌకకి ప్రస్తుతం కమాండర్‌ని నేను. మీరు గైడ్ చేయగలిగితే సంతోషిస్తాను. లేకపోయినా నేను వెళ్ళి చేయగలిగింది చేస్తాను" అతడి మాటల్లో స్థిరత్వం కనిపించింది.

"ఈ నౌక కెప్టెన్‌గా నేను నిన్ను పవర్ బాక్స్ దగ్గరికి పంపను-"

"క్షమించాలి, మీకు గాయమైన తరువాత నాకు సంక్రమించిన అధికారాన్ని తిరిగి మీకు నేనింకా అప్పగించలేదు" కటువుగా అన్నాడు వాయుపుత్ర. ఇద్దరిమధ్యా వాత్సల్యపూరితమైన ఘర్షణ జరుగుతోంది కానీ సమస్యకి అది పరిష్కారం కాదని ఇద్దరికీ తెలుసు. యశ్వంత్ నిస్సహాయంగా తలూపాడు.

వాయుపుత్ర మరోసారి బయటకు వెళ్ళటం అనూహ్య మనసుని కలవరపెడుతోంది. బ్రహ్మవిద్య అబద్ధం ఎందుకు చెప్పిందో కూడా అర్థమయింది.

వాయుపుత్ర శూన్యంలోకి అడుగు పెట్టాడు. నిమిషం తర్వాత అతడి కంఠం వినిపించింది. "ఇక్కడే దెబ్బతింది యశ్వంత్, లోపల వైర్లు కనిపిస్తున్నాయి."

"జాగ్రత్త. ఇన్సులేటెట్ గ్లౌవ్స్ వేసుకున్నానని వాటిని ముట్టుకోకు. పక్కన రెడ్‌కలర్ బాక్స్ చిన్నది కనిపిస్తోంది. దానికి పుష్‌బటన్ వుంటుంది. దాన్ని ఆన్ చెయ్యి."

వాయుపుత్ర యశ్వంత్ చెప్పినట్లల్లా చేస్తున్నాడు. పది నిముషాల్లో పని పూర్తయింది. లోపల వ్యక్తుల మొహాల్లో సంతోషం కనిపించింది.

"అంతా క్లోజయింది కదూ?" అడిగాడు యశ్వంత్.

"పూర్తిగా క్లోజ్ అయిపోయింది. ఇప్పుడేం చెయ్యాలి?"

"ఒక్కటే పని మిగిలింది. నువ్వు ఆన్‌లో పెట్టిన బటన్ తిరిగి ఆఫ్ చెయ్యాలి."

వాయుపుత్ర పుష్‌బటన్ మీద వేలు పెట్టాడు. అది ఆఫ్ అయిన మరుక్షణం వాహనం ఒక్కసారిగా జర్క్ యిచ్చింది. అది ఊహించని వాయుపుత్ర చేతి కందిన పవర్ బాక్స్‌ని పట్టుకున్నాడు. అంతే వెయ్యి వోల్టుల ఎలక్ట్రిక్ షాక్ కొట్టినట్టు వెనక్కి జారిపోయాడు. స్పృహ తప్పుతుండగా అతడు చివరగా చేసిన పని పవర్ బాక్స్ లాక్ వేసెయ్యడం. ఆ వూపుకి అతడు బలంగా (వ్యతిరేక దిశలో) వెనక్కి వెళ్ళాడు. ఈ వెయ్యవవంతు క్షణంలో వాహన నౌక ముందుకు వెళ్ళింది.

"సోలార్ పవర్ సిస్టమ్ ఓ.కే" అని కంప్యూటర్ మీద మెరుస్తోంది. ఆ వార్త వాళ్ళకి సంతోషం కలిగించడం లేదు. శూన్యంలో గిరికీలు కొడుతున్న వాయుపుత్ర శరీరం మీదే వుంది వాళ్ళ దృష్టి అంతా. స్పృహ లో వుంటే వాహనాన్ని అందుకోవడం అతడికి సమస్య కాదు. శూన్యంలో ఒకటి వేగం- రెండోది అచేతనావస్థ - మెలికలు పడుతున్న తాడు దానికితోడు.

"వాయుపుత్రా గెటప్" స్పీకర్‌లోంచి అరుస్తున్నాడు యశ్వంత్. సమాధానం లేదు. వాయుపుత్ర ఊపిరి తీసుకోవడం మాత్రం స్పష్టంగా వినిపిస్తోంది.

యశ్వంత్ నౌకని న్యూట్రల్‌లోకి తిప్పాడు. నౌకని వెనక్కు తీసుకెళ్ళడం సులభమే గాని ఆ ధాటికి వాయుపుత్ర మరింత వెనక్కు జరిగితే కష్టం.

"ఏం చెయ్యాలి"

యశ్వంత్‌కి తల బద్ధలవుతుందేమోననిపిస్తోంది. అనూహ్య పరిస్థితి అంతకంటే ఘోరంగా వుంది. వచ్చి యశ్వంత్ కాళ్ళ దగ్గర కూలబడింది.

"నేను వెళతాను. చెప్పండి ఏం చెయ్యాలో" అంది.

"వద్దు. నీ వల్ల అయ్యేపని కాదది. జీరో గ్రావిటీలో అలవాటు లేకుండా శూన్యంలో నడవడం, మరొక వ్యక్తిని లాక్కురావడం నీ వల్ల అయ్యేపని కాదు. డాక్టర్ ఫిలిప్స్ అంతకంటే బలహీనంగా వున్నాడు. ఏం చెయ్యాలో తోచడం లేదు" యశ్వంత్ స్వరం గద్గదికమైంది.

"అయినా సరే ప్రయత్నిస్తాను. నా ప్రాణాలు పోయినా ఫర్వాలేదు. పర్మిషన్ ఇవ్వండి" అంది ఏడుస్తూ అనూహ్య,

"అనూ" మృదువుగా పిలిచాడతడు. అనూహ్య తలెత్తి చూసింది. అతడలా పిలిచి చాలా కాలమయింది.

"ఒకప్పుడు యిలాంటి పనిస్థితిలోంచే నన్ను రెండుసార్లు కాపాడిన వ్యక్తి అలా అసహాయంగా శూన్యంలో కదలిపోతుంటే చూస్తూ ఊరుకుంటానని ఎలా అనుకుంటున్నావు? లే, వెళ్ళి నాకు స్పేస్ సూట్ తెచ్చి పెట్టు. కొంచెం సాయం చెయ్యి. నేనే వెళతాను."

"కాసేపు నిలబడితే కళ్ళు తిరిగి పడిపోయేలా వున్నారు. మీరా వెళ్ళేది? వద్దు."

"ఫర్వాలేదు. ఆ మాత్రం రిస్క్ తీసుకోక తప్పదు. నిఖిల్ నిలబడలేని స్థితిలో వున్నాడు. స్పేస్‌సూట్ తీసుకురా. అలాగే డాక్టర్‌ని ఒకసారి ఇలా పిలువు." అనూహ్య లోపలికి వెళ్ళింది. యశ్వంత్ నీరసంగా కళ్ళు మూసుకున్నాడు. అతడికి తెలుస్తోంది తను వెళ్ళగలిగే స్థితిలో లేనని.

"యశ్వంత్, డాక్టర్ ఫిలిప్స్ ఎక్కడా కనిపించడం లేదు." గాభరాగా వచ్చింది అనూహ్య.

"సరిగ్గా చూడు."

"అంతా చూశాను. ఎక్కడా లేదు" ఆమె చెపుతూండగానే 'వే అవుట్' తెరుచుకున్న శబ్దం వచ్చింది. యశ్వంత్ చప్పున కెమెరా ఆన్ చేశాడు.

ఎయిర్ లాక్ సిస్టమ్ రిలీజ్ చేసి స్పేస్‌సూట్‌తో బయటకు వెళుతున్న ఫిలిప్స్ కనిపించాడు.

"వద్దు డాక్టర్, వెనక్కు రండి. మీ వల్ల అయ్యేపని కాదు" గాభరాగా పిలిచాడు యశ్వంత్.

"ఫర్వాలేదు. ప్రాక్టికల్ అనుభవం లేకపోయినా ట్రెనింగ్‌లో శూన్యంలో నడిచాను. ప్రయత్నం చేయనివ్వండి" ఫిలిప్స్ కంఠం బైట ద్వారంనుంచి వినిపించింది. అనూహ్య వేగంగా బైటకు పరుగెత్తింది.

కొద్దిరోజుల క్రితమే యశ్వంత్‌కి తనరక్తం ఇచ్చాడు ఫిలిప్స్. పైగా ఆ ఇద్దరి అనారోగ్యంతో అతడికి విశ్రాంతి లేక చాలా బలహీనంగా వున్నాడు. శూన్యంలో కదిలే మనిషిని పట్టుకు నడిపించడానికి చాలా శక్తి కావాలి.

"డాక్టర్, నా మాట వినండి. వెనక్కు వచ్చెయ్యండి" మళ్ళీ పిలిచాడు యశ్వంత్.

మైక్‌లో ఫిలిప్స్ కంఠం "సారీ యశ్వంత్" అని వినిపించింది.

యశ్వంత్ లేచి, అతన్ని వారించటానికి బైటకి రాబోయేడు. ఆ గది తలుపు మూసుకుపోయింది. అప్పటికే అనూహ్య బయట గదిలోకి చేరుకుంది. డాక్టర్ ఫిలిప్స్ ఆయత్తమవుతున్నాడు.

వాయుపుత్రని, వాహనాన్ని బంధించి వుంచిన తాడు వదులు అవుతోంది. అంత వేగంలో, పరస్పర వికర్షణ శక్తితో ఆ బరువుని పట్టుకొని వుంచటం కష్టమే. న్యూట్రన్ రెండో చలన సూత్రం విలయతాండవం చేస్తూ మనిషిని పరిహసిస్తోంది.

"వద్దు డాక్టర్, మీకా శక్తి లేదు."

డాక్టర్ ఫిలిప్స్ ఆగాడు. "వాయుపుత్రని రక్షించగలిగానా – సరే! లేకపోయినా నా అవసరం మీకంతగా లేదు. ఏయే అనారోగ్యాలకు ఎలాటి మందులు వాడాలో బ్రహ్మవిద్యకి ఫీడ్‌చేసి వుంచాను–"

"డా... క్ట....ర్..." అంది అనూహ్య.

మాస్క్‌లో ఫిలిప్స్ మొహం కనపడటంలేదు.

చెయ్యి సాచేడు. ఆమెకు అర్థంకాలేదు. అప్రయత్నంగా షేక్‌హేండ్ ఇచ్చింది.

"నీ మనసులో మాట తొందరగా వాళ్ళిద్దరికీ చెప్పెయ్యి అనూహ్యా! సమస్య వేగంగానూ బలంగానూ పెరిగి బాధపెట్టేది మనసులోనే..... బయటకొస్తే అది బలహీనమవుతుంది. ఇది నేను నీ కిచ్చే చివరి సలహా అనుకుంటాను."

"ఏమిటది? ఏమిటి-డాక్టర్ మీరంటున్నది?" గాద్గదికంగా అడిగింది. ఆయన బైటకి అడుగుపెడుతూ అన్నాడు.

"నాకు సిక్త్‌సైన్స్ మీద నమ్మకం వుంది అనూహ్యా."

……

పరిస్థితి అంతవరకూ వచ్చాక యశ్వంత్ మామూలు కమాండర్ అయిపోయాడు. ఫిలిప్స్ చేస్తున్న పనిని తమ ముగ్గురిలో ఎవరో ఒకరు చెయ్యవలసిందే, లేకపోతే వాయుపుత్ర దక్కడు.

ఆలోచన వచ్చాక అతడు సూచన్లు ఇవ్వటం ప్రారంభించాడు. "డాక్టర్, నేను చెప్పినట్లు చేయండి. స్పేస్‌షిప్‌ని పట్టుకుని సగంవరకు నడవండి. సోలార్ మిగ్ దగ్గర ఆగండి."

ఫిలిప్స్ అంతవరకు చేరుకున్నాడు.

"వాయుపుత్ర ఎంత దూరంలో వున్నాడు?"

"రెండు వందల గజాలు"

తయశ్వంత్ నౌకను మళ్ళీ కదిలించాడు.

"చాలు నేను అందుకోగలను" అన్నాడు ఫిలిప్స్.

తెరమీద అతడు వాయుపుత్రని చేరుకోవడం గమనించాక ఊపిరి పీల్చుకుంది అనూహ్యా.

ఫిలిప్స్ వాయుపుత్ర నడుముకున్న బెల్ట్ పట్టుకున్నాడు. మెల్లిగా వెనక్కు ఈదడం ప్రారంభించాడు. స్పేస్‌సూట్ బరువెక్కి నట్లనిపిస్తోంది. గుండెల్లో చిన్న మంట ప్రారంభమయిందతనికి. భారరహిత స్థితిలో అతని శరీరం అతడి సూచన్లకి ఎదురు తిరుగుతోంది. డాక్టరుగా ముప్ఫై సంవత్సరాల అనుభవం అతడిది. గుండె చెపుతున్నది తెలుసుకోగలడు.

వాయుపుత్రని ద్వారం దగ్గరకు చేర్చేసరికి అతడి గుండెల్లో భారం ఎక్కువయింది. తలుపు తెరుచుకునే బటన్ నొక్కాడు. వాయుపుత్రని మెల్లిగా లోపలకు తోశాడు. అతడి కళ్ళు నిశ్చింతగా మూసుకున్నాయి. పెదవులమీద చిరునవ్వు వెలిసింది. భూమి దిశగా చూశాడు. అక్కడేమీ లేదు. నిరంతర శూన్యం.

"డాక్టర్! మీరూ లోపలకు రండిక" అంటున్న యశ్వంత్ పిలుపు అతడికి వినిపించలేదు. నిర్జీవమైన అతడి శరీరం నెమ్మదిగా నౌకకి దూరమయింది. కనెక్షన్ ఎప్పుడో తీసేసేడు. భూలోకవాసులు ఏర్పాటుచేసిన శవపేటికల సంగతి బహుశ అతడికి తెలియక పోవచ్చు. ఎయిర్ లాక్ డోర్ క్లోజ్ చేశాడు యశ్వంత్.

"కమాన్! క్విక్ డాక్టర్! ఏం జరిగింది?" అనూహ్య అరుస్తోంది. ఆమె మనసంతా రెండుచేతుల్తో ఎవరో నొక్కి పెట్టినట్టుంది!! డాక్టర్ ఫిలిప్స్ శరీరం క్రమక్రమంగా నౌకనుంచి దూరమవుతూంది. నౌక వెనుకభాగంలో ఏం జరుగుతూ వున్నది యశ్వంత్‌కి, నిఖిల్‌కి తెలిసే అవకాశం లేదు. తెలియజెప్పే ప్రయత్నం కూడా ఆమె ఏమీ చెయ్యలేదు. అనవసరం కూడా!

ఆమె అలా చూస్తూనే వుంది. బృహస్పతి గ్రహపు అమ్మోనియం మేఘాల పొరల వెనుక డాక్టర్ ఫిలిప్స్ శరీరం అదృశ్యమైపోయింది. ఆమె దృష్టి నీటిపొరలు వెనుక మసకబారింది.

డాక్టర్ ఫిలిప్స్!!!

ఇంట్రావర్ట్ కావటంతో అతడు యశ్వంత్‌కి బాగా దగ్గిరయ్యాడు. నిఖిల్‌ని పుత్రవాత్సల్యంతో చూసుకునేవాడు. తనువేసే జోకులకి మనసారా నవ్వే వ్యక్తిగా వాయుపుత్ర మెప్పుపొందాడు. అటువంటివాడు ఇకలేడు.

భూమికి కొన్ని కోట్ల మైళ్ళ దూరంలో, కుతకుత ఉడికే భాస్వరపు మంటల్లో అతడి శరీరం దహనమైపోయింది. అతడి ఆత్మశాంతికోసం అనూహ్య అలాగే మౌనంగా నిలబడింది.

"ఏమైంది? ఏమైంది అనూహ్య" మైక్‌లో యశ్వంత్ కంఠం వినపడుతూనే వుంది.

5

"మీ నాన్న నీకు జాబిల్లిని తెచ్చిపెడతాడు. బువ్వ తిను" శ్రీజ ఆరునెలల పాపకి గోరుముద్దలు తినిపిస్తోంది. ఆమె తల్లి కళ్ళలో నీళ్ళు తిరిగాయి. మొదట్లో సిల్లీగా అనిపించినా శ్రీజలో ధైర్యం, పట్టుదల చూశాక వాళ్ళ మనసులు మారిపోయాయి. పాప వాళ్ళకి ఆప్తురాలయిపోయింది.

శ్రీజ ఒక్క నిమిషం ఊరికే కూర్చోదు. పగలంతా స్కూల్లో పాఠాలు చెపుతుంది. రాత్రిళ్ళు అనాథశ్రయాల్లో పిల్లల బాగోగులు చూస్తుంది. ఏ ఒక్కక్షణం తీరిక దొరికినా కూతురితో గడుపుతుంది. అంతరాంతరాల్లో ఎంత వ్యథ ననుభవిస్తుందో తెలియదుగాని పైకిమాత్రం ఆమె అంత ఉత్సాహవంతురాలు మరి లేదనిపిస్తుంది.

రోదసీలోకి వెళ్ళిన బృందంనించి వార్త వచ్చి నెలలు దాటి పోయింది. అయినా ఆమెలో నిరాశ కనిపించలేదు.

"ఇంతవరకు ఏ మానవమాత్రుడికి సాధ్యపడదనుకున్న కార్యం నిర్వర్తించడానికి వెళ్ళారు. వాళ్ళలో వున్న పట్టుదల, కార్యదీక్షలో సగమైనా మనలో లేకపోతే ఎలా!" అనేది.

రోజులు నెలలయ్యాయి. అంతరిక్ష నౌక సౌరకుటుంబం పరిధిని దాటిపోయిందని మాత్రం తెలుసు. ఆ నౌక నుంచే వర్తమానం లేదు.

అంతరిక్ష నౌక ప్రయాణం చేస్తున్న వేగంతో పోల్చుకుంటే- దాన్నించి వార్త పంపటం కోసం నిశ్చయంగా దాని వేగం తగ్గించాలి. భూమినుంచి ఎలాగూ దానికి వార్తలు చేరవు. (తరంగాల వేగం కంటే నౌక వేగం ఎక్కువ కాబట్టి)

ఇప్పుడు కేవలం భూమిమీదకు వార్త పంపటం కోసం నౌక వేగాన్ని తగ్గించి, తిరిగి పెంచటంకోసం సౌరశక్తిని వృథాచేయటం అనవసరమని యశ్వంత్ అభిప్రాయపడ్డాడు. ఎర్త్ కంట్రోలు వారు కూడా అలాగే భావించారు. ఎంతో ప్రాముఖ్యత వున్న విషయమైతే తప్ప, లేకపోతే వార్తలు పంపనవసరం లేదని సూచనల్నిచ్చారు.

ఆ తరువాత నౌకనుంచి వార్తలు రావటం మానేసినయ్!

ప్రజల్లో కూడా ముందున్నంత కుతూహలం, భయము యిప్పుడు లేవు. ప్రమాదం అంచునే పొంచి వుందని తెలుసు. కానీ దానిగురించి వాళ్ళు మర్చిపోయారు. జాతి లక్షణమే అంతకదా. అడవుల కొట్టివేత నుంచి, వాతావరణ కాలుష్యం వరకూ ప్రమాదం ముంచుకొస్తే తప్ప ఆలోచించరు.

శాస్త్రజ్ఞులు, ప్రమాదం యొక్క తీవ్రత తెలిసినవారు మాత్రం- ఆ అంతరిక్ష నౌక క్షేమంకోసం ఆతృతగా ఎదురు చూస్తున్నారు. అందులో శ్రీజ ముఖ్యురాలు. నౌక బయల్దేరిన సంవత్సరం తరువాత ఒక వార్త వచ్చింది. చిన్న వార్త.

"మా సభ్యుల్లో ఒకరైన డాక్టర్ ఫిలిప్స్ మరణించారని తెలియజేయటానికి విచారిస్తున్నాము-"

* * *

అంతరిక్ష నౌక పాలపుంతవైపు సాగిపోతోంది, గ్రహాంతర వాసుల్ని పిలుస్తూ నౌకనుంచి తరంగాలు నిరంతరం వెల్వడుతూనే వున్నాయి. అవతలివైపునుంచి జవాబు మాత్రం లేదు.

ఆహార నిల్వల గురించిగానీ, ప్రయాణం గురించిగానీ విచారంలేదు. తమ జీవితాలు ఈ నౌకలోనే కడతేరిపోయినా ఫర్వాలేదు. వారి విచారమల్లా 'మాయాస్'

గురించే. సూర్యుడికి వారు చేసే అపకారం వల్ల మానవజాతి ఏమవుతుందనే దిగులు. వీటన్నిటికన్నా భయంకరమైంది- మొనాటనీ! అంత చిన్న అంతరిక్ష నౌకలో కేవలం నలుగురే గంటలు... రోజులు.... నెలలు....... న....లు......గు....రే!!

ఫిలిప్స్ మరణం తరువాత ప్రయాణంలో మునుపటి హుషారు తగ్గింది.

ప్రయాణం యాంత్రికమైంది. చుట్టూ దృశ్యాలు మాత్రం అద్భుతంగా వున్నాయి. పైకి అద్భుతంగా కనపడినా, అది అత్యంత ప్రమాదరకమైన జోన్ అని వారికి తెలుసు. కొన్ని వేల వందల డిగ్రీల హీటు, రేడియేషన్‌ల మధ్యనుంచి ప్రయాణం...

అనూహ్యకి అకస్మాత్తుగా నిద్రనుంచి మెలకువ వచ్చింది. ఎదురుగా వాయుపుత్ర ఆమెనే చూస్తూ కూర్చుని వున్నాడు. ఆమె చప్పున అరవబోయింది, ఆమెని చేత్తో ఆపుచేస్తూ- "ఇక నేను ఆగదల్చుకోలేదు. ఈ రోజు ఈ విషయం తేలిపోవాలి-" అంటూ దగ్గరికి లాక్కొన్నాడు.

"వదులు, వదులు వాయూ" గింజుకుంది. "ప్లీజ్... రాక్షసుడివి అవకు-"

"మనిషిని రాక్షసుడ్ని చేసేది నీలాంటి ఆడవాళ్ళే. నీ మనసుని సరియైన మార్గంలో పెట్టాలంటే ఇదొక్కటే మార్గం-లేకపోతే అది ఇష్టం వచ్చినట్టు ఆడుకుంటుంది. నన్ను ఆడిస్తుంది-"

"వద్దు, నన్ను బలవంతం చెయ్యకు. డోన్ట్ ఫోర్స్‌మీ-" ఆమె అరిచింది. గదిలో బెల్ మ్రోగింది. స్పీకర్‌లోంచి యశ్వంత్ కంఠం "ఎనీ ట్రబుల్?" అని వినిపించింది.

వాయుపుత్ర ఆవేశం క్షణాల్లో దిగిపోయింది.

"ఏమీ లేదు" జవాబు యిచ్చి స్పీకర్ ఆఫ్‌చేసి ఆమె అతడి వైపు స్థిరంగా చూసింది. ఇక చెప్పెయ్యవలసిన సమయం వచ్చింది. ఈ తాడుని తెగేవరకూ లాగకూడదు.

"అలా కూర్చో వాయూ" అంది. ఆమె కంఠంలోని కమాండ్‌కి అతడు అప్రయత్నంగా కూర్చున్నాడు.

"కొన్నాళ్ళ క్రితమే నేను నీతో ఆ విషయం ప్రస్తావించాలనుకున్నాను వాయూ. డాక్టర్ ఫిలిప్స్ నాకెంతో ధైర్యం చెప్పాడు. కాని అనుకోకుండా అయిపోయింది."

"నీ మనసులో మాట నాతో చెప్పటానికి సందేహించావా? డాక్టర్ ఫిలిప్స్ ఎందుకు మధ్యలో?"

"నీకు తెలియదు వాయూ, మానసికంగా చాలా కృంగిపోయాన్నేను. ఇప్పటికీ నా మనసు నా చెప్పుచేతల్లో వుండనంటోంది. అతడినుండి నేను విడివడ లేకుండా వున్నాను."

"నువ్వతడినింకా మర్చిపోలేక పోతున్నావా అనూహ్యా? అతడి నుంచి విడిపోయి ఎన్నాళ్ళోదాటింది. లక్షల కోట్ల మైళ్ళ దూరంలో వున్నాడు. అయినా..."

"అతడంత దూరంలో లేడు వాయూ- మన మధ్యనే వున్నాడు."

"మన మధ్యన అంటే యూ మీన్...?" వాయుపుత్ర షాక్ తిన్నాడు. మాట పూర్తి చేయలేకపోయాడు.

"అవును. యశ్వంతే."

దూరంగా రెండు ఆస్టరాయిడ్స్ ఢీ కొన్నట్టు కంపనం. మనసులో పరస్పర విరుద్ధ భావాలు. విస్ఫోటనం. వాయుపుత్ర స్థాణువై నిలబడిపోయాడు. అతడి జీవితంలో ఇలాంటి షాక్ ఎప్పుడూ తగల్లేదు. యశ్వంత్ ...యశ్వంత్... అతడు తప్ప వేరే ఎవరైనా కేరేపిన్ అనేవాడు అతడు. కానీ... కానీ ... తన ప్రియురాలి మాజీ భర్త.

"అతడే వాయూ. అతడిని ప్రేమిస్తావు. పూజిస్తావు. అతడంటే నీక్కూడా ఎంతో భక్తి. నీకే అలా వుంటే మరి భర్తగా నా మనసులో ఎలాంటి భావం కలుగుతుందో అర్థం చేసుకోలేవా? అతడికి సంతోషాన్నివ్వకపోగా అతడి ఎదుటే మరొకరితో చనువుగా మెలగడం... ఉహు నాకు సాధ్యంకాదు. ఈ ఘర్షణతో నలిగిపోతున్నాను" అనూహ్య రెండు చేతులతో ముఖం కప్పుకుంది. అతడు ఇంకా తేరుకోలేదు.

యశ్వంత్ వ్యక్తిత్వం తనకు తెలుసు. మేరుపర్వతం అది. అలాంటి వ్యక్తి మనసులో ఇంకా అనూహ్య పట్ల ప్రేమ వుంటే... అతడి ఎదురుగా తను ఆమెతో సరసాలాడగలడా, కనీసం నవ్వుతూ మాట్లాడగలడా?

మనసులోనూ బయటా భయంకరమైన శూన్యం చాలా సేపటికి తేరుకున్నాడు. నెమ్మదిగా "అనూహ్యా" అని పిలిచాడు. అనూహ్య తలెత్తి చూసింది.

"నీ భర్త యశ్వంత్ అని తెలియనప్పుడు యిన్నేళ్ళయినా నీకు నీ భర్తపట్ల తరగని అభిమానం చూసి ఆశ్చర్యపోయే వాడిని. అతడెవరో తెలిశాక నీ బాధను పూర్తిగా అర్థం చేసుకోగలుగుతున్నాను. నిన్ను భార్యగా పొందిన అతడెంత అదృష్టవంతుడో అనుకునేవాణ్ణి. కాని అతన్ని భర్తగా పొందిన నువ్వెంత అదృష్టవంతురాలివో ఇప్పుడు అర్థం అవుతోంది. అతడిపట్ల నీకింకా గౌరవం

వుంది. ప్రేమ వుంది. అందుకే నీలో ఈ ఘర్షణ. అది నేను అర్థం చేసుకోగలను. అతడి కళ్ళలో నీలి నీడలకు అర్థం కూడా ఇప్పుడే తెలిసింది. కాబట్టి ....” అతడు ఆ గాడు.

అనూహ్య అనుమానంగా తలెత్తింది.

“అతడే నీకు తగినవాడని నేననుకుంటున్నాను” అతడు ఒక క్షణం ఆగి అన్నాడు. “అనూహ్యా, నేను నిన్ను గాఢంగా ప్రేమించాను నిజమే. కానీ, మీరిద్దరూ ఒకరినొకరు ప్రేమించుకుంటున్నారు. అతడి కళ్ళలో జీవం పోయడానికి ప్రాణాలన్నా ఇవ్వవచ్చుననుకునే వాళ్ళం నేను, నిఖిల్! దానికోసం నా ప్రేమని వదులుకోవటం అదృష్టంగా భావిస్తున్నాను. వెళ్ళు అనూహ్యా, అతడి కళ్ళల్లో వెలుగులు నింపు. నా అంత సంతోషించేవాళ్ళు మరొకరుండరు” అతడామెని చూడలేక మొహం తిప్పుకున్నాడు.

ప్లేబాయ్‌లా జీవితాన్ని అతి తేలిగ్గా తీసుకునే అతడిలో ఎంతటి ఉదాత్తభావాలు! యశ్వంత్‌పట్ల అతడికున్న భక్తికీ, గౌరవానికీ ఆమె చలించిపోయింది. లేచి వెళ్ళిపోయింది. యశ్వంత్ దగ్గరికికాదు. తన గదిలోకి.

* * *

“అనూహ్యా! పిలిచావట”

లాబరేటరీలో బిజీగా వున్న అనూహ్య వెనక్కు తిరిగింది. అలసిపో, ముఖంనిండా పులుముకొంటున్న సంతోషఛాయలతో అందంగా మెరుస్తోంది.

“అవును యశ్వంత్, నా పరిశోధన ఫలించింది. అది ముందుగా మీకే చెప్పాలని పిలిచాను,”

“కంగ్రాట్స్, ఏదీ చూపించు”

కంటెయినర్‌లో పచ్చరంగు ద్రవాన్ని అనూహ్య చూపించింది. “యాంటి బాక్టీరియల్, యాంటి వైరస్ సొల్యూషన్.”

“ఏ వైరస్, ఏ బాక్టీరియాలకి!” అడిగాడు.

“ఏదైనా సరే. సామాన్యమైన జలుబు నుంచి కాన్సర్, ఎయిడ్స్, టి.బి,ల వరకు అణుపరిణామంలో శరీరాన్ని ఆక్రమించుకునే అతి సూక్ష్మక్రిమిని చంపేస్తుంది అనుకుంటున్నాను. దీని వాక్సిన్ కూడా త్వరలో తయారుచేస్తాను. అప్పుడిక జబ్బులు అంటుకోవడం, పెరగడం వుండవు” ఆమె మాటలు పూర్తికాలేదు. యశ్వంత్ ఆమె చేతులు పట్టుకుని వూపేశాడు. అతడంత ఆనందంగా వుండే క్షణాలు అరుదు.

"రియల్లీ! ఎంతటి శుభవార్త. ఈ వార్త వెంటనే భూమికి పంపిస్తాను. ఫార్ములా కూడా పంపుదాం. ఇప్పుడు కాకపోయినా కొన్నాళ్ళకయినా అందుతుంది. ఎనీ వే - అయామ్ వెరీ హేపీ- మిగతా ఇద్దరికీ చెబుతా వుండు ఈ శుభవార్త" అతడు వెళ్ళబోయాడు.

"నేనీ ప్రయోగం చేస్తున్నట్టు వాయుపుత్రకి తెలుసు."

"ఏమన్నాడు-"

"గెలక్సీ అంచు దాటవచ్చుగానీ, మనిషి జలుబు నయం చేయటం అసాధ్యం అన్నాడు. బాగా చలిలో నిలబడి జలుబు తెచ్చుకుంటాడట. తనమీద ప్రయోగం చేసి నయం చెయ్యమన్నాడు."

"అతడంతే, ప్రతిదాన్ని తేలిగ్గా తీసుకుంటాడు. నేను వెళ్ళి యీ వార్త చెబుతాను."

ఆమె దాని గురించి అంత ఉత్సాహం చూపించలేదు.

"యశ్వంత్" పిలిచింది సందేహంగా.

"ఏమిటి?"

"కొద్దిరోజులుగా మీతో ఒక విషయం చెప్పాలనుకుంటున్నాను."

"ఏమిటి? వాయుపుత్ర విషయమేనా?"

"అంటే... అంటే.... మీకు తెలిసిపోయిందా?"

"నువ్వు ఉత్తరంలో వ్రాశావుగా?"

ఆమె స్థబ్దురాలైంది. ఆమె దాన్ని వూహించలేదు. "ఆ.... ఆ ఉత్తరం మీకు అందిందా?" అంది తడారిన గొంతుతో.

"అందింది" అన్నాడు క్లుప్తంగా. ఆమెకి ఏం మాట్లాడాలో తెలియలేదు. ఆ గదిలో నిశ్శబ్దం ఆమెని భయపెట్టింది. అంతలో అతను ఆమె దగ్గిరగా వచ్చాడు-"అనవసరంగా నీ జీవితంలోకి తిరిగి ప్రవేశించానేమోనని బాధపడ్డాను. నన్ను నమ్ము అనూహ్యా! ఆ రోజు చంద్రుడి మీదకు జారిపోతూ నా జీవితానికి చివరి క్షణాలే అనుకున్నాను. అందుకే నీతో ఆఖరిసారి మాట్లాడాలని కోరుకున్నాను. అది నీకెంత మనస్తాపం కలిగించిందో మొన్ననే అర్థమయింది. నేనే మీ యిద్దరితో ఈ విషయం గురించి ప్రస్తావించాలనుకున్నాను. కాని అంతలోనే మన యాక్సిడెంటు, ఫిలిప్స్ మరణం... సరే అదంతా వదిలెయ్. ఈ రోజే వాయుపుత్రతో మాట్లాడతాను."

"నేను మాట్లాడాను యశ్వంత్. ఆ విషయం సెటిల్ చేసుకున్నాను. అతడు కూడా నా విషయం అర్థం చేసుకున్నాడు."

"అంటే?"

"నాకు మీ మీద ప్రేమ చచ్చిపోలేదని, అంతరాంతరాల్లో నేను యింకా మిమ్మల్నే కోరుకుంటున్నానని అతడంటాడు."

"పొరపాటు పడుతున్నాడు. నీకు నా పట్ల వున్నది గౌరవం మాత్రమే. ఎన్ని జన్మలెత్తినా మనం అరమరికలు లేకుండా దగ్గరకాలేం. మనకు ఒకరిపట్ల ఒకరికున్నది ప్రేమకాదు. భక్తి. అది కాదు కావలసినది. మీరిద్దరూ త్వరలో వివాహం చేసుకోండి. తర్వాత ఎలాంటి సమస్యలూ వుండవు."

ఆమె వెంటనే సమాధానం చెప్పలేదు. శక్తులన్నీ కూడగట్టుకున్నది. "నేను చెప్పాలనుకున్నది అదికాదు 'మీ ముందు' నేను ధైర్యంగా ఏదీ చెప్పలేను. అందుకే తడబడి ఒకదానికొకటి చెపుతుంటాను. కాని యిప్పుడు నా మనసు నిశ్చలమైంది. నాకు కావలసిందేమిటో ఫిలిప్స్ మరణంతో తెలిసింది. ఆయన గురించి మీకు బాగా తెలీదు. నన్ను కూతురిలా చూసుకునేవాడు. మేము ఎన్నో మాట్లాడుకునే వాళ్ళం. అతడు చిన్ననాటి నుంచి ఎవరి ఆప్యాయతను నోచుకోలేకపోయాడు. అమ్మా, నాన్నా, అక్క చెల్లి, అన్న, తమ్ముడూ, ఎలాంటి అనుబంధాలు లేవు. ఎవర్నీ ప్రేమించలేదు. కాని ఎప్పుడూ ఎంత సంతోషంగా వుండేవాడు! ఇప్పుడు నేను కనుక్కున్న ఈ యాంటీ వైరస్ పరిశోధనల్లో అతడికీ భాగం వుంది యశ్వంత్! సర్వ మానవాళికీ అతడు ఆత్మీయుడే! వాళ్ళకోసం యాభై సంవత్సరాలుగా కృషి చేశాడు. వాళ్ళకోసమే ఆహుతి అయిపోయాడు. పైకి అసలు కనపడడు కదూ. నిజమైన గొప్పతనం అంటే అది! నన్ను చూడండి! ఇద్దరి మగవాళ్ళ ప్రేమలో ఎవర్ని ఎన్నుకోవాలో అన్న సందేహంలో జీవితాన్ని వ్యర్థం చేసుకుంటున్నాను నేను. ఎంత అల్పమైంది నా సమస్య! నాకిప్పుడు తెరిపిగా వుంది. నాకు మీరూ కావాలి, వాయుపుత్రా కావాలి. కేవలం మంచి స్నేహితులుగా! మనిషిగా పుట్టినందుకు నా జాతికోసం నేను చేయగలిగిందంతా చేస్తాను. బ్రతికి బయటపడి భూమికి వెళ్ళినా నా పరిశోధనలకు ప్రాణం పోస్తాను. నా ఈ నిర్ణయం చెప్పాలనే మిమ్మల్ని ఆగమంది" చెప్పేసి ఆమె తేలిగ్గా ఊపిరి పీల్చుకుంది. అగ్నిపర్వతాలు పేలలేదు. భూకంపాలు రాలేదు.

"చాలా మంచి నిర్ణయం అనూహ్యా. గుడ్‌లక్" యశ్వంత్ నవ్వి వెళ్ళిపోయాడు.

సమస్యని వెంటనే అర్థం చేసుకుని నిర్ణయాలు తీసుకునే వాళ్ళు ఇద్దరే. మేధావులు... కంప్యూటర్లు....

* * *

"రేపట్నుంచి మరో బిడ్డను మొయ్యాలి నేను" అంది బ్రహ్మవిద్య.

"అదేం పాపం. ఇప్పటికి ఎంతమందిని మోస్తున్నావేంటి?" అడిగాడు నిఖిల్.

"మీ అందరి పిల్లల్నీ మోస్తున్నాను. ప్రతివాళ్ళూ ఏదో ఒక పరిశోధన చేయడం అది నా కడుపున పడెయ్యడం అలవాటయి పోయింది. నిన్నటిదాకా అనూహ్య మందులూ మాకులూ నూరి పోసింది. రేపట్నించి యశ్వంత్ పాటలూ, పద్యాలూ నింపుతాడట."

"అదేమిటి యశ్వంత్! మీరు కవి, గాయకుడూ అని నాకు తెలియదే" ఆశ్చర్యంగా అన్నాడు వాయుపుత్ర. యశ్వంత్ నవ్వి "సహజ అయస్కాంత శక్తికి అతీతంగా శూన్యంలో అల్ట్రాసానిక్ శబ్దాల ఉత్పత్తి కనుక్కున్నాను. ఎందుకైనా పనికొస్తుందని కంప్యూటర్‌లో భద్రపరిచాను" అన్నాడు. అని, చివర్లో మళ్ళీ తనే- "మనుష్యుల్ని పిచ్చెక్కించటానికి తప్ప అవి మరెందుకూ పనికి రావనుకోండి ఆఫ్‌కోర్స్!" అన్నాడు.

"మేము భూలోకం చేరినా చేరకపోయినా నువ్వు చేరగలవని మా ఆశ. అప్పుడు మా పరిశోధనలన్నీ అందరికీ ఉపయోగపడతాయని ఓ ధైర్యం. అందుకే నిన్ను 'ఫీడ్' చేస్తున్నాం" అంది అనూహ్య.

"మీరు లేకుండా నేనెలా వెళతాను మానవ లోకానికి- అసంభవం."

"ఎందుకు సంభవం కాదు? మాకు వయసు పైబడుతోంది. ఎన్నాళ్ళుంటామో తెలియదు. నీ విషయం వేరు" అన్నాడు యశ్వంత్.

బ్రహ్మవిద్య మాట్లాడలేదు.

"ఏం కోపం వచ్చిందా? అలిగావా?"

"నాతో కాస్సేపు మాట్లాడకండి."

"అబ్బో నిజంగానే కోపం వచ్చిందా?"

"ఉండండి. అది కోపం కాదు, నన్ను మాటల్లో పెట్టేశారు. మనకేదో..." మాటలు పూర్తికాలేదు.

ప్రమాదాన్ని సూచిస్తూ కంట్రోలు రూం ఎర్రటి వెలుగుతో నిండిపోయింది.

యశ్వంత్ గాభరాగా అన్ని ఛానెల్స్ పరీక్షించాడు. ఎక్కడా ఎలాంటి క్లూ కనిపించడంలేదు. టెలిస్కోపిక్ ప్యూయర్ తెరమీద ఫోకస్ చేశాడు. దూరంగా, సన్నటి మబ్బుతెర కనిపిస్తోంది.

"అదేమిటి బ్లాక్‌హోలా?" అడిగింది అనూహ్య.

"కాదు బ్లాక్‌హోల్ కనిపించదసలు" అంటూ యశ్వంత్ నౌకను మరో పక్కకి తిప్పాడు. ఏం జరిగిందో చెప్పటానికి కంప్యూటర్ మొండికేస్తోంది. కేవలం మబ్బుని చూసి ప్రమాద హెచ్చరిక ఎందుకు వచ్చిందో ఆ నలుగురికీ అర్థంకావటం లేదు.

"ప్రమాదం ఎటు వుందో.." అని అతడుండగానే అజ్ఞాతమైన వాయుగుండం సుహృద్భావ్ దరిదాపుల్లోకి వచ్చేసింది. క్షణాల్లో అది నౌకని దాటి వెళ్ళిపోయింది. అందరూ తేలిగ్గా ఊపిరి పీల్చుకున్నారు. వారి ఆనందం ఎక్కువసేపు మిగల్లేదు.

కంప్యూటర్ నౌక దారి మారుస్తోంది. కానీ అప్పటికే ఆలస్యం అయిపోయింది. అనంతమైన అయస్కాంత శక్తి నోరు తెరచి నౌకని లోపలకు లాక్కుపోయింది.

మరుక్షణం కంప్యూటర్ నిర్జీవంగా అయిపోయింది, ఏ కంట్రోలు వాళ్ళ ఆధీనంలో లేదు. సమయం ఆగిపోయింది. గడియారాలు పనిచేయడం లేదు. బ్రహ్మవిద్య మూగబోయింది.

వాళ్ళ మెదడు తప్ప అన్ని పరికరాలు ఆ ఆకర్షణ శక్తికి లొంగిపోయాయి.

"బ్లాక్‌హోల్–" అరిచారెవరో. నౌక వేగం నాలుగురెట్లు అయింది. గిర్రున తిరుగుతూంది. "ఇక ఎంత సమయముంది? కొద్ది క్షణాల్లో ... నిముషాల్లో" అనుకున్నాడు యశ్వంత్. నౌక అగాథంలోకి జారిపోతూ వుంది. జా...రి... పో...తూ...నే వుంది.

అందులోంచి బయట పడడమన్నది అసంభవం. యశ్వంత్ నిస్సహాయుడుగా వెనక్కు వాలిపోయాడు. మిగతా ముగ్గురు కుర్చీలకు అతుక్కుపోయారు.

అదృష్టవశాత్తు నౌక తాలూకు ఆర్గిఫిషియల్ గ్రావిటీ ఆ శక్తికింకా లొంగలేదు. అదే జరిగిందంటే తామంతా ఆ నౌకలోనే సుడులు తిరుగుతూ ఈ పాటికి మాంసపు ముద్దలై పోయేవారు. యశ్వంత్‌కి మునుపటి అనుభవం గుర్తొచ్చి శరీరం జలదరించింది. భయంగా కళ్ళు మూసుకున్నాడు. కరెంట్ లేదు. క్షణాలు, నిముషాలు, గంటలు దొర్లిపోతున్నాయి. ఆకలి, దాహం మర్చిపోయాడు. భయం నిర్లిప్తతగా మారి ఆలోచనలను కూడా చంపేసింది. అది నిరంతర పయనం. ఇక ఆగదు. "అంతా అయిపోయింది" యశ్వంత్ అన్నాడు. జవాబు లేదు. అతడి కళ్ళు చీకటిలో వెతికాయి. ఆ ముగ్గురు అచేతనులై స్పృహతప్పి పడిపోయారు. ఎక్కడా

కదలికలేదు. అతడి కళ్ళు మూతలు పడ్డాయి. సుహృద్భావ్ అనంతమయిన వాయుగుండంలో సుడులు తిరుగుతూ పరుగిడుతోంది.

* * *

ప్రపంచ అంతరిక్షయాన సంస్థ ప్రెసిడెంట్ ముఖం టీ.వీ. తెరమీద కనిపించగానే, మనవడిని నిద్రపుచ్చుతున్నది కాస్తా పరుగున వచ్చి టి.వి. దగ్గర కూర్చుంది శ్రీజ. ఎంతో ముఖ్యమైన విషయం అయితే తప్ప మొత్తం మూడువందల చానెల్స్‌లో ఒకేసారి ఆయన ప్రసంగం అలా రిలే చెయ్యరు. ఆయన ముఖం చూస్తుంటే ఏదో వినకూడని వార్త వినిపించేవాడిలా వుంది.

"ఫ్రెండ్స్,

మీతో తరచు ఇలా మాట్లాడవలసి వస్తుండటం ఇంతకాలం నాకు చాలా సంతోషంగా అనిపించేది. ఇంతకాలంగా మీకు చాలావరకు శుభవార్తలే చెబుతూ వచ్చాను. కాని ఈ రోజు చివరిసారిగా మీకు అతి విషాదకరమైన విషయం తెలియజేయవలసి వస్తోంది. కాంతివేగాన్ని అధిగమించాక సుహృద్భావ్ నించి మనకు సంభాషణ ఆగిపోయింది. అప్పటినుండీ కొన్ని సిగ్నల్స్ ద్వారా దాని ఉనికి గురించి తెలుసుకుంటున్నాం. దాన్ని గురించి తెలిసిన వివరాలన్నీ మీకు ఎప్పటికప్పుడు తెలియపరుస్తూనే వున్నాను. అలాగే ఈ రోజున కంప్యూటర్ ద్వారా అందుకున్న సిగ్నల్‌ని బట్టి అర్థమయిన చివరి విషాదాన్ని మీ ముందుకు తీసుకొస్తున్నాను.

మన అంతరిక్ష వాహనం బ్లాక్‌హోల్‌కి బలయిపోయింది. ప్రమాదంలోకి వెళ్ళబోతూ ఆ మాత్రం మనకు తెలియచేయగలిగింది. ఒకసారి బ్లాక్‌హోల్‌లోకి వెళితే ఎట్టి పరిస్థితుల్లోనూ బయటపడటం సాధ్యం కాదని మీకు తెలుసు. ఇక ఇప్పట్లో మన తదుపరి కార్యక్రమం అంటూ కూడా ఏమీ లేదు. ఇక నాకు ఈ పదవితో, మీకు నాతో ఎలాంటి అవసరం లేదు. ఐదుగురి ప్రాణాలు తీసే నిర్ణయం తీసుకున్న అధికారిగా మిమ్మల్ని క్షమించమని వేడుకుంటూ నా రాజీనామాని కూడా ఆమోదించమని అభ్యర్థిస్తున్నాను. భగవంతుడనే వాడుంటే మానవజాతి భవిష్యత్తునీ, సూర్యుడినీ రక్షించమని అతడిని ప్రార్థిస్తూ శలవు తీసుకుంటున్నాను." టి.వి. నుంచి విషాద సంగీతం వినిపిస్తోంది. శ్రీజ అచేతనంగా కూర్చుండిపోయింది. ప్రక్కన పిల్లవాడు ఆడుకుంటున్నాడు. అన్ని రకాల జబ్బులను మనస్తాపాలను నయం చేసేది ఒకే మందు –కాలం.

6

వాయుపుత్ర కళ్ళు తెరిచాడు. చుట్టూ అంతా చీకటిగా వుందో లేక తనకళ్ళు పోయాయో అతడికి అర్థం కాలేదు. ఆ చీకటి అంత భయంకరంగా వుంది. రాత్రి చీకటికి కళ్ళు కొద్దిసేపట్లో అలవాటు పడతాయి. కానీ ఈ చీకటి అలా లేదు. భూమి లోపల వేల అడుగుల క్రింద సమాధి చేయబడ్డట్లనిపిస్తోంది. చెయ్యి ప్రక్కకు జరిపి చూశాడు. కుర్చీ అంచు తగిలింది. అంటే తను సుహృద్భావ్‌లోనే వున్నాడన్నమాట. అతడికి కొద్దికొద్దిగా గుర్తొస్తోంది.

వాహనం వేగంగా బ్లాక్‌హోల్ లోపలికి చొచ్చుకుపోవడం, తమ ఆధీనంలోంచి తప్పిపోయి వేగంగా సుడులు తిరగడం... ఆ తర్వాత కొన్ని సంవత్సరాలు గడిచిపోయాయేమో అన్నట్టు వుంది. ఆ చీకటికి అర్థం యిప్పుడు తెలుస్తోంది. తనింకా బ్లాక్‌హోల్ లోనే వున్నాడు. కాని ఏదో తేడా! వాహనం కదలకుండా నిలబడిపోయినట్లు వుంది. అంటే బ్లాక్‌హోల్ మధ్యలో ఆగిపోయుండాలి- అసంభవం. బ్లాక్‌హోల్ "అంతం" అంటూ లేదు. ఏదో జరిగింది. ఏమిటది?

వాయుపుత్ర చెయ్యి చాపి చూశాడు. మరో శరీరం చేతికి తగిలింది. నిఖిల్ అనుకుంటా అతడు లేవబోయాడు. శరీరం సహకరించలేదు. ఎక్కడనుంచో సంగీతం వినిపిస్తోంది లీలగా. అది సంగీతమా? కాదు తన భ్రమ.

అంతలో ఎవరో చిన్నగా నవ్విన చప్పుడు. ఆ నవ్వు మామూలుగా లేదు. ఎవరో నవ్వినట్లు శబ్దం చేసినట్లుగా వుంది. ఏంటీ భ్రమ? నవ్వినట్లు శబ్దం చేయాల్సిన అవసరం ఏమిటి?

"బ్రహ్మవిద్యా" పిలుస్తూ లేవబోయాడు. నడుముకి తగిలించిన బెల్టు అడ్డు పడింది. ఇదంతా కలకాదన్న నమ్మకం ఏర్పడింది. ఆ చీకటి దుర్భరంగా వుంది. భయం... భయం... ఎక్కడున్నాడు తను? వైతరణీ గర్భంలోనా?

"మీ మానవులు ఏ లోకంలో వున్నా స్వర్గ నరకాల గురించే ఆలోచిస్తుంటారు. భలే గమ్మత్తుగా వుంటుంది మీ ఆలోచన."

"ఎవరు మాట్లాడేది?" గట్టిగా అడిగాడు. ఎవరో మాట్లాడుతున్నారు అంటే... తమ అంతరిక్ష ప్రయాణం అంతా కలేనా? గదిలో పడుకుని నిద్రలో కలగంటున్నాడా?

".... ఎవరది?"

"మీరు అంత గట్టిగా అరచి మాట్లాడవలసిన అవసరం లేదు. మాకు సౌండ్ ఎలర్జీ. గట్టిగా మాట్లాడేవాళ్ళను సహించలేం."

"మేము అంటే... అంటే ఎవరు? మనుష్యులు కారా?" అతడి మనసు పరిపరివిధాల పోతోంది.

"అనవసరమైన ఆలోచనలతో బుర్ర పాడు చేసుకుంటావెందుకు? ఈ ఒక్కక్షణంలో నీ మనసులో వంద రకాల ప్రశ్నలు తలెత్తాయి. అవన్నీ అనవసరం కదా."

"చెవులకి వినిపిస్తోంది కళ్ళెందుకు కనిపించడం లేదు?" మనసులోనే అనుకున్నాడు.

"నీ కళ్ళు వెలుతురిని చూడడానికే అలవాటు పడ్డాయి. మా కళ్ళు అలా కాదు. వెలుతురూ, చీకటీ రెండూ ఒకటే మాకు."

"అంటే పిల్లి కళ్ళన్నమాట" కసిగా అనుకున్నాడు.

చిన్నగా నవ్విన శబ్దం "అంత చిన్న వాటితో పోల్చకు."

"నాకు వెలుతురు కావాలి ప్లీజ్" అభ్యర్థనగా అడిగాడు వాయుపుత్ర.

"క్షమించాలి. చాలాకాలంగా మీరు బ్లాక్‌హోల్‌లో వున్నారు. ఒక్కసారిగా వెలుగుచూస్తే మీ కళ్ళు పాడవుతాయి. అందుకే కొద్దికొద్దిగా వెలుతురు మెల్లగా వదులుతాం."

"ఏమిటీ మాయ. నిజంగా జరుగుతున్నట్లే అనిపిస్తోందేమిటి? నా వాళ్ళంతా ఏమయ్యారు? బ్రతికే వున్నారా?"

"మీ వాళ్ళకేం ప్రమాదం లేదు. ఇంకా స్పృహలోకి రాలేదంతే."

"మీరు ఎవరు? ఇదే లోకం. నేను మనసులో అనుకుంటున్నదంతా మీకెలా తెలుస్తుంది?"

"దీన్ని ప్లానెట్ 'వేగా' అంటారు. మీ భాషలో చెప్పాలంటే మిల్కీవే గాలక్సీ-చివరి అంచున 'ఫ్లోరా' అనబడే సూర్యుడి గ్రహం యిది."

"అంటే ప్లానెట్ ఆల్ఫా యిక్కడేనా?"ఆదుర్దాగా అడిగాడు వాయుపుత్ర.

"అవును. అది 'మా' సౌరకుటుంబంలో మరో గ్రహం. మొత్తం అయిదు గ్రహాలున్నాయి, మీ మనసులో మాట తెలుసుకోవడం గురించి అడిగావు. మీ కిదివరకే అనుభవం అయింది కదా! మీరు మనసులో అనుకున్నదంతా మాకు తెలుస్తుంది. మీరు ఆ విద్యకు టెలీపతి అని పేరు పెట్టుకున్నారు. ఆల్ఫాగ్రహవాసుల సందేశం అంది, మీరు బయలుదేరి వచ్చారు. దార్లో బ్లాక్‌హోల్‌లో చిక్కుకుపోయారు.

మా రాడార్ ఆ విషయం మాకు వెంటనే తెలియచేసింది. వచ్చి మిమ్మల్ని కాపాడగలిగాం. అక్కడి నుంచి మా గ్రహానికి తీసుకొచ్చాం...."

"బ్లాక్‌హోల్ నించి కాపాడడమా? ఇంపాజిబుల్."

"మాకు సాధ్యం కానిదేమీ లేదు. ఒకప్పుడు ఆకాశంలో పక్షిలా ఎగరడం అసాధ్యమనుకున్న మీ మనుష్యులు విమానాన్ని సృష్టించారు. అదే సిద్ధాంతం ఇక్కడ అన్వయించాలి. బ్లాక్‌హోల్ ఆకర్షణ శక్తికి మీ నౌక తట్టుకోలేకపోయింది. కాని మేము అందులోకి ప్రవేశించి మీ వాహనాన్ని యివతలకు లాక్కురాగలిగాం. అంటే మేము సాధించిన ప్రగతి మీకు అర్థం అవుతుందనుకుంటాను."

"అలాగే మా భాష కూడా నేర్చుకున్నారన్నమాట."

"నేర్చుకునే అవసరం మాకు లేదు వాయుపుత్రా. సూర్యుడు, రాడార్ లాటి పదాలు, నీ పేరు, నీ మనసు చివరికి మీ భూమి మీద మాట్లాడే భాషలన్నీ మీరు మాట్లాడుతూవుండగానే మా భాషలోకి అనువదించి దానికి సమాధానాన్ని కూడా తయారుచేసే బ్రెయిన్ కంప్యూటర్ మా అందరిలోనూ వుంది. మా ప్రగతి మీరు చూడాలనుకుంటే చూడవచ్చు. ప్రస్తుతం మీరు విశ్రాంతి తీసుకోండి. తర్వాత వచ్చి కలుస్తాం–"

అతి నెమ్మదిగా ఎవరో కదులుతున్న చప్పుడు. "ఒక్క నిముషం" అన్నాడు. చప్పున ఆ ఆకారం ఆగింది.

"మీరు...మీ పేరు నేను తెలుసుకోవచ్చా? మీకు పేర్లు వుంటాయా?"

"ఉంటాయి. కాని మీలాంటి పేర్లు కాదు. మావన్నీ నెంబర్లతో కూడిన పేర్లు. నన్ను వేగా బి సెవెన్ అని పిలవండి చాలు. వేగా అన్నది మా ఇంటిపేరు అనుకోండి. మా గ్రహవాసులందరికీ ఒకటే యింటి పేరు. మీలా ఇంటింటికీ ఓ పేరుండదు. మీలా వివిధ కులాలు, భాషలు లేవు. కేవలం సౌలభ్యం కోసం గ్రహాల పేర్లు విడగొట్టామంతే."

"ఎంత చక్కటి సాంప్రదాయం అది. వసుధైక కుటుంబం అని మేము కలలు కనటమేగాని ఆ పైకి ఎదగలేకపోతున్నాం."

"అందుకే అలా నాశనమవుతున్నారు" వెళ్ళిపోయిన ధ్వని వాయుపుత్రకి మత్తుగా వినిపించింది. మళ్ళీ నిద్రలోకి జారిపోయాడు. ఆ చివరి మాటలు అతడి మనసులో యింకా ప్రతిధ్వనిస్తూనే వున్నాయి.

* * *

"వాయూ, వాయూ" పిలుస్తున్నారెవరో, 'ఎవరది? అనూహ్య స్వరంలా వుందే ఎక్కడున్నాడు తను?' అనుకున్నాడు తల భారంగా అనిపిస్తుంది.

ముఖంమీద చల్లటి బట్టతో తుడుస్తున్నారెవరో. వాయుపుత్ర నిద్ర వదిలిపోయింది. లేచి కూర్చున్నాడు. ఎదురుగా ముగ్గురూ కంగారుగా చూస్తున్నారు. సన్నటి వెలుగురేఖ ఒక్కటే కనిపిస్తుంది గదిలో, "ఏముంది. ఎక్కడున్నాం మనం?" అడిగాడు.

"అదే తెలియడం లేదనుకుంటే, నువ్వేమో నిద్రలో ఏదో కలవరిస్తూన్నావు. వేగా బి సెవెన్ అని పిలుస్తున్నావు."

"అవును నేను వాళ్ళతో మాట్లాడాను. నిజంగా మనం వేగా గ్రహంమీదే వున్నామన్నమాట" లేచి కూర్చున్నాడు. మిగతా ముగ్గురూ అతడిని మతిపోయినవాడిలా చూశారు. "అవును మనం ఎక్కువ వెలుతురుని చూడకూడదని చెప్పాడతడు. అందుకే అతి కొద్దిగా వెలుతురునే రానిచ్చారు."

"ఎవరితో మాట్లాడావు? కలగనలేదుకదా?" అడిగాడు యశ్వంత్. వాయుపుత్ర చెపుతున్నది కథలా వుంది. ఆగిపోయిన అంతరిక్ష నౌక అతడిది కలకాదు- అని నిరూపిస్తూంది.

"కాదు" వాయుపుత్ర తమ సంభాషణ అంతా విడమరచి చెపుతుంటే అంతా నిశ్శబ్దంగా విన్నారు. అందరి మనసుల్లోనూ ఒక రకమైన టెన్షన్‌తో కూడిన తృప్తి. ఆనందం! అనుకున్నది సాధించగలిగామన్న ఆనందం. మళ్ళీ ఏదో భయం.

"ఏం జరుగుతున్నదిప్పుడు?" అన్నాడు నిఖిల్.

"ఏమి జరగదు. మిమ్మల్ని ఇంటర్ ప్లానెటరీ సొసైటీకీ పంపుతాం. ఆ తర్వాత వాళ్ళ నిర్ణయంపై మీ భవిష్యత్తు ఆధారపడి వుంటుంది" అని వినిపించింది.

అందరూ ఆ స్వరం వినిపించినవైపు తిరిగి చూశారు. అంతగా వెలుతురు లేదక్కడ. కానీ ఆ నీడలోనే స్పష్టంగా కనిపిస్తున్నాయి రెండు ఆకారాలు. ఆ నలుగురి శరీరాలు ఒక్కసారిగా జలదరించాయి. మొదటిసారిగా మరొక గ్రహవాసుల్ని చూస్తున్న ఉద్వేగం!! ఉన్నారో లేదో తెలియక పోయినా, వందల సంవత్సరాలుగా వారికోసం 'తపస్సు' చేస్తూ, వాళ్ళు ప్రత్యక్షమవగానే ఏం మాట్లాడాలో తోచని ఉద్విగ్నత అది.

సన్నగా పొడవుగా వున్నారు వాళ్ళు. శరీరమంతా కవచం లాంటిది కప్పి వుంది. కళ్ళ ప్రాంతంలో మటుకు రెండు వజ్రాలు బిగించి వున్నాయా అన్నట్లు మెరుపు.

"నేనే వేగా బి సెవెన్‌ని" అంటూ ఓ వ్యక్తి ముందుకొచ్చాడు. అతడు నడుస్తున్నట్లుగా లేదు. గాలిలో తేలుతున్నట్లుగా అనిపిస్తుంది.

"వీళ్ళు ఫ్లోటర్స్ (Floaters) కాదుగదా, జూపిటర్ గ్రహంలో యిలాంటి మనుష్యులుండవచ్చని ఒకప్పుడు శాస్త్రజ్ఞులు అనుకునే వారట" యశ్వంత్ మనసులోనే అనుకున్నాడు. అతడి మనసులో భావం వేగాకి వెంటనే చేరిపోయింది.

"మేము ఫ్లోటర్స్ కాము! మాలో కాస్త వాయురూపం ఎక్కువ వున్నమాట నిజమే. అలా అని పూర్తిగా సింకర్స్ (బరువు ఎక్కువగా వుంచి నేల నానుకుని వుండేవాళ్ళు) కూడా కాము. మా గ్రహంలో వాతావరణం మీకున్నంత ఆకర్షణతో లేదు. అందువల్ల యిలాగున్నాం. మా గ్రహంమీద మీరు మామూలుగా నడవాలంటే యిలాంటి కవచాలు ధరించాలి."

"ఏదేమైనా మీరు మాకు చేసిన సాయానికి కృతజ్ఞతలు. వాయుపుత్ర మాకంతా చెప్పాడు. మమ్మల్ని కాపాడినందు కెంతో ఋణపడి వుంటాం" అన్నాడు యశ్వంత్.

"మీరు పదే పదే మాకు కృతజ్ఞతలు తెలపాల్సిన అవసరం లేదు. ఒకరికి ఒకరు సహాయం చేసుకోవడం మా బాధ్యత. మా హక్కులెంత స్ట్రిక్టుగా సాధించుకుంటామో, బాధ్యతలను అంతకంత తప్పనిసరిగా పాటిస్తాం. కాబట్టి మాకు క్షమాపణలు, కృతజ్ఞతలు అవసరం వుండదు."

"మేము మీ గ్రహాన్ని చూస్తే అవకాశం యివ్వగలరా?" అడిగాడు యశ్వంత్.

"తప్పకుండా, కాని మీకు ఎక్కువ సమయంలేదు. వీలయినంత త్వరగా మీరు ఇంటర్ ప్లానెటరీ సొసైటీ వాళ్ళకు మీ నివేదిక సమర్పిస్తే మంచిది. మీరు వచ్చిన వార్త ఆల్ఫాగ్రహవాసులకు తెలిసిపోయే వుంటుంది. మీ కోసం ఎదురు చూస్తుంటారు."

"నాదో సందేహం" అన్నాడు వాయుపుత్ర.

"ఏమిటి? " అడిగాడు వేగా బి సెవెన్.

"మీరు మా కోసం ఇంత శ్రమ తీసుకుని ప్రాణాలు కాపాడారు. కాని ఆల్ఫాగ్రహవాసులు మొత్తం మా భూమినే నాశనం చేయాలనుకుంటున్నారు. ఎందువల్ల?"

"దానికి సమాధానం వాళ్ళే చెప్తారు. ఒక్కమాట మాత్రం మీకు తెలియపరుస్తాను. ఇంటర్ ప్లానెటరీ సొసైటీ వాళ్ళ నిర్ణయాన్ని మేము గౌరవిస్తాం.

ఒకవేళ అది మీకు వ్యతిరేకంగా వుంటే మేము ఎలాంటి సహాయం చెయ్యబోం కూడా. ఇక మనం బయలు దేరితే మంచిదనుకుంటాను."

అతడు అందించిన దుస్తులు తీసుకున్నారు నలుగురూ. అల్యూమినియం ఫాయిల్‌తో చేసినట్లు చాలా తేలిగ్గా వున్నాయవి. కాని వేసుకునేటప్పటికి శరీరాలు బరువెక్కిన ఫీలింగ్.

మొదటిసారిగా వేగా గ్రహం నేలమీద కాలు పెడుతుంటే కాళ్ళు వణికాయి. భూమికి కొన్ని కోట్ల మైళ్ళ దూరంలో... నక్షత్రాల సమీపంలో ....మనిషి ఊహ కందని ఆ సుదూర తీరాల్లో...

... ఆ నేలమీద నడుస్తుంటే భూమిమీద నడుస్తున్నట్లుగానే వుంది. బయటకు రాగానే తలలు ఎత్తి ఆకాశంలోకి చూశారు. ఆకాశంనిండా రంగు రంగుల హరివిల్లులు..... నాలుగు చందమామలు. అవి మిగతా నాలుగు గ్రహాలుగా గ్రహించారు. అందులో ఒకటి తమకు శత్రువైన అల్ఫాగ్రహవాసులది!

వాహనం స్టార్ట్ చేసిన చప్పుడు కూడా లేదు. కాని చాలా వేగంగా వెళుతున్నట్లు అర్థమయింది అందరికీ.

"మీరు ఊహించింది నిజమే. మా వాహనాలు అన్నీ న్యూట్రాన్ శక్తితో నడుస్తాయి. అంతా ఆటోమేటిక్. అందువల్ల ఎలాంటి యాక్సిడెంట్ అయ్యే అవకాశం లేదు" యశ్వంత్ మనసులో ప్రశ్నలకు జవాబు చెప్పాడు వేగా.

కాసేపు ఎవరూ మాట్లాడలేదు. మనసులో ఎలాంటి ఆలోచన లేకుండా వుండడం ఎంతటి అసాధ్యమో వాళ్ళకు అర్థం అవుతోంది. పదిహేనువేల సంవత్సరాలు ముందుకు వెళ్ళిన సైన్సుని వాళ్ళు చూస్తున్నారు.

వాహనం ఊళ్ళోకి ప్రవేశించింది. ఎక్కడా మల్టీస్టోరీడ్ భవంతులు లేవు. ఇళ్ళన్నీ దాదాపు ఒకేమాదిరిగా వున్నాయి. కళ్ళు మిరుమిట్లు కొలిపే లైట్లు లేవు. కాని వెలుతురికి కొరతలేదు. రోడ్ల మీద వాహనాలు వస్తూపోతూ వున్నాయి. కాని ఎక్కడా శబ్దం లేదు. ప్రశాంతమైన ఆధునీకరణ అది.

"మాకు రోజుకి దాదాపు ముప్ఫయి గంటలు. అందులో పదిహేను గంటలు అందరూ తప్పనిసరిగా కష్టపడి పని చెయ్యాల్సిందే. అంత కష్టపడితే గాని మాకు కావలిసింది సాధించుకోలేమని మీరు అనుకుంటే పొరపాటు. మా శక్తిని వినియోగించడానికి మాకు కావలసినంత న్యూట్రన్ శక్తి వుంది. పక్కనే వున్న ఆండ్రోమేడా గాలక్సీ నించి తెచ్చుకున్నాం. అయినా అందరికీ ఒక వ్యాపకం వుంటుంది. ఆ తర్వాత మిగిలిన పదిహేను గంటలలో ఎనిమిది గంటలు విశ్రాంతి

తీసుకుంటాము. మిగిలిన ఏడు గంటలూ మా కుటుంబాల కోసం వినియోగించుకుంటాం. కుటుంబం అంటే పెళ్ళిళ్ళు అవీ వుండవు మాకు. అందర్నీ సమంగా చూస్తాం. పెద్దవాళ్ళు పనిలో వున్నంతసేపు అంటే రోజుకి పదిహేను గంటలు పిల్లలంతా ఏ వయసు వాళ్ళైనా స్కూల్లో వుంటారు. వాళ్ళకు కావలసిన సదుపాయాలన్నీ వుంటాయక్కడ. పెద్దవాళ్ళు యింటికి రాగానే ఎవరి పిల్లలు వాళ్ళ ఇంటి దగ్గర వదలబడతారు. భోజనం అంతా అన్నివేళలా అందరికీ ఫ్రీగా యివ్వబడుతుంది." వాహనం ఒకచోట ఆపి భోజనం పట్టుకొచ్చాడు వేగా. "తీసుకోండి. మీకు ఎలాంటి హాని కలిగించని పదార్థాలు మావి. ఇవి తింటే హైపవర్ టెన్షన్‌లు, గుండెజబ్బులు ఏవీ రావు. మా గ్రహవాసులకి శక్తి నివ్వడానికి తయారుచేయబడ్డాయి."

చాలా రుచికరంగా వున్నాయా పదార్థాలు. నోట్లో వేసుకోగానే కరిగిపోయాయి. కొంచెం తినగానే కడుపు నిండిపోయింది. వాళ్ళు మరొకటి గ్రహించారు. వేగా గ్రహవాసులకి దాహం లేదు. వాళ్ళది సలికాన్ సివిలిజేషన్ అయివుండవచ్చు.

"తీరిక వేళ్ళల్లో మీవాళ్ళు ఎలాంటి వినోదాన్ని యిష్టపడతారు?" అడిగాడు నిఖిల్.

"తెలిస్తే మీరు ఆశ్చర్యపోతారు. చూపించమంటారా?"

"చూపించండి."

వాహనంలో టీ.వీ. స్క్రీన్ లాంటిది వెలిగింది. దానిమీద కనిపించే దృశ్యం వెంటనే అర్థంకాలేదు వాళ్ళకు. అది అర్థంకాగానే స్థాణువులై పోయారు. అదో పెద్ద హాలు నిండా జనం వున్నారు. కాని చెప్పులు తీసి విసురుకుంటున్నారు. కుర్చీల నెత్తి పడేస్తున్నారు గట్టిగా అరుచుకుంటున్నట్లు నోళ్ళు కదులుతున్నాయి.

"అది మీ భూమిమీద ఒకదేశపు పార్లమెంటు సమావేశం. దేశాన్ని అభివృద్ధి పరచడానికి శపథాలుచేసి ప్రజలచే ఎన్నికయిన వాళ్ళు వాళ్ళంతా. మేము చూసి ఆనందించడానికి ఇంతకంటే హాస్యసన్నివేశాలు ఏముంటాయి చెప్పండి. ఇది కాకుండా రకరకాల ఆటలు, పాటలతో చాలా త్వరగా గడిచిపోతుంది మాకు."

"అంత నిశితంగా మా భూమిని గమనిస్తున్నారా మీరు?"

"ఎప్పుడూ కాదు. చెప్పాంగా రోజుకి ఏడు నుంచి ఎనిమిదిగంటల వరకే మాకు విశ్రాంతి సమయం. అందులో కొంతసేపు ఇలాంటి దృశ్యాలు చూస్తాం" అని వెనుదిరిగాడు వేగా.

"ఇక మనం వెనక్కు వెళదాం. మీరు వెంటనే మీ వాహనంలోనే అల్ఫాగ్రహానికి చేరుకుంటే మంచిది. దానికి తగిన ఏర్పాట్లు జరిగిపోయాయి" అన్నాడు వేగా బి సెవెన్. "మీకు ఐక్యరాజ్య సమితి వున్నట్లుగా మాకు ఇంటర్ ప్లానెటరీ సొసైటీ ఆ ఆల్ఫాగ్రహంలో వుంది. మా తరపున లాయర్లు కూడా వస్తారు. మీ వాదన మీరు వినిపించవచ్చు."

"మీ సహాయం మర్చిపోలేనిది. ఆల్ఫాగ్రహవాసులతో పోటీలో మాకు విజయం చేకూరే ఉపాయం చెప్పలేరా?" అడిగాడు నిఖిల్.

"వాళ్ళ న్యూట్రాన్ శక్తి కొన్ని వందల సంవత్సరాలకు సరిపడా మాత్రమే వుంది. వాళ్ళేదైనా శక్తి తెచ్చుకునే ప్రయత్నంలో వుంటే మేము వాళ్ళకు సహాయం చేయక తప్పదు. INTER GALAXY VOYAGEలో వాళ్ళు ఆండ్రోమేడా నించి న్యూట్రాన్ శక్తిని తెచ్చుకోవచ్చు. అయినా వాళ్ళు మీ సూర్యుడినే ఎన్నుకున్నారంటే దానికి కారణం వేరే వుంటుంది. అదేమిటో మీరే తెలుసుకుంటే మంచిది."

"వాళ్ళు మమ్మల్ని హిప్నాటైజ్ చేసి మాచేత వాళ్ళకు కావలసిన విధంగా మాట్లాడిస్తే?" అడిగాడు యశ్వంత్.

"అలాంటిదేం జరగదు. అయిదు గ్రహాలనించి అయిదుగురు జడ్జీలు వుంటారు. ఇంటర్ ప్లానెటరీ సొసైటీలో మీకు ఎలాంటి అన్యాయం జరక్కుండా చూసే బాధ్యత వాళ్ళది. మా జడ్జితోపాటు నేనుకూడా వస్తాను."

"మీరీ గ్రహానికి- ఐమిన్ దేశానికి అధికారా?" అడిగాడు వాయుపుత్ర.

"ఏమీ కాను. ఇక్కడ అధికారులంటూ వేరే వుండరు. ఎవరి డ్యూటీ వాళ్ళు సక్రమంగా చేసేటప్పుడు అధికార్ల అవసరం వుండదు. అందరూ సమానమయిన తెలివితేటలు గలవాళ్ళే ఇక్కడ. మాకూ బాధ్యతలను సరిసమానంగా పంచే పరికరాలుంటాయి. ప్రస్తుతం మీ భూగ్రహవాసులని తీసుకొచ్చి ఇంటర్ ప్లానెటరీ సొసైటీ ముందుకు తీసుకెళ్ళే బాధ్యత నాకు అప్పగించబడింది అంతే" అన్నాడు వేగా బి సెవెన్.

"మీరు కూడా మాతో ప్రయాణం చేస్తారా?"

"లేదు. త్వరలో వచ్చి కలుసుకుంటాం. మీరు వెళ్ళవలసినదారి గురించి మీ కంప్యూటర్‌కి ఫీడ్ చేసేశాం. ఇకపోతే మీ భాషలో చెప్పాలంటే ఒకటే వాక్యం చెప్పి వెళ్ళిపోతాను. విష్ యు గుడ్ లక్" వేగా వెళ్ళిపోయాడు.

సుహృద్భావ్ పైకి లేచింది.

7

ఇండోర్ స్టేడియం లాంటి పెద్ద హాలది. ఒక పక్కగా అయిదుగురు జడ్జీలు ఆసీనులయ్యారు. వారికి ఎడమపక్క భూమి నుంచి వచ్చిన నలుగురికి సోఫాల్లాంటివి అమర్చబడ్డాయి. కుడి వైపున ఒకటి కుర్చీలాంటిది వుంది. ఆల్ఫాగ్రహం నించి వాదించడానికి ఒకే వ్యక్తి వచ్చాడు. భూగ్రహవాసుల తరఫున యశ్వంత్‌ని ఎన్నుకొన్నారు.

చూడడానికి వచ్చిన జనంతో హాలంతా నిండిపోయింది. వాళ్ళు వచ్చిన వాహనాలను గుర్తుపట్టాడు వాయుపుత్ర. అన్నీ వేర్వేరు అంతరిక్ష వాహనాలే. అంటే అయిదు గ్రహాలనించి జనం వచ్చారన్నమాట. నిజమే. వాళ్ళ గ్రహాలలో ఇలాంటి సన్నివేశం మొదటిసారి కదా.

వాదన మొదలవచ్చునన్నట్లు సన్నటి శబ్దం వచ్చింది. యశ్వంత్ మొదలుపెట్టాడు.

"మాది భూమి. మా సౌరకుటుంబంలోని సూర్యుడి శక్తిని వినియోగించుకోవడానికి ఎవరికైనా అభ్యంతరం వుంటే ఇంటర్ ప్లానెటరీ సొసైటీకి తెలియచేయమని ఇచ్చిన సంకేతాల్ని మేము అందుకున్నాం. మా సౌరకుటుంబంలో నవగ్రహాలున్నా అందులో భూమి ఒక్కటే ప్రాణికోటికి నిలయం. ఆల్ఫాగ్రహవాసులు పరిశోధనకి వచ్చి, మా సూర్యుడి శక్తిని కొద్దిగా తెచ్చుకొన్నప్పుడే అంతరిక్షంలో తిరుగుతున్న మా స్పేస్‌సిటీ నాశనమైపోయింది. చాలా ప్రాణనష్టం జరిగింది. సూర్యుడిలో శక్తి తగ్గిపోయిన కొద్దీ ఆ ప్రభావం మా భూలోకవాసులమీద పడుతుంది. మా మానవజాతే నశించిపోతుంది. అందుకే మా భూలోకం తరఫున మా సూర్యుడి నించి ఇకమీదట ఎలాంటి శక్తి తీసుకోరాదని ఆల్ఫాగ్రహవాసులకు విన్నవించుకుంటూ మా అభ్యర్థనని ప్లానెటరీ సొసైటీకి తెలియచేస్తున్నాం. మా విజ్ఞప్తిని పరిశీలించి మాకు న్యాయం చేకూర్చమని వేడుకుంటున్నాం." తమ డిఫెన్స్ వాదనని ముగించాడు యశ్వంత్.

"మీ నిర్ణయం ఏమిటి? వాళ్ళ అభ్యర్థనని మన్నిస్తారా?" అడిగాడు ఒక జడ్జి ఆల్ఫాని.

"మీకు తెలుసు మాకున్న న్యూట్రాన్ శక్తి బాగా తరిగిపోతూందని. ఈ గెలక్సీలోనూ మన పక్కనున్న గెలక్సీలోనూ కొన్ని లక్షల నక్షత్రాలున్నా మేము ఈ

సూర్యుడినే ఎన్నుకోవడానికి కొన్ని కారణాలున్నాయి. మొదటి కారణం : మిగతా వాటితో పోలిస్తే అది చిన్న నక్షత్రం. ఆ శక్తినంతా పదార్థంగా మారిస్తే అది కేవలం రెండు మైళ్ళ చదరపు వస్తువుగా మారుతుంది. దాన్ని మా గ్రహానికి తరలించడం చాలా సులభం. పైగా సూర్యుడు సెకండ్ జనరేషన్ స్టార్. కాబట్టి మాకు వీళ్ళ సూర్యుడునే కొల్లగొట్టి తెచ్చుకోవడానికి అనుమతి నివ్వవలసిందిగా కోరుకుంటున్నాం" అన్నాడు ఆల్ఫా. యశ్వంత్ ఆవేశంగా, "ఇది అన్యాయం. సర్వప్రాణం సమానత్వం చాటుకునే మీరు, కేవలం మీ గురించి ఆలోచిస్తున్నారు. ఆ సూర్యుడి శక్తిమీద కొన్ని కోట్ల జనాభావున్న ఓ గ్రహం ఆధారపడి వుందని తెలిసీ మీరీ నిర్ణయం తీసుకోవటం అమానుషం! అన్యాయం!! మా సూర్యుడినుంచి ఎలాంటి శక్తి తీసుకోవడానికి మేము అంగీకరించం. ఈ విషయంలో మాకు న్యాయం కలిగేలా మీరే చేయాలి" యశ్వంత్ జడ్జీల నుద్దేశించి అన్నాడు.

"దీనికి మీ సమాధానం?" అడిగాడు వేగా జడ్జి ఆల్ఫాకేసి తిరిగి. "ఇంత పెద్ద జనాభా వున్న గ్రహవాసులమీద మీకెందుకు కనికరం లేదు."

"లేదు. ఆ సూర్యుడినే తెచ్చుకుంటే మాకు శక్తి ఒక్కటే కాదు దొరికేది. మరిన్ని లాభాలున్నాయి" అంటూ ఆల్ఫా ఒక చిన్న సీసా లాంటిది బయటకు తీశాడు. "ఇదేమిటో మీ కందరికీ తెలుసు. ఈ మధ్య దీన్ని అన్ని గ్రహాలకు మేము శాంపిల్స్‌గా పంపాం. చాలా రుచికరంగా వుందని మీరంతా మెచ్చుకున్నారు. ఆ భూమి మన ఆధీనంలోకి వస్తే ఈ ఆహారం మన అయిదు గ్రహాల వాళ్ళకు కొన్ని వందల వేల సంవత్సరాలకు సరిపోతుంది. మా అందరికీ ప్రీతికరమయిన భోజనం అది."

"ఏమిటిది?" అడిగాడు యశ్వంత్ అనుమానంగా.

"మా ఫ్లయింగ్ సాసర్ మీ భూమికి దగ్గిరగా వచ్చినప్పుడు మీ అంతరిక్ష నౌక ఒకటి దాని సామీప్యంలోకి వచ్చింది. మేము అందులోని వ్యక్తిని హిప్నటైజ్ చేసి బయటకు లాగాం, అతని పేరు..."

"....రాయ్" అన్నాడు యశ్వంత్.

"అవును. రాయ్...!" అని అగి, నెమ్మదిగా అన్నాడు ఆల్ఫా "అతని మాంసం ఇది–"

అనుహ్య కెవ్వున అరిచి మొహాన్ని చేతుల్తో కప్పుకుంది. వింటున్న నలుగురి శరీరాలు జలదరించాయి. యశ్వంత్ మొహం కోపంతో ఎర్రబారింది. అతికష్టంమీద తన ఆవేశాన్ని కంట్రోలు చేసుకున్నాడు. అతడి గొంతు వణికింది.

"మా భూమిమీద అనాగరికులైన జాతి 'కానిబాల్స్'. కాని యింత విజ్ఞానాన్ని సంపాదించిన మీ గ్రహవాసులు కూడా తోటి మనుషుల ప్రాణాలు తీసి మాంసాన్ని పీక్కుతినేటంత అధమస్థితికి దిగజారే వారనుకోలేదు."

"తోటి మనుష్యులు" అన్న పదానికి నేను అబ్జెక్టు చేస్తున్నాను. మనం మనుష్యులం కాదు మిలార్డ్. కొంచెం ఆలోచించి మాట్లాడమనండి యశ్వంత్‌ని. ఎవరు అధమస్థితికి దిగజారినవాళ్ళు? భూమిమీద మాంసం తినడం లేదా? మేకల్ని, గొర్రెల్ని, ఆవుల్ని, చేపల్ని, చేతికందిన పక్షుల్ని చంపి నిల్వచేసే టిన్నుల్లో పెట్టి అమ్ముకోవడం లేదా?"

"మా భూమిమీద మాంసాహారం తినే జనం వున్నారు నిజమే! కాని యిలా తోటి మనుష్యులను, ముఖ్యంగా బుద్ధిజీవులని చంపి తినేటంత నీచస్థితిలో లేరు. జంతువుల మాంసం మాకు ఆహారం. అది తీసుకోవటం తప్పనిసరి."

"ఎలా తప్పనిసరి అయింది ? అవి నోరులేని జీవులు. బలహీనస్థితిలో వున్నాయి. అదేగా కారణం? అలా అయితే మా వివేకం, విజ్ఞానం, ఆధునీకరణ ముందు మనుష్యులుకూడా ఎందుకూ పనికిరాని జీవాలు. మీకు అవి జంతువులైతే, మాకు మీరు జంతువులు" అన్నాడు ఆల్ఫా.

అక్కడ సూదిపడితే వినపడేంత నిశ్శబ్దం ఆవరించుకుంది.

అందరూ యశ్వంత్‌వైపు చూస్తున్నారు. అతడేం సమాధానం చెపుతాడో వాయుపుత్రకి అర్థంకాలేదు.

"మీరు మా కంటే అన్నివిధాలా అధికస్థాయిలో వున్నారు. మా కంటే విజ్ఞానవంతులు, బలవంతులు. అయినా మేము చేసే తప్పునే మీరూ చేయాలని ఎందుకనుకుంటున్నారు. ఆ వేగా గ్రహంలోనో, మరో గ్రహంలోనో మనుషులు బలహీనులయితే వాళ్ళని అలా చంపి తినగలరా మీరు. మేము జంతువులం కాము. మాకు మాట్లాడే శక్తి వుంది. భావాల్ని విశదీకరించగలిగే భాష వుంది. దయ, కరుణ లాటివి మాకూ వున్నాయి."

యశ్వంత్ వాదన వింటున్న ఆల్ఫా నవ్వి పక్క అనుచరుడికి సైగ చేశాడు. జడ్జీల ఎదురుగా పెద్ద టీ.వీ. స్క్రీన్ లాంటిది కనిపించింది. తరువాత చిత్రం కనిపించడం మొదలయింది.

పెద్ద బోను. దానిలో ఒక ఇరవై వరకు గండుపిల్లులున్నాయి. ఒక మనిషి దగ్గరగా వచ్చాడు. అతడిని చూడగానే అవి భయంతో అటూ ఇటూ పరుగెడుతున్నాయి. అతడు బయట ఊచల్లోంచి ఒక దానితోక అందిపుచ్చుకున్నాడు. అది భయంతో

గింజుకుంటూంది. సన్నటి సూదిలాంటి వస్తువుతో దాని శరీరమంతా గీరడం మొదలుపెట్టాడు. సన్నటి పొడి రాలుతోంది. ఒళ్ళంతా గీరడం అయ్యాక ఆ సూదిని దాని మర్మాంగంలోకి గుచ్చాడు. భయంకరంగా కేక పెట్టిందది. అతడు మాత్రం తన పని తాను చేసుకుపోతున్నాడు. దాని మర్మాంగం నుంచి కారుతున్న జిగురు పదార్థాన్ని ఒక ట్యూబ్‌లోకి ఎక్కిస్తున్నాడు.

తెరమీద దృశ్యం మారింది. అనంతమైన సముద్రం స్పీడ్ బోట్లమీద మనుష్యులు తిరుగుతున్నారు. అందరి చేతుల్లోనూ పొడవాటి బల్లేం, వాటి చివర ఏదో కట్టినట్లు కనిపిస్తున్నాయి.

వాటిని వెంటనే గుర్తుపట్టాడు యశ్వంత్. బల్లేం చివర కట్టబడ్డవి శక్తివంతమైన బాంబులు.

స్క్రీన్ మీద తిమింగలం కనిపించింది. అంతే. అందరూ ఒక్కుమ్మడిగా దానిమీద దాడిచేశారు. శరీరం నిండా బల్లేలతో రక్తసిక్తమై అది నీటిలోకి దూసుకుపోయింది. ఆ తర్వాత ఒక్కో బాంబు పేలుతుంటే నిస్సహాయంగా కొట్టుకుంటూ, బాధతో విలవిల్లాడుతోంది. దాన్ని ఒడ్డుకు లాక్కుపోయి పెద్దపెద్ద కత్తులతో కోసి దాని పేగుల్లోంచి ఏదో పదార్థాన్ని తీస్తున్నారు.

ఆ తర్వాత తెరమీద గుర్రాలు కనిపించాయి. గర్భంతోవున్న ఒక గుర్రాన్ని పట్టుకొచ్చి కర్రలతో దాని కడుపుమీద కొట్టటం మొదలుపెట్టారు. బాధతో అది విలవిల్లాడుతుంటే కూడా వదల్లేదు. ఆల్ఫా చెప్పటం ప్రారంభించాడు.

“నాగరికులమని చెప్పుకునే మనుషులు చేస్తున్న పనిని చూశారు. ఆ గండుపిల్లుల్ని ఎందుకంతగా హింసించారో తెలుసా? ఆ చర్మపు పొడిని వీళ్ళు శరీరానికి రాసుకునే కాస్మెటిక్స్‌లో వాడతారు. అలాగే తిమింగలం ప్రేవుల్లో వున్న ఏంబర్‌గ్రిన్ అనే పదార్థం సుగంధాలను తయారు చేయడానికి వాడతారు. ఇక ఆ గుర్రాలన్నీ గర్భిణీలు. వాటి మూత్రంతో ఎస్ట్రోజెన్ అనే పదార్థం క్రీములకూ, లోషన్లకూ వాడడానికి పనికొస్తుంది. వాటిని వెంటనే గర్భం ధరించేలా చేసి, మూత్రం ఎక్కువగా పొయ్యడానికి మందులిచ్చి, అవసరం తీరిందనుకోగానే వాటి గర్భాల్లో శిశువులని కొట్టి కొట్టి చంపుతున్నారు. వాటికి మళ్ళీ గర్భం వచ్చేలా చేస్తున్నారు. ఇంత దారుణాన్ని మరెక్కడైనా చూశారా? కడుపుతో వున్న తల్లిని కొట్టటం? దంతాల కోసం ఏనుగుల్ని, చర్మాల కోసం సీల్ చేపల్ని చంపడం వీళ్ళ హాబీలు. చనిపోయిన తర్వాత బావోదని, బ్రతికి వుండగానే వెన్నముద్దలాంటి అమాయకమైన అందమైన కుందేలు పిల్లల చర్మాన్ని వలుస్తారు. వాటితో పర్సులు

తయారుచేస్తారు. అవి పెట్టే ఆక్రందనల్ని ఆనందంతో వింటారు. ఇటువంటి మనుష్యుల మీదనా దయా, క్షమా చూపించవలసింది?"

నిఖిల్, వాయుపుత్ర, అనూహ్య-ముగ్గురూ యశ్వంత్‌నే చూస్తున్నారు. యశ్వంత్ అన్నాడు.

"ఏ ప్రాణి అయినా పరిణామ సిద్ధాంతంమీదే ఆధారపడి వుంటుంది జస్టిస్! కొందరు స్వార్థపరుల తప్పుని పూర్తి మానవాళికి అన్వయించటం తప్పు. మేము జంతువులం కాము. 'వేగా' గ్రహవాసులు 'ఆల్ఫా' గ్రహవాసులంత తెలివైనవాళ్ళు కాకపోవచ్చు. అంత మాత్రాన వీరు వారిని చంపుతాం అంటే ఇక నీతి న్యాయం ఎక్కడుంది? మనమంతా ఒక్కటే, కొంత శాస్త్రవిజ్ఞానం, బుద్ధి కుశలత తేడా! అంతే- కేవలం మేం నిస్సహాయులమని చెప్పి మమ్మల్ని బలిపెట్టకండి-"

అల్ఫా అన్నాడు- "సరే మీరూ మేమూ ఒకటే అనుకుందాం కొన్ని అనివార్య పరిస్థితుల్లో మేము మీ కన్నా బలహీనులమయ్యాం అనుకోండి. అప్పుడు మీరు మా మీద దాడి చెయ్యరా?"

"చెయ్యం-" దృఢంగా అన్నాడు యశ్వంత్.

"మరొకసారి ఆలోచించుకొని చెప్పండి చెయ్యరా?"

"చెయ్యం."

ఆల్ఫా చేయి సాచేడు. టీ.వీ. స్క్రీన్‌మీద ఒక బొమ్మ వచ్చింది. "మిలార్డ్! తెలివిలో తమతో సమానమైన వాళ్ళమీదా, సాటి జీవుల మీద దాడి చెయ్యం అని ఈ "మనిషి" అంటున్నాడు. కొన్ని లక్షల కోట్ల కంఠాలు జైలు శిక్ష వద్దు వద్దు అంటున్న జాతి నాయకుడు యితను. దీనికి యశ్వంత్ ఏం సమాధానం చెబుతాడు?"

యశ్వంత్ స్థాణువయ్యాడు.

"నోరులేని జీవాన్ని హింసించటంలో తప్పులేదని, అది పరిణామ సిద్ధాంతమనీ, స్ట్రగుల్ ఫర్ ఎగ్జిస్టెన్స్ అనీ వాదించిన ఈ మానవుడు- ఈ ఆటవిక న్యాయానికి సరియైన సమాధానం చెప్పగలిగితే, మా గ్రహవాసులు భూమిమీద దాడి చెయ్యరు. భూలోకవాసుల మాంసాన్ని భుజించరు. మనుష్యుల్ని కూడా సాటి ప్రాణులుగా గుర్తిస్తారు... ఈ బొమ్మకు, ఈ బొమ్మ తాలూకు జాతికీ జరిగిన అన్యాయానికి సమాధానం చెప్పమనండి చాలు-"

యశ్వంత్ ఏం మాట్లాడాలో తెలియక అలా వుండిపోయాడు.

టీ.వీ. తెరమీద విల్సన్ మండేలా జైల్లోవున్న బొమ్మ వుంది.

ఆల్ఫా పూర్తిచేశాడు. "అంతే మిలార్డ్. నా వాదన పూర్తయింది-"

8

"**జడ్జీలు** తమ నిర్ణయాన్ని రేపు ఉదయం చెపుతారు" అన్నాడు వేగా.

ఎవరూ సమాధానం చెప్పలేదు.

"మేము గెలుస్తామా?" అడిగాడు నిఖిల్ నెమ్మదిగా.

"మా సానుభూతి మీ పట్లే వుంది నిఖిల్. కానీ ఆల్ఫావాసులు చాలా పట్టుదలగా వున్నారు. వాళ్ళ వాదనలో నిజం వుంది కూడా."

"అవును అతని వాదన వింటూంటే కరక్టే అనిపించింది. మానవజాతి సిగ్గుతో తలవంచుకోవలసిన వాదన అది" యశ్వంత్ అన్నాడు.

వేగా శలవు తీసుకుని వెళ్ళిపోయాడు.

అందరూ మౌనంగా కూర్చున్నారు. ఎవరికీ మనసు మనసులో లేదు. వాయుపుత్ర తన గదిలోకి వెళ్ళిపోయాడు సీరియస్‌గా. అతడి గదిలోంచి సంగీతం వినిపిస్తోంది. వాళ్ళ జడ్జిమెంటు తెలిసిపోయినట్లుగా వుంది అందరికీ.

"మనకి ఇక్కడే మరణం తప్పదు" అన్నాడు నిఖిల్.

"మరణం గురించి బాధకంటే ఇంతవరకు వచ్చి యిలా ఫెయిలవడం చాలా బాధ కలిగిస్తుంది" అన్నాడు యశ్వంత్.

గదిలోకి వెళ్ళినంత వేగంగానూ బయటకు వాయుపుత్ర వచ్చాడు. అతడి మొహం ఫ్రెష్‌గా వుందిప్పుడు.

"ఎందుకీ వైరాగ్యం? బ్రతికిన నాలుగు రోజులూ హాయిగా అనుభవిద్దాం. అందరికీ విందు భోజనం తయారు చెయ్యి అనూహ్యా. నిఖిల్ నువ్వు సహాయం చెయ్యి" అంటూ హుషారుగా పనిలో పడ్డాడు. మధ్యలో బ్రహ్మవిద్యతో ఆటలాడుతున్నాడు. గదిలో సంగీతం మారుమ్రోగుతోంది. అతడి బలవంతం మీదే అందరూ డైనింగు టేబుల్ చుట్టూ కూర్చున్నారు.

"ఎందుకంత మౌనంగా భోం చేస్తున్నారు? నవ్వండి, కబుర్లు చెప్పండి. ఏమిటి గురూగారు మనం బయలుదేరిన మొదటిరోజు తీసుకున్న నిర్ణయం మర్చిపోయారా?"

"ఎలా మర్చిపోతాను. కాని సమస్య మన గురించి కాదు. పూర్తిగా విఫలమయి పోయామన్న దిగులు. మానవజాతికి మనం ఏ విధంగానూ సాయపడలేక పోతున్నామనే బాధ."

"జరిగేది జరగక మానదు. ఈ రోజు కడుపునిండా భోజనం చేద్దాం... రేపు వాళ్ళు మనల్నే లొట్టలు వేసుకుంటూ తినవచ్చు."

"అలా మాట్లాడకు. వచ్చి ఇప్పుడే పట్టుకుపోయినా పోతారు." అన్నాడు నిఖిల్ నిర్లిప్తతతో వ్యంగ్యంతో.

"ఈ రోజు ఇక రారు. వాళ్ళకు యింత ఆక్సిజన్ పడదు. అందులో వాయుపుత్ర మొత్తం గాలిలో ఆక్సిజన్ వదిలాడు. ఇక సంగీతం గొల. అసలు భరించలేరు" అంది బ్రహ్మవిద్య.

"వీళ్ళ దగ్గర చివరి కోరికలు తీర్చే సంప్రదాయం వుందో లేదో" దిగులుగా అన్నాడు వాయుపుత్ర.

"ఏం కావాలని అడుగుదామని?" అంది అనూహ్య.

"ఈ ఆల్ఫాగ్రహంలో అత్యంత సుందరితో ఓ రోజు గడపాలని."

ఎప్పుడూ నవ్వని యశ్వంత్ కూడా ఆ మాటలకి నవ్వేడు.

జడ్జీలనించి పిలుపు వచ్చేంతవరకూ అతడలా మాట్లాడుతూనే వున్నాడు.

9

"రెండు వైపుల వారి వాదనలు విన్నాక ఎన్ని విధాలుగా ఆలోచించినా మాకు ఆల్ఫాగ్రహవాసుల వాదనే సబబుగా కనిపిస్తుంది. తమలో తాము నిష్కారణంగా యుద్ధాలు చేస్తూ, చంపుకుంటూ, తమపైన ఆధారపడి తమకు సాయం చేస్తున్న జంతు జాలాన్ని నిర్దాక్షిణ్యంగా హింసించడం గమనించాక భూలోకవాసులకి బ్రతికివుండే అర్హత లేదు అనిపించింది. వాళ్ళు ఏ పవిత్రమైన బుద్ధిజీవులూ కారు. వారి బుద్ధి బ్రతకటానికి కాక, మారణహోమం కోసం ఉపయోగపడుతూంది. వాళ్ళపట్ల ఏ విధమైన సానుభూతి చూపించాల్సిన అవసరం కూడా కలగడంలేదు. కాబట్టి వాళ్ళ సూర్యుడి శక్తిని ఆల్ఫాగ్రహవాసులు వాడుకుంటానంటే మాకెలాంటి అభ్యంతరం లేదు. వాళ్ళకు అనుమతి యిస్తున్నాం."

వాళ్ళ నిర్ణయం ముందుగానే వూహించుకున్నదే అయినా చాలా బాధ కలిగించింది యశ్వంత్‌కి. అనాలోచితంగా భూలోకవాసులు చేసే తప్పులకి సరైన శిక్షే పడుతున్నట్లనిపించింది. వంద సంవత్సరాలుగా అంతరిక్షవాసుల కోసం పరిశోధనలు చేయడం, అతికష్టంమీద వాళ్ళను కనుక్కోవడం, ఆ వెంటనే వాళ్ళ దృష్టిలో అవినీతులుగా చిత్రించబడి శిక్ష పొందడం- మానవజాతి సిగ్గుపడాల్సిన విషయం.

ఆల్ఫా గ్రహవాసులు సంతోషంతో గంతులు వేస్తున్నారు.

ఉన్నట్టుండి ఆ సంబరాల మధ్య ఎక్కడనుంచో శబ్దం రాసాగింది. అది వెంటనే ఎవరూ పట్టించుకోలేదు. చిన్నగా విజిల్‌లా ప్రారంభమయి, సంగీతంగా మారి స్టీరియోఫోనిక్ నించి శబ్ద తరంగాలుగా దిక్కులన్నీ ప్రతిధ్వనించేలా మారుమ్రోగుతోంది. 'మాయాస్' ని ఎవరో కట్టేసినట్లు కదలడానికి కూడా శక్తిలేని వాళ్ళలా నిశ్చేష్టులై నిలబడి పోయారు. యశ్వంత్ ఫీడ్ చేసిన శబ్దాన్ని బ్రహ్మవిద్య రిపీట్ చేస్తోంది.

అదంతా శూన్యం. శబ్దతరంగాలు వ్యాపించవు. మాటలు కూడా టెలీపతివల్లే కమ్యూనికేట్ అవుతాయి. కానీ ఈ తరంగాలు మాత్రం అద్భుతమయిన రీతిలో చుట్టూ వ్యాపిస్తున్నాయి.

కొద్దిసేపట్లో అవి తగ్గుముఖం పట్టాయి. శబ్ద తరంగాలన్నీ కుదించుకుపోయి ఒకవైపుకే కేంద్రీకరించినట్లుగా నిశ్శబ్దం నిలబడి పోయింది. ఇప్పుడు శబ్దం వినిపించటం లేదుగానీ, ఏదో తరంగం. అంతే. బంధవిముక్తులైనట్లు 'మాయాస్' హడావుడిగా పరిగెడుతున్నారు. "ఆగండి" వాయుపుత్ర స్వరం మైక్‌లో వినిపించింది. అందరూ ఆగారు. "ఒక్కసారి వెనక్కు తిరిగి చూడండి" అందరూ ఆ వైపుకి చూసి ఆగిపోయారు.

అక్కడ గుంపుగా కొందరు మాయాస్ గాలిలో పల్టీలు కొడుతున్నారు. పిచ్చిగా గంతులు వేస్తున్నారు. జరిగిందేమిటో అందరికీ అర్థమయిందిప్పుడు. ఆల్ట్రాసోనిక్ శబ్ద తరంగాలు వాళ్లను నాలుగువైపులనించి ముట్టడిస్తున్నాయి. శబ్దానికి 'అలర్జిటిక్' అయిన మాయాస్ దాన్ని తట్టుకోలేక పిచ్చివాళ్ళవుతున్నారు.

వాయుపుత్ర జడ్జీలవైపు తిరిగి అన్నాడు. "ఎలాగూ మమ్మల్ని నీచులుగానే చిత్రించారు. మీకంటే అన్నివిధాలా బలహీనులమన్నారు. కాని సంపూర్ణ శక్తి మంతులు అంటూ ఎవరూ వుండరు. ప్రతి జీవిలోనూ భౌగోళికంగా కొన్ని బలహీనతలుంటాయి. శబ్దాన్ని తట్టుకోలేకపోవడం మీ బలహీనత. అది మేము కనిపెట్టలేనంత అసమర్థులనుకోవడం మీ పొరపాటు! అందుకే యిలాంటి పాఠం చెప్పడానికే వాళ్ళను హింసపెట్టక తప్పడం లేదు. మీ రెంతటి శక్తినైనా సులభంగా ఎదుర్కోగలరు. చేతనయితే ఎదుర్కోండి. ఆపండి యీ శబ్దాన్ని–" అని అరిచాడు.

జడ్జీలలో ఎవరూ కదలలేదు.

"అది మీ వల్ల కాదు. మామూలు శబ్దమే స్టీరియోఫోనిక్ సౌండ్‌లో వినిపిస్తే ఆమడదూరం వెళ్ళిపోతారు మీరు! ఇది దానికి లక్షరెట్లు శక్తివంతమైంది. దాని

దరిదాపుల్లోకి వెళ్ళడం అంటే మృత్యువుని కోరితెచ్చుకున్నట్లే, చెప్పండి. ఇప్పటికీ మేము మీ కంటే తెలివిహీనులమని అంటారా?"

"ముందుగా అది ఆపండి. కాస్సేపయితే వాళ్ళు నాశనమయి పోతారు" అన్నాడు ఆల్ఫా.

"ఆపుతాను. మీ గ్రహవాసుల్ని బాధించాలనీ, నాశనం చేయాలనీ మా ఉద్దేశ్యం కాదు. కాని మాకు న్యాయం కావాలి. మీకంటే బలహీనులమన్న వాదన యిప్పుడు సరైంది కాదని అర్థమయిందనుకుంటాను. మీ కంటే నేనేమీ పెద్ద విజ్ఞానవంతుడిని కాను. చిన్న లాజిక్‌తో ఓడించగలిగాను. తెలివితేటలు ఒకరి సొత్తు కాదని యిప్పుడైనా అర్థం చేసుకోండి. మా సూర్యుడిని మాకు వదలమనే మా ప్రార్థన. మమ్మల్ని సుఖంగా వుండనివ్వండి. మీరూ సుఖంగా వుండండి. సూర్యుడిలాంటి నక్షత్రం మీకు ఎక్కడైనా దొరుకుతుంది."

వాయుపుత్ర వాళ్ళ జవాబు కోసం ఎదురుచూస్తున్నట్లు నిలబడ్డాడు. జడ్జీలు తేరుకున్నారు. ఒకరినొకరు సంప్రదించుకున్నారు. "ముందుగా మా వాళ్ళని ఆ శబ్దాన్నించి రక్షించండి" అన్నాడు ఆల్ఫా జడ్జి. "ఈ విధంగా మమ్మల్ని భయపెట్టలేరు మీరు."

"మిమ్మల్ని భయపెట్టటం నా ఉద్దేశ్యం కాదు. మిమ్మల్ని నాశనం చెయ్యగల అస్త్రం మా దగ్గర వుందని చెప్పి - రాజీకి బేరం ఆడటం ఇది. ఇప్పుడు చెప్పండి మీ నిర్ణయం-" అంటూ వాయుపుత్ర రిమోట్ స్పీకర్ నించి చెప్పాడు. "బ్రహ్మ విద్యా, యిక చాలు."

శబ్దం ఆగిపోయింది.

మాయాస్ గుంపు అచేతనంగా కింద పడిపోయారు. జడ్జీల మధ్య చాలాసేపు సంభాషణ జరిగింది.

ఆల్ఫా తరఫున వచ్చిన జడ్జి లేచి నిలబడ్డాడు.

"ఇంతకుముందు మేము తీసుకున్న నిర్ణయాన్ని మార్చుకుంటున్నాము. మీ సూర్యుడి దగ్గరకు ఎప్పటికీ రాము. వాయుపుత్ర చెప్పింది నిజం. తెలివితేటలకు ఒక లిమిట్ లేదు" అతడు యశ్వంత్ వైపు చూస్తూ అన్నాడు. "ఇది మీకు భయపడికాదు. ఈ అల్ట్రాసోనిక్ సౌండ్‌కీ యిన్సులేటర్లని తయారుచేయటం మాకు పెద్ద కష్టం కాదు. అది మాకు కొద్ది గంటల పని. మతి చలించిన మా వాళ్ళను నాలుగురోజుల్లో నయం చేసుకోగలం. కానీ మీ వాయుపుత్ర చూపించిన తెగువ, ధైర్యం, సమయస్ఫూర్తి మాకు బాగా నచ్చాయి. అందుకే మీకు బహుమతిగా అడిగింది యిస్తున్నాం." అనూహ్య అప్రయత్నంగా చప్పట్లు చరిచింది.

"థాంక్యూ, థాంక్యూ వెరీమచ్" అన్నాడు వాయుపుత్ర.

"ఇక మీరు మీ గ్రహానికి వెళ్ళిపోవచ్చు. కానీ ఒక్క ప్రశ్న. ఇక్కడ వాతావరణం దాదాపు శూన్యంగా చేశాం. మాకున్న ఈ సౌండ్ ఎలర్జీయే దానిక్కారణం. కాని శూన్యంలో శబ్ద తరంగాలను అల్ట్రాసానిక్‌గా మార్చే పరికరాన్ని ఎప్పుడు కనుక్కున్నారు. అది మాకు తెలియకపోవడం ఆశ్చర్యంగా వుంది."

"అది మా యశ్వంత్ ఈ ప్రయాణంలో కనుక్కున్న గొప్ప పరికరం. దాన్ని మా బ్రహ్మవిద్యకు ఫీడ్ చేశాడు. అది ఈ రకంగా ఉపయోగపడింది."

"కంగ్రాచ్యులేషన్స్ యశ్వంత్ అండ్ గుడ్ బై" అన్నాడు ఆల్ఫా జడ్జి. "థాంక్యూ" యశ్వంత్ తన బృందంవైపు చూశాడు. అందరి కళ్ళలోనూ ఆనందభాష్పాలు....

వాయుపుత్ర చేతులు సాచేడు. అనూహ్య అందులో వాలిపోయింది. ఆమెను అతడు గాలిలో గిర్రున తిప్పాడు. ఆమె చిన్న పిల్లలా గట్టిగా నవ్వుతోంది.

అందులో నిశ్చయంగా రొమాన్సు లేదు.

* * *

"కృతజ్ఞత లనేవి మీ దగ్గర సాంప్రదాయం కాకపోయినా ఇప్పుడు మాత్రం మీరు మా కృతజ్ఞతలను అందుకోక తప్పదు" అన్నాడు వాయుపుత్ర వేగా బి సెవెన్‌తో.

"దానికేముంది. మా పద్ధతులకు కట్టుబడి చేయగలిగింది చేశాం. మీకు మంచి జరిగింది సంతోషం" అన్నాడు అతడు.... "చెప్పండి మీకేం బహుమతి కావాలి?"

"ఏమీ వద్దు. ఇచ్చింది చాలు." సుహృద్భావ్ భూమికి ప్రయాణం చేయడానికి సిద్ధంగా వుంది. అందరూ సంతోషంగా కబుర్లు చెప్పుకుంటున్నారు. నిఖిల్ ఒక్కడే ఒంటరిగా ఉదాసీనంగా ఓ పక్కన కూర్చున్నాడు. అది గమనించింది అనూహ్య. "నిఖిల్ ఏం జరిగింది?"

"ఏమీ లేదు. నేనెలాంటి పరిస్థితిలో వచ్చానో నీకు తెలుసు. మనం ఏనాడో రోదసీలో అంతం అయిపోయామని అక్కడ అందరి ఉద్దేశ్యం. ఇప్పుడు వెళ్ళేసరికి పరిస్థితి ఎలా వుంటుందో? శ్రీజ తమరో వివాహం చేసుకుంటే? నేను వెళ్ళి ఆమెను ఇబ్బంది పెడతానేమోనని భయంగా వుంది. అంతకంటే ఈ శూన్యంలో కలిసిపోతే నయమేమో కదా" అన్నాడు అతడు వేదనగా.

వాళ్ళ మాటలు వింటున్న వేగా - 7 దగ్గరగా వచ్చాడు.

"మీరు భూమిని వదలి వచ్చి ఎన్నేళ్ళయిందనుకుంటున్నారు?" అడిగాడు.

"బ్రహ్మవిద్య లెఖ్ఖ ప్రకారం నాలుగు సంవత్సరాలు–"

వారిని తనతో రమ్మని వేగా ఒక భవంతిలోకి తీసుకువెళ్ళాడు. ఒక పెద్ద ప్లానిటోరియంలా వుంది అది. అతడు కొన్ని స్విచ్‌లు తిప్పాడు. తెరమీద బొమ్మలు కనబడ్డాయి. వస్త్రధారణబట్టి, అది భూమి, భారతదేశం అని తెలుస్తూంది. ఒకమ్మాయి కారు దిగి నడుస్తుంది. ఇరవై ఎనిమిదేళ్ళుంటాయి. ఇద్దరు పిల్లలు ఆమెతో పాటు వున్నారు.

"ఆమె ఎవరో గుర్తుపట్టగలరా?"

నిఖిల్ లేదన్నట్టు తలూపాడు. వేగా మరో కంట్రోలు తిప్పాడు. ఆ అమ్మాయి మొహం ఒక్కటే పెద్దగా కనపడూతూంది.

"ఇప్పుడు?"

నిఖిల్ పరిశీలనగా గమనించి, ",,,, శ్రీజ పోలికలు కనపడుతున్నాయే" అన్నాడు. పక్కన పిల్లల్ని చూసి అతడి మొహం వాడి పోయింది. కాని ఆ అమ్మాయి పూర్తి శ్రీజలా లేదు. నాలుగు సంవత్సరాల్లో మరీ అన్ని మార్పులు రావటం కష్టం.

"శ్రీజా..." అస్పష్టంగా గొణిగాడు తనలో తనే. పక్కనుంచే అతడి మొహాన్ని చూస్తున్న వేగా, "ఆమె మీ భార్య శ్రీజ కాదు నిఖిల్" అన్నాడు నెమ్మదిగా.

"మరి?" అనుమానంగా అడిగాడు.

"శ్రీజ మనవరాలి కూతురు."

వాళ్ళంతా షాక్ తగిలిన వారిలా నిశ్చేష్టులయ్యారు అక్కడి వారందరూ. "మీరనుకున్నట్టు మీరు భూమినుంచి బయల్దేరి నాలుగుసంవత్సరాలు కాలేదు, డెబ్భైఆరు సంవత్సరాలు గడిచింది."

ఒక శీతల పవనం తమని చుట్టుముట్టినట్టు వణికిపోయారు వాళ్ళు. డె....బ్భై... ఆ....రు.... సం....వ...త్స....రా....లు! తాము వెళ్ళేసరికి తమ వాళ్ళంటూ ఎవరూ వుండరు. మూడు నాలుగు తరాలు గడిచాయా?

"మీరు బ్లాక్‌హోల్ లో దాదాపు డెబ్భై సంవత్సరాలు నిద్రపోయారు" అన్నాడు వేగా.

నిఖిల్ కళ్ళల్లో నీళ్ళు తిరిగాయి. చాలాసేపు నిశ్శబ్దం తరువతా వాయుపుత్ర అడిగాడు– "మరి... మరి...బ్రహ్మవిద్య అబద్ధం ఎందుకు చెప్పింది?"

"కాంతి వేగంతో ప్రయాణం చెయ్యటంవల్ల మీలో పెద్దగా మార్పులేదు. మీ ఆనందాన్ని తగ్గించి, బెంగని పెంచేలా చెయ్యటం బ్రహ్మవిద్యకు యిష్టం లేక పోయింది. నిజానికి టైమ్‌తో మీకు పనేం వుంది? అంత అనవసరమైన విషయానికి ప్రాముఖ్యత

యిచ్చి మిమ్మల్ని మానసికంగా ఇబ్బంది పెట్టటం ఆ కంప్యూటర్‌కి ఇష్టంలేదు. అంత చిన్నరాకెట్‌లో నాలుగుగోడల మధ్య డెబ్బై ఆరు సంవత్సరాలు గడుపుతున్నట్టు తెలిస్తే మీరు భౌతికంగా కన్నా మానసికంగా బలహీనం అవుతారన్న భయంతో బ్రహ్మవిద్య ఈ విషయాన్ని నొక్కిపెట్టి వుంచింది-" అక్కడ చాలా వేదనా పూరితమైన నిశ్శబ్దం అలుముకుంది.

నిఖిల్ మొహం అయితే పూర్తిగా వాడిపోయింది. అనూహ్యకి అన్నా వదినెలు, వాళ్ళ పాప గుర్తొచ్చారు. నిఖిల్‌నే చూస్తున్న వేగా, ఆ నిశ్శబ్దాన్ని బ్రద్ధలుచేస్తూ "మీ పాప ఎలా వున్నదో, అంటే డెబ్బై ఆరు సంవత్సరాల క్రితం పుట్టినప్పుడు ఎలా వున్నదో నేను చూపించగలననుకుంటాను" అన్నాడు. ఆ మాటలకి చప్పున తలెత్తి "ఎలా?" అని అడిగాడు నిఖిల్ ఆశ్చర్యంగా.

"టైమ్ మెషీన్ ద్వారా పరిశోధన యింకా పూర్తి కాలేదనుకోండి!. రెండువందల సంవత్సరాల క్రితం వరకూ అడ్జెస్ట్ మెంటయితే వుంది."

"టైమ్ మెషీన్?"

"అవును గతాన్ని చూపించగలిగేది, భూతకాలంలోకి వెళ్ళగలిగేది."

"మేం ఫిక్షన్‌లో చదువుకున్నాం."

"ఫిక్షన్‌ని నిజం చేయగలిగే అద్భుతమైన శాస్త్రమే సైన్సు" అంటూ అతడు జేబులోంచి చిన్న ట్రాన్సిస్టరు లాంటిది తీశాడు. దానిమీద చకచకా అడ్జస్టు చేశాడు. తెరమీద దృశ్యాలు కదుల్తూ ఒకచోట ఆగాయి. నిఖిల్ కళ్ళప్పగించి చూస్తున్నాడు.

చిన్న తెరమీద శ్రీజ పాపతో కనిపించింది. గోరుముద్దలు తినిపిస్తోంది. "పాప పుట్టినరోజు చాలా ఘనంగా చేద్దామనుకుంటున్నానమ్మా" అంటోంది శ్రీజ తల్లి.

"వద్దమ్మా. తండ్రి లేని పిల్ల. తన తోటి అనాధలతో కలసి పుట్టిన్రోజు చేసుకుంటేనే నాకు ఆనందం" అంటోంది శ్రీజ. చిత్రం ఆగిపోయింది. నిఖిల్ ముఖంనిండా సంతృప్తి, సంతోషం! కళ్ళల్లో తడి కనిపించకుండా మొహం పక్కకి తిప్పుకున్నాడు.

"నేనూ ఒకసారి చూడవచ్చా?" అడిగాడు వాయుపుత్ర.

"నీ రెండో శ్రీమతిగురించి తెలుసుకోవాలా?" అడిగాడు నిఖిల్ వాతావరణాన్ని తేలికచేస్తూ.

"కాదు. నాకీ పేరుపెట్టి నా అభివృద్ధి ఏ మాత్రం చూడలేక పోయిన మా ముత్తాతగారిని చూడాలని" అన్నాడు వాయుపుత్ర నవ్వుతూ.

వేగా అతడికి టైమ్ మెషీన్ అందించాడు.

10

సుహృద్భావ్ పైకి లేవటానికి రెడీగా వుంది. నలుగురూ అక్కడికి చేరుకున్నారు. భూలోకవాసుల్ని చివరిసారి చూడటానికి వేగా గ్రహవాసులు గుంపులు గుంపులుగా అక్కడ వేచి వున్నారు.

"మీరు మాకు చేసిన సాయాన్ని మా లోకంవాళ్ళు చాలా కాలం గుర్తుంచుకుంటారు" అన్నాడు యశ్వంత్.

"మేము చేసిందేమీలేదు. ఆల్ఫాగ్రహవాసుల దృక్పథంలో మిమ్మల్ని బుద్ధిజీవులుగా అంగీకరింప చేసుకున్నారు. అది మీ విజయం-" అన్నాడు వేగా బి సెవెన్.

"ఈ యాత్ర భూలోక చరిత్రలో నిలిచిపోతుంది. ఇది సామాన్య విషయం కాదు. కానీ ఇంతకన్నా అసామాన్యమైన విషయం మరొకటి వుంది. అది చరిత్ర పుస్తకాల్లో కాదు- భూలోక వాసులందరూ తమ మనసుల మీద వ్రాసుకోవలసిన పాఠం!" ఆవేశంగా అన్నాడు యశ్వంత్. అతడంత ఆవేశపడటం చాలా అరుదు. "- మనుష్యులు జంతువులుకన్నా తెలివైనవాళ్ళు అని నిరూపించుకోవటానికి ఎంత కష్టపడవలసి వచ్చింది? శాఖాహారం- మాంసాహారం సంగతి సరే- తోటి మనుష్యుల్నే చంపటం- విల్సన్ మండేలా- స్టార్ వార్స్- అణుబాంబు- ఎంత హేయమైన స్థితి? మనిషిగా పుట్టినందుకు సిగ్గుపడవలసిన పరిస్థితి-"

"మనం వెళ్ళేసరికి మరో వంద సంవత్సరాలు పట్టవచ్చు. అప్పటికయినా 'మనిషి' తన తప్పు తెలుసుకుంటాడని ఆశిద్దాం" అన్నాడు నిఖిల్.

వేగా అతడి దగ్గిరకి వచ్చాడు. "మీ గ్రహవాసుల తరపున ఏం బహుమతి కావాలి? అని అడిగితే, ఇచ్చింది చాలు, ఏమీ వద్దు. అన్నావు గుర్తుందా?"

"అవును, ఏం?"

"నీకో అపురూపమైన బహుమతి ఇవ్వబోతున్నాము మేం"

"ఏమిటది?"

"నీ భార్యనీ- పాపనీ-"

నిఖిల్ దిగ్భ్రాంతితో "... ఎలా?" అని అడిగాడు.

"కాంతివేగానికి దాదాపు మూడురెట్లు వేగంతో మిమ్మల్ని మీ గ్రహానికి పంపటం ద్వారా." అక్కడ సూదిపడితే (వినపడుతుందా?) వినపడేటంత నిశ్శబ్దం.

ఆ నలుగురూ సైంటిస్టులు! వేగా చెప్పింది అర్థమైంది. కాంతి వేగం కన్నా ఎక్కువ వేగంతో ప్రయాణం చేయడం అంటే-

భూ...త...కా...లం...లోకి ప్రయాణించటం.

ట్రావెలింగ్ ఇన్ టు ది ఫాస్ట్!!!

"మా ఫ్లోరా- వేగా గ్రహవాసుల తరఫున ఇది మీకు బహుమతి. అయితే ఒక విషయం. అంత వేగంతో ప్రయాణంచేసే మీరు,భూమి ఆకర్షణ శక్తిలోకి వెళ్ళే లోపులో సాధ్యమైనంత బరువు తగ్గించాల్సి వుంటుంది. బరువు తగ్గిస్తూ వేగాన్ని కంట్రోల్ చేయగల్గితే క్షేమంగా లాండ్ అవుతారు-"

"అలాగే, థాంక్స్ అండ్ గుడ్ బై" కన్నీళ్ళు ఆనందానికి సంకేతాలు. కృతజ్ఞతకి ప్రతిబింబాలు, వీడ్కోలుకి చరమగీతాలు అయ్యాయి. సుహృద్భావ్ అంతరిక్షంలోకి ఎగిరింది.

11

"వాయుపుత్రా, కృతజ్ఞత కంటే గొప్పదైన పదం మరేదయినా వుంటే బావుంటుందనిపిస్తోంది. ప్రాణాలకు తెగించి మా ముగ్గురిని కాపాడ్డమే కాదు. భూలోకవాసుల వినాశనాన్ని కూడా కాపాడావు. నీకు కృతజ్ఞతలెలా తెలుపుకోవాలో తెలియడంలేదు" అన్నాడు యశ్వంత్.

"అసలు నీకీ అయిడియా ఎలా వచ్చింది? మాతో మాట వరుసకైనా అనలేదే?" నిఖిల్ అడిగాడు.

"ఈ కృతజ్ఞతలు, పొగడ్తలూ యశ్వంత్‌కీ, బ్రహ్మవిద్యకీ చెందాలి. మనం మొదట వేగా గ్రహాన్నుంచి ఆల్ఫాగ్రహానికి ప్రయాణమైనప్పుడు మన పరిస్థితినంతా బ్రహ్మవిద్యకు ఫీడ్ చేశాను. వాళ్ళ వాతావరణాన్ని, అలవాట్లని, వాళ్ళు దేనికి రివర్స్ అయ్యేది అన్నీ తెలుసుకుంది... మనం న్యాయస్థానాన్నుంచి రాగానే అడిగితే వివరాలన్నీ చెప్పింది. మీరు గమనించారో లేదో 'వేగా', 'ఆల్ఫా' గ్రహాలలో ఎక్కడా మనకు ఎలాంటి శబ్దం వినిపించలేదు. మనం గట్టిగా మాట్లాడటం కూడా వీళ్ళు సహించలేకపోయారు. వాళ్ళ పట్టణాలలో కూడా అన్నీ సౌండ్‌ప్రూపే. అందుకే ఈ మార్గం ఎన్నుకొన్నాను. అందులో యశ్వంత్ పరిశోధన చాలా ఉపయోగపడింది."

"థాంక్యూ బ్రహ్మవిద్యా" అంది అనూహ్య. "ఈసారి గ్లోబల్ ప్రైజు నీకుకూడా ఇవ్వాల్సిందే. నేను రికమెండ్ చేస్తాను" అంది. "థాంక్యూ" అంది విద్య.

రోజులు వేగంగా గడిచిపోయాయి. పదిరోజులకే వాళ్ళు జూపిటర్ కూడా దాటేశారు. వేగా యిచ్చిన శక్తి ఏమిటోగాని ఆస్టరాయిడ్ బెల్ట్ దాటినట్లే అనిపించలేదు.

"మనం వస్తున్న వార్తని భూమికి తెలియచేయవచ్చా?" అడిగింది అనూహ్య.

"ఈ వేగానికి అది వీలుపడదు. స్పీడు కంట్రోల్ చేశాకే చెప్పాలి" అన్నాడు యశ్వంత్.

"అంటే యింకెంత కాలం పడుతుంది?"

"మహా అయితే రెండు రోజులు."

ఆ రెండు రోజుల తర్వాత వచ్చిపడింది ప్రమాదం. మార్స్‌ని కూడా దాటేశారు. భూమి, చంద్రుడు, సూర్యుడు వరసగా కనిపిస్తున్నాయి.

"జన్మభూమికి దగ్గరగా వచ్చాం. ఎంత సంతోషంగా వుందో.... జన్మభూమి స్వర్గానికి సమానం అని అందుకే అన్నారు కాబోలు. భూమిని కాంటాక్ట్ చెయ్యొచ్చా యిక?"

"మనం వేగం తగ్గిస్తేగానీ భూకక్ష్యలోకి ప్రవేశించలేం. వార్తలేమీ పంపలేం."

"బెల్ట్‌లు తగిలించుకోండి. మనం జెట్టీసన్ మొదలు పెట్టాలి" అరిచాడు యశ్వంత్. (ఓడలు మునిగిపోతున్నప్పుడు బరువు తగ్గించటాన్ని జెట్టీసన్ అంటారు.)

"అలాగే"అని వాయుపుత్ర, కుర్చీ చేరుకునే లోపల రెండు సార్లు జారాడు.

యశ్వంత్, నిఖిల్ బిజీ అయిపోయారు. తెరమీద సోలార్‌వింగ్స్ జారిపోవడం, ఆ తర్వాత సోలార్ మెషీన్ స్టోరేజి, టాంకులు పడిపోవడం, కనిపించింది. రోదసీలో వస్తువుల్ని వదిలేటప్పుడు వాటిని పూర్తిగా క్రష్‌చేసి పొడిగాచేసి వదలాలన్న నిబంధన వాళ్ళు పాటించలేకపోతున్నారు, అది అసాధ్యం కాబట్టి.

కంప్యూటర్ తెరమీద బరువు యింకా ఎక్కువగానే వున్నట్లుగా కనిపిస్తోంది.

"తర్వాత ఏమిటి?" అడిగాడు వాయుపుత్ర.

"పైనున్న ఫిక్‌రూం లాబొరేటరీ అవసరం లేదుగా."

యశ్వంత్ వాటిని వాహనాన్నుంచి విడదీసి వదిలేశాడు. అయినా కంప్యూటర్ స్పీడు కంట్రోలు అవసరమైనంత తక్కువ అవడం లేదని చూపిస్తోంది.

"విద్యా" మళ్ళీ పిలిచాడు వాయుపుత్ర.

"మీకు వేరే గదులెందుకిక? ఇక్కడే గడుపుకుందాం- మరో నాలుగు రోజులేగా."

యశ్వంత్ చేతులు చకచకా పనిచేసినయ్. వాళ్ళకు అన్ని సంవత్సరాలుగా ఉపయోగపడ్డ గదులు రోదసీలో తిరుగుతున్నాయి. "ఇంకా వెయిట్ తగ్గించాలి" చెప్పింది విద్య.

"డైటింగ్ చెయ్యి" అన్నాడు వాయుపుత్ర కోపంగా.

"బావుంది? నా మీద కోప్పడతావేం? నన్నింత బరువు పెంచింది మీరేగా? సరే ఆక్సిజన్, ఆహారం కొద్దిగా వుంచి మిగతాది తోసెయ్యండి."

ఆ పనికూడా చేశారు. స్పీడ్ కాంతివేగంలో సగానికి వచ్చింది.

"ఇంకా తగ్గించాలి" అంది విద్య.

"ఇంకా మిగిలిందేమిటి నువ్వూ, నేనూ" విసుగ్గా అన్నాడు.

"అదే నేను చెప్పేది. నువ్వు చాలా తేలిక. నేను మాత్రం మిగిలాను. తోసెయ్యి" అంది కామ్‌గా విద్య.

కొద్దిసేపు అదేమిటన్నదీ ఎవరికీ అర్థంకాలేదు. అర్థంకాగానే "నో... నో... " అని అరిచారందరూ అప్రయత్నంగా.

"వాడ్డూయు మీన్?" వాయుపుత్ర తమాయించుకుంటూ అన్నాడు.

"ఐ మీన్ వాట్ ఐ సెడ్. నేనే ఇక మిగిలిన బరువైన వస్తువుని. మీరు వదిలేయాల్సింది నన్నే."

"జోకు లెయ్యకు సరిగ్గా చెప్పు."

"సరిగ్గానే చెపుతున్నా. యింకా కనీసం వెయ్యి కిలోల బరువు తగ్గించాలి. నా బరువే ఎక్కువయిపోయిందిప్పుడు. తప్పదు. నన్నే వదిలెయ్యి. ఒక కంప్యూటర్‌గా అన్ని లెఖ్ఖలూ చేసి చెప్తున్నాను."

"పిచ్చి మాటలు మాట్లాడకు."

'నేను జోకు లెయ్యడం లేదు వాయూ. ఉన్న విషయం చెపుతున్నాను. నాలాంటి దాన్ని తయారుచేయడం కష్టంకాదు, తప్పదిక..... ఆలస్యం చెయ్యకు. భూ వాతావరణంలోకి అడుగు పెట్టడానికి కొద్ది నిముషాలే టైముంది..."

అందరి ముఖాలూ పాలిపోయాయి.

"అదంతా నిజమేనా? బ్రహ్మవిద్యను రక్షించుకునే ఉపాయం లేదా యశ్వంత్" దీనంగా అడిగింది అనూహ్య.

"లేదు అనూ. మనం నలుగురమూ, ఈ కంట్రోలు రూం తప్ప- మిగతా వస్తువులన్నీ జెట్టీసన్ చేస్తే తప్ప భూమికి క్షేమంగా చేరలేం. వేగా మనకి శక్తి నిచ్చినప్పుడే అనుమానించాను, ఇలాంటి పరిస్థితి వస్తుందని" యశ్వంత్ అన్నాడు. ఎంత దయనీయమైన పరిస్థితి! కేవలం "తొందరగా వెనక్కి వెళ్ళాలన్న" తాపత్రయంతో ఈ బహుమతికి వప్పుకున్నారు. దాని పరిణామం ఇంత దారుణంగా వుంటుందని తెలిస్తే వప్పుకునేవారా? ఏమో... మనిషి స్వార్థాన్ని లెఖ్ఖకట్టే యంత్రమేదీ లేదుకదా....

"ఏమైనా అవనీ,క్రిష్ లాండ్ అయి చచ్చిపోతే పోనీ కాని నిన్ను వదలను" అన్నాడు వాయుపుత్ర. అతడి కళ్ళనించి నీళ్ళ ధారగా స్రవిస్తున్నాయి. ప్రాణంలో ప్రాణంగా చూసుకునే బ్రహ్మవిద్యను శూన్యంలోకి తోసెయ్యడం కన్నబిడ్డను హతమారుస్తున్నంత బాధ. దాన్ని అందరూ అర్థం చేసుకున్నారు. కాని నిస్సహాయంగా చూస్తున్నారు. "వాయూ" పిలిచింది విద్య. "ఇన్నాళ్ళు ఏ క్షణంలో ప్రాణం పోతుందోననే భయంతో బ్రతికారు. అలాంటిది యిప్పుడు సెంటిమెంటుతో అందరి జీవితాలను నాశనం చేస్తావా?"

"నీకెలా చెప్పేది విద్యా మానవమాత్రులెవరూ చేయలేని పనులన్నీ చేస్తావని బ్రహ్మవిద్య అని పేరు పెట్టాను. ఆ రోజు మమ్మల్నీ, మా భూమినీ కాపాడటానికి సహాయం చేశావు. ఇప్పుడు నిన్ను చేతులారా శూన్యానికి బలిచెయ్యనా?"

"నేను బ్రహ్మవిద్యనైతే నువ్వే బ్రహ్మవుగా వాయూ! నాలాంటి విద్యలను ఎన్నింటినో సృష్టించే శక్తి నీలో వుంది. కాబట్టి నువ్వు బ్రతకాలి! నీ ప్రయాణం దిగ్విజయంగా అయిందని భూలోకవాసులందరికీ చాటాలి. ఆవేశం వదలిపెట్టి వివేకంతో ఆలోచించు. నా మాట విను. చిరునవ్వుతో నన్ను సాగనంపు. ప్రాణంకంటే ఎక్కువగా ప్రేమించే నీ చేతుల్లో నాశనం అవటం కన్నా ఇంకేం కావాలి నాకు! కానివ్వు. ఎక్కువ టైంలేదు."

వాయుపుత్ర ముఖాన్ని రెండు చేతులతో కప్పుకున్నాడు. అతడికి దుఃఖం ఆగడం లేదు. నిఖిల్, అనూహ్యల పరిస్థితి కూడా అలాగే వుంది. "వద్దు. పోతే అందరం కలిసికట్టుగా పోదాం. మనతోపాటు ఒక మనిషిలాగే బ్రతికావు విద్యా. ఇప్పుడు నిన్ను బలిచేయడం మావల్ల కాదు" అన్నాడు నిఖిల్.

"ఈ షిప్ కెప్టెన్‌గా యశ్వంత్- నువ్వు చెప్పు నీ నిర్ణయం ఏమిటి?" అడిగింది విద్య.

"నన్ను ఇబ్బందిలో పెట్టకు ప్లీజ్..." యశ్వంత్ మొహం పక్కకి తిప్పుకున్నాడు.

"సరే అయితే- ఇంకో నాలుగు నిముషాలే టైముంది. ఈ షిప్ తాలూకు కంప్యూటర్‌గా నేనే నిర్ణయం తీసుకుంటున్నాను- నా అంతట నేనే వెళ్ళి పోతున్నాను."

"వద్దు.. వద్దు ప్లీజ్-"

"ఒక అనాథప్రేతంగా నన్ను శూన్యంలోకి తోసేస్తావో సకల లాంఛనాల్తో సంస్కారం చేస్తావో నీ యిష్టం."

....

"మూడు నిముషాలు-"

యశ్వంత్ - నిఖిల్ ఇక వుండలేనట్టుగా అక్కణ్ణుంచి వెళ్ళిపోయారు.

"నిశ్శబ్దం నన్ను భయపెడుతూంది వాయూ, ఏదైనా మాట్లాడు-"

"వి...ద్యా...."

"ఏదైనా చెప్పు వాయూ, వీడ్కోలు ఇంత మౌనంగా వుండకూడదు"

"ఐ లవ్యూ విద్యా-"

"ఐ టూ వాయూ- నేన్నిజంగా మనిషినైతే, కనీసం మొగవాడిగా పుట్టినా నిన్నింతగానే అభిమానించేదాన్ని. నీలాంటి తెలివైనవాళ్ళు సాధారణంగా సీరియస్‌గా వుంటారు. ఇంత హాయిగా, ఇంత నవ్వుతూ తుళ్ళుతూ.. ప్చ్... నీలాంటివాడు నిజంగా మంచి స్నేహితుడు అవుతాడు. భగవంతుడు మీ మనుష్యులకి కళ్ళు ఇచ్చి చాలా మేలుచేశాడు. బాధని వెలువర్చటానికి, నీళ్ళని వెదజల్లటానికి అవి చాలా ఉపయోగపడతాయి. మొదటిసారి నేను మనిషిగా పుట్టనందుకు బాధపడుతున్నాను. గుడ్‌బై..."

ప్రియమైన వ్యక్తి చితికి నిప్పంటిస్తున్నప్పుడు పడే వేదన అతడికి అర్థమవుతూంది. బ్రహ్మవిద్యను తోసుకుంటూ వెళ్ళాడు. శవపేటికలో వుంచినట్టు దాన్ని జాగ్రత్తగా వుంచి బటన్ నొక్కబోయాడు. "కెన్ ఐ కిస్ యూ విద్యా"

"అనూహ్య ఈర్ష పడుతుందేమో-"

"ఆఖరి నిముషంలో కూడా ఇంత హాయిగా ఎలా మాట్లాడుతున్నావ్ విద్యా-"

"మనిషిని కాదు కాబట్టి! వెళ్ళొస్తాను వాయూ- అనూహ్యా- గుడ్‌బై..."

"గు...డ్...బై" ఇద్దరూ చెప్పారు.

వాహనం నుంచి వెలువడిన బ్రహ్మవిద్య దిగంతాల్లోకి దూసుకుపోయింది. బైట శూన్యం.

అది వాళ్ళ మనసుల్లోనే వుంది.

అతడు తిరిగి వచ్చేసరికి అందరి కళ్ళలో నీళ్ళు. యశ్వంత్ దుఃఖాన్ని కంట్రోలు చేసుకుంటున్నాడు.

"మనమందరం ఈ రోజు ఇలా బ్రతికి వున్నామంటే కారణం బ్రహ్మవిద్యే. భూమినే రక్షించింది... ప్రాణం పోసిన వాళ్ళ ప్రాణాన్ని తీసిన ఘనత మనకే దక్కుతుంది. ఈ విషయం తెలిస్తే ఆల్ఫాగ్రహవాసులు మళ్ళీ మనమీద దండెత్తుతారేమో" అన్నాడు నిఖిల్ విషాదంగా నవ్వుతూ. అనూహ్య వాయుపుత్ర భుజంమీద చెయ్యివేసింది అనునయంగా.

"నేను బాగానే వున్నాను అనూహ్యా. మన మనసుల్లో ఎలాంటి నైరాశ్యం వుంచుకోకూడదని బ్రహ్మవిద్య చివరగా కోరింది. చూడండి. అప్పుడే మన స్పీడ్ తగ్గిపోయింది...... భూమిని కాంటాక్ట్ చెయ్యి యశ్వంత్."

యశ్వంత్ అప్పటికే ఆ పనిలో మునిగిపోయి వున్నాడు.

"హలో,,, ఎర్త్ హియర్. ఎవరది, ఎవరది?" అడుగుతున్నారు. వాయుపుత్ర స్పీకర్ అందుకున్నాడు.

"ఆల్ఫా గ్రహవాసులం– భూమిమీద విహారానికి వస్తున్నాం. సన్నాహాలు చేయండి. యుద్దానికి సిద్దంకండి,"

"నిజం చెప్పండి ఎవరది? సుహృద్భావ్, యశ్వంత్ మీరేనా అది" ఆ సర్వంలో సంభ్రమాశ్చర్యాలు.

"అవును. విజయంతో తిరిగి వస్తున్నాం. కొద్దిసేపట్లో భూకక్ష్యలోకి వస్తాం,"

"ఇంత తొందరగా ఎలా వస్తున్నారు? మీరు వెళ్ళిన పని ఏమైంది?"

"సాధించుకు వస్తున్నాం."

"నా కర్థం కావటంలేదు. ఇంత తొందరగా ఎలా సాధ్యమైంది అది? ఎగిరే గాలిపళ్ళేల్లో ప్రాణులు మిమ్మల్ని కాంటాక్ట్ చేశారా? సంధికి వప్పుకున్నారా?"

"లేదు చీఫ్ మేము సుదీర్ఘ నక్షత్రాల అంచులవరకూ వెళ్ళి తిరిగి వస్తున్నాం. వేగా గ్రహంమీద కాలు పెట్టి వస్తున్నాం."

"బట్ హౌ? ఇంత తొందరగా ఎలా వచ్చారు?"

"కాంతికంటే వేగంగా గతంలోకి ప్రయాణించటం ద్వారా–" ఆ వార్త క్షణాల్లో ప్రపంచమంతా ఫ్లాష్ అయింది. ఏ నోట విన్నా అదే వార్త. అపూర్వమూ అసాధ్యమూ అయిన ఆ విషయపు వివరాలు ఆ రోజు పేపర్లలో నింపటానికి విలేఖర్లు హడావుడిగా పరుగెడుతున్నారు. బయల్దేరినప్పటినుంచి ఆ క్షణం వరకూ జరిగిన ప్రతీ విషయమూ, యశ్వంత్ ట్రాన్స్‌మీటర్ ద్వారా చెపుతున్నాడు .

'సుహృద్భావ్' భూమిచుట్టూ మరో రౌండు తిరిగి, భూమికి చేరువైంది.

లక్షలాది ప్రజలు సముద్ర తీరంలో గుమిగూడారు. గ్రహాంతరవాసుల వల్ల వచ్చే ప్రమాదం తెలిసి, అప్పటికి ఎక్కువ కాలం కాకపోవటంవల్ల తమని రక్షించిన ఆ టీమ్‌ని చూడటానికి, అభినందించటానికి జనం తండోప తండాలుగా అక్కడికి చేరుకుంటున్నారు. అవును. అది నిశ్చయంగా మామూలు విజయం కాదు.

ఉపసంహారం

దగ్గరలో వున్న సముద్రంలో సుహృద్భావ్ తాలూకు Capsule లో ఆస్ట్రోనాట్స్ దిగే ఏర్పాటు చేశారు. రెండు స్టీమ్ బోట్స్ నిండా NSRI అఫీషియల్స్ వాళ్ళకు స్వాగతం చెప్పడానికి సిద్ధంగా వున్నారు.

అనుకున్న సమయానికి కాప్స్యూల్ నీళ్ళలో దిగింది. వెంటనే వాళ్ళను బోట్‌లోకి ఎక్కించారు. అందరూ కంగ్రాచ్యులేషన్స్‌తో వాళ్ళను ఉక్కిరి బిక్కిరి చేస్తున్నారు. పూలహారాలతో వాళ్ల మెడలు నిండి పోతున్నాయి. నూట నలభై సంవత్సరాల (వాళ్ళకి సంబంధించినంత వరకూ) ప్రయాణపు ఒంటరితనం తరువాత తమవాళ్ళని చూసిన ఆనందం ఆ నలుగురిలోనూ కనబడుతూంది. స్పీడ్‌బోట్ ఒడ్డున ఆగింది. అందరూ దిగారు.

భూమి తరఫు ప్రతినిధిగా ఓ ఏడాది పాప, చేతిలో పూల గుచ్ఛంతో తప్పటడుగులు వేస్తూ ముందుకు వచ్చి నిఖిల్‌కి గుచ్ఛం అందించింది. ఆప్యాయంగా పాపని ఎత్తుకుని తన మెడలో దండ తీసి పాపకి వేశాడతడు.

"పాపా, నీ పుట్టిన్రోజుకి ఎంత మంచి బహుమతి తెచ్చారో మీ నాన్న"

నిఖిల్ అటువైపు చూశాడు. శ్రీజ నిలబడింది చిరునవ్వుతో. అప్పుడర్థమైంది ఆ పాప ఎవరో. కళ్ళల్లో నీళ్ళు చిప్పిల్లాయి.

అతడి మనసు ఆనందంతో గంతులు వేసింది. ప్రేమగా శ్రీజను దగ్గరకు తీసుకున్నాడు.

"పాపకి ఈ రోజువరకు పేరు పెట్టలేదు. మీరు రాకపోతే ఈ రోజే నామకరణం చేద్దామనుకున్నాం. వచ్చేశారు. మీ పాపకి మీరే పేరు పెట్టాలి."

మరో ఆలోచన లేకుండా చెప్పాడు నిఖిల్– "బ్రహ్మవిద్య"

అనూహ్యని అన్నా వదినలు, బిందూ చుట్టుముట్టారు. అందరి కళ్ళలో ఆనందాశ్రువులు కుశల ప్రశ్నలయ్యాయి.

"ఏమ్మా యశ్వంత్. నువ్వూ మళ్ళీ కలిసిపోయారా?" అడిగాడు అన్నయ్య.

"మేమెప్పటికీ స్నేహితులమే అన్నయ్యా, నువ్వలాంటి అనుమానాలేమీ పెట్టుకోకు. ప్రాణాలరచేతిలో పెట్టుకుని గాలక్సీ చివరి అంచువరకు వెళ్ళి వచ్చిన వాళ్ళం. పెళ్ళి పిల్లలు సంసారసుఖంలాంటి విషయాలు చాలా అల్పంగా తోస్తున్నాయి యిప్పుడు. నా బాధ్యత ఏమిటో తెలిసిపోయింది. రేపటినుంచి మళ్ళీ NSRIలో నా డ్యూటీ మొదలవుతుంది" అంది అనూహ్యా స్థిరంగా.

యశ్వంత్‌ని పత్రికా విలేఖర్లు ప్రశ్నల్తో ఉక్కిరిబిక్కిరి చేస్తున్నారు.

వాయుపుత్ర ఒక్కడే దూరంగా నిలబడ్డాడు. ఎదురుగా అనంతానంతమైన సముద్రం. అతడి హృదయంలో కెరటాలు.

భూమి ఆకాశం కలిసే చోటునుంచి సూర్యుడు పైకి వస్తున్నాడు. దిగంతాల శూన్యంలో చిన్న మబ్బు తునకలా 'విద్య' అతడిని అభినందిస్తున్నట్టు సంకేతాలు పంపుతూంది. కేవలం మనసుకి మాత్రమే అర్థమయ్యే సంకేతాలు అవి. తమని విడిచి అతిథిలా వెళ్ళిపోయిన డాక్టర్ ఫిలిప్స్ అమ్మోనియా మేఘాల వెనుక నుంచి చేయి వూపుతున్నట్టు అనిపించింది.

మొహంమీద ఫ్లాష్ వెలిగేసరికి ఈ లోకంలోకి వచ్చాడు. ఓ ఇరవై ఏళ్ళ అమ్మాయి, పత్రికా విలేఖరిలా వుంది. ఫోటోలు తీస్తుంది. అతడి దగ్గిరగా వచ్చింది.

"గాలక్సీ అంచులవరకూ వెళ్ళి వచ్చిన మీరు, ఈ సందర్భంగా మానవజాతికోసం ఏం సందేశం తెచ్చారు?" అని అడిగింది.

"ఆటవిక న్యాయం వదిలెయ్యమని–"

ఆ క్లుప్తతకి ఆమె ఆశ్చర్యపడి, ఆ విస్మయాన్ని తనలోనే దాచుకొని, ఆ పాయింట్ నోట్ చేసుకుని అక్కణ్ణుంచి పరుగెత్తింది.

చీకట్లని చీల్చుకుంటూ చిరునవ్వుతో సూర్యుడు పైకి వస్తున్నాడు.